വിദുരനിയോഗം

viduraniyogam
novel
•
kannothu krishnan
•
first edition
may 2017
•
typesetting & published
chintha publishers, thiruvananthapuram
•

•
cover
vishnu ram
•

വിതരണം
ദേശാഭിമാനി ബുക്ക് ഹൗസ്
H O തിരുവനന്തപുരം-695 035
Ph: 0471-2303026, 6063020
www.chinthapublishers.com
chinthapublishers@gmail.com

ബ്രാഞ്ചുകൾ
ഹെഡ്ഡാഫീസ് ബ്രാഞ്ച് കുന്നുകുഴി • സ്റ്റാച്യു തിരുവനന്തപുരം • കെ എസ് ആർ ടി സി ബസ് സ്റ്റേഷൻ ആലപ്പുഴ • കെ എസ് ആർ ടി സി ബസ് സ്റ്റേഷൻ എറണാകുളം • മച്ചിങ്ങൽ ലെയ്ൻ തൃശൂർ • ഐ ജി റോഡ് കോഴിക്കോട് • മാവൂർ റോഡ് കോഴിക്കോട് • എൻ ജി ഒ യൂണിയൻ ബിൽഡിങ് കണ്ണൂർ • സെൻട്രൽ ബസ് ടെർമിനൽ കോംപ്ലക്സ് താവക്കര കണ്ണൂർ

CO - 2504 / 4342
ISBN - 978-93-86364-74-6

വിദുരനിയോഗം

(നോവൽ)

കണ്ണോത്ത് കൃഷ്ണൻ

ചിന്ത പബ്ലിഷേഴ്സ്
തിരുവനന്തപുരം-695 035

കണ്ണോത്ത് കൃഷ്ണൻ

വടകര സ്വദേശി
കടത്തനാട്ട് രാജാസ് ഹൈസ്കൂൾ, മടപ്പള്ളി കോളേജ്. കോഴിക്കോട് ഗവ. പോളിടെക്നിക്ക് എന്നിവിടങ്ങളിൽ വിദ്യാഭ്യാസം.
തുടർന്ന് ആലുവ കോമിൻകോബിനാനി സിങ്കിൽ നാലു വർഷം, പിന്നീട് മൂന്നര പതിറ്റാണ്ടോളം ഐ എസ് ആർ ഒയിൽ എഞ്ചിനീയർ.
റോക്കറ്റ് പ്രോപ്പലന്റ് പ്രോസസിങ് വിഭാഗം മാനേജർ, പി എസ് എൽ വി- ജി എസ് എൽ വി റോക്കറ്റുകളുടെ എസ് പി എം പ്രോജക്ട് മാനേജർ എന്നീ നിലകളിൽ വിരമിച്ചു.
മാതൃഭൂമി ആഴ്ചപ്പതിപ്പ്, കലാകൗമുദി, ദേശാഭിമാനി വാരിക തുടങ്ങിയ പ്രമുഖ ആനുകാലികങ്ങളിൽ അൻപതിലേറെ കഥകൾ.
അഞ്ച് നോവലുകൾ.
പരിക്രിയ എന്ന ആദ്യനോവലിന് കുങ്കുമം അവാർഡ്.
ഇപ്പോൾ വടകരയ്ക്കടുത്ത് എടച്ചേരിയിൽ സ്ഥിരതാമസം
.
ഭാര്യ വത്സല
മക്കൾ. നിതിൻ ഹരിശ്രീ.

പ്രസാധകക്കുറിപ്പ്

*മഹാഭാരതകഥ*യിലെ കഥാപാത്രങ്ങൾക്ക് പുതിയ ഭാഷ്യവും ഭാവുകത്വവും നല്കി പല കൃതികളും വ്യാഖ്യാനങ്ങളും മലയാളത്തിൽ പ്രസിദ്ധീകൃതമായിട്ടുണ്ട്. വായനാസുഖം പകരുന്ന ഇത്തരം നവവ്യാഖ്യാനങ്ങൾ വൻതോതിൽ സ്വീകരിക്കപ്പെട്ടിട്ടുണ്ട്. അക്കൂട്ടത്തിൽപ്പെടുത്താവുന്ന ഒരു രചനയാണ് കണ്ണോത്തു കൃഷ്ണന്റെ *വിദുരനിയോഗം* എന്ന ഈ കൃതി.

ധൃതരാഷ്ട്രരുടെ മന്ത്രിയും ഉപദേഷ്ടാവുമായ വിദുരർ ധർമ്മത്തിന്റെയും നീതിയുടെയും ശക്തനായ വക്താവായിട്ടാണ് *മഹാഭാരത*കഥയിൽ ഉടനീളം അവതരിപ്പിക്കപ്പെട്ടിട്ടുള്ളത്. ജീവിതസുഖത്തിന്റെ മാർഗ്ഗത്തിൽ സഞ്ചരിക്കാതെ രാജനീതിയും പ്രജാഹിതവും മനുഷ്യനന്മയും പുലർത്തുന്നതിനുവേണ്ടി തന്റെ ജീവിതം ഉഴിഞ്ഞുവച്ച വിദുരർ തിന്മയെയും മൂല്യച്യുതിയെയും യുദ്ധത്തെയും നിർഭയം എതിർത്തു പോന്നു.

സമൂഹനന്മയുടെയും സമാധാനത്തിന്റെയും മാനുഷികമൂല്യത്തിന്റെയും പരിസരത്തിൽ 'എക്കാലത്തെയും ശരി' എന്നു വിശേഷിപ്പിക്കാവുന്ന വിദുരരെ ആദരപൂർവ്വം അവതരിപ്പിക്കുകയാണ് ഗ്രന്ഥകാരനായ കണ്ണോത്ത് കൃഷ്ണൻ.

കൃതാർത്ഥതയോടെ ഈ ഗ്രന്ഥം ഞങ്ങൾ വായനക്കാർക്കു സമർപ്പിക്കുന്നു. സ്വീകരിച്ചാലും.

ചിന്ത പബ്ലിഷേഴ്സ്

ധൃതരാഷ്ട്രരുടെ മന്ത്രിയും ഉപദേഷ്ടാവുമായ വിദുരർ ധർമ്മനീതികളുടെ ശക്തനായ വക്താവായി *മഹാഭാരത*കഥയിലുടനീളം വിരാജിക്കുന്നുണ്ട്. അധികാരത്തിന്റെ സഭാ കവാടങ്ങളിൽ നിറസാന്നിദ്ധ്യമായിരുന്ന അദ്ദേഹം, നമുക്കു ചുറ്റും വിറളിപിടിച്ച് ഓടി നടക്കുന്ന ഒട്ടനവധി രാഷ്ടീയഭിക്ഷാംദേഹികളെപ്പോലെ ഒന്നും തട്ടിത്തനിക്കുള്ളതാക്കാൻ ശ്രമിച്ചില്ല. ധർമ്മത്തിന്റെയും നീതിയുടെയും നന്മയുടെയും മാർഗ്ഗത്തിൽ നിന്ന് വ്യതിചലിച്ചില്ല. സുഖത്തിന്റെ മാർഗ്ഗത്തിൽ സഞ്ചരിച്ചില്ല. രാജനീതിക്കും പ്രജാഹിതത്തിനും മനുഷ്യനന്മയ്ക്കും സത്യത്തിനുംവേണ്ടി മാത്രം തന്റെ കഴിവുകൾ ഉപയോഗപ്പെടുത്തിയ അദ്ദേഹം തിന്മയെയും ചതിയെയും മൂല്യച്യുതിയെയും യുദ്ധത്തിനെയും നിർഭയം എതിർത്തു പോന്നു.

ഭാരതകഥയിലെ നാടകീയതകളിലൊന്നിലും വിദുരർ പങ്കാളിയായില്ല; എന്നാൽ എല്ലാ നന്മകളുടെയും പിറകിൽ ഈ ധർമ്മപ്രോക്താവിന്റെ സാന്നിദ്ധ്യവും ബുദ്ധിവൈഭവവും ഉണ്ടായിരുന്നു.

സമാധാനത്തെയും സഹജമായ നന്മയെയും സഹവർത്തിത്വത്തെയും കൊതിക്കുന്ന, മനുഷ്യമൂല്യങ്ങളെ വിലമതിക്കുന്ന, സമൂഹത്തിനു മുമ്പിൽ 'എക്കാലത്തെയും ശരി' എന്ന് വിശേഷിപ്പിക്കാവുന്ന ഈ ഇതിഹാസകഥാപാത്രത്തെ ആദരപൂർവ്വം അവതരിപ്പിക്കാനുള്ള എളിയ ശ്രമമാണ് ഈ നോവൽ.

അതോടൊപ്പം, ഈ വിശ്വമഹാകാവ്യത്തിലൂടെ ഏറിയ ഭയവും അതിലുമേറെ ആദരവുമായി ഒരു ഹൃദയസഞ്ചാരവും.

കണ്ണോത്ത് കൃഷ്ണൻ

സമർപ്പണം

മഹാമുനി വരുംതലമുറകൾക്കായി
ഒഴിച്ചിട്ട മൗനങ്ങളിൽ പരതി എനിക്കുമുമ്പേ
തൂലികകൾ ചലിപ്പിച്ച എല്ലാ മഹദ്പ്രതിഭകൾക്കും.

നന്ദി

നാടകപ്രതിഭയും നടനും ഭാഷാപണ്ഡിതനുമായ തയ്യുള്ളതിൽ രാജൻ സാഹിത്യ-സാംസ്കാരിക പ്രവർത്തകനായ ടി രാധാകൃഷ്ണൻമാസ്റ്റർ

കവി എ സുഗുണൻ

കവിയും എഴുത്തുകാരനും പ്രഭാഷകനുമായ കല്പറ്റ നാരായണൻ യുവകവി രാധാകൃഷ്ണൻ എടച്ചേരി

പണ്ഡിതസുഹൃത്ത് കാക്കണ്ണൂർ രാധാകൃഷ്ണൻ

പത്താം ക്ലാസുവരെ എന്നെ സംസ്കൃതം പഠിപ്പിച്ച വന്ദ്യവയോധികനായ കുഞ്ഞിക്കേളു അടിയോടിമാഷ്

എന്റെ ശേഖരങ്ങളിൽ ഇല്ലാത്ത വിലപ്പെട്ട ഗ്രന്ഥങ്ങൾ തന്ന് സഹായിച്ച വലിയപുരയിൽ പ്രേമാനന്ദൻ

സജീവ രാഷ്ട്രീയ-സാംസ്കാരിക പ്രവർത്തകനും കവിയും യുവ നാടക പ്രതിഭയുമായിരുന്ന കെ എസ് ബിമൽ

എന്നിവർക്കും

ഓരോവരിയും വായിച്ച് തിരുത്താനുള്ളത് അപ്പപ്പോൾ തിരുത്തിപ്പിച്ച എന്റെ ഭാര്യ വത്സലയ്ക്കും

പല അദ്ധ്യായങ്ങളും പലപ്പോഴായി വായിച്ച് പ്രോത്സാഹിപ്പിച്ച എടച്ചേരിയിലെ വായനക്കാരായ എന്റെ പ്രിയസുഹൃത്തുക്കൾക്കും..

ഈ പുസ്തകത്തിന് പ്രൗഢമായ ഒരാമുഖം രചിച്ച പ്രശസ്ത കവിയും നോവലിസ്റ്റും *ദേശാഭിമാനി* വാരികയുടെ പത്രാധിപരുമായ സി പി അബൂബക്കറിനും.

അറിയുക എന്ന നിയോഗം

സി പി അബൂബക്കർ

കാലഹരണപ്പെട്ട കുറെ ധർമ്മശാസ്ത്രങ്ങൾ എഴുന്നള്ളിച്ച് നിത്യ വൃത്തി കഴിച്ചുകൂട്ടുന്നവർ എന്നവിശേഷണം എക്കാലത്തും നല്കപ്പെട്ടിട്ടുണ്ട്, ദാർശനികർക്ക്. അവർ ധനുർവിദ്യ ശീലിച്ചിട്ടില്ല, ഞാണൊലി കേൾക്കുമ്പോൾ കാതുപൊത്തും, യുദ്ധമെന്ന് കേൾക്കുമ്പോൾ പേടിച്ച് പരക്കം പായും. കാതുപൊത്തുന്നത് ലോകം അനുഭവിക്കാൻ പോവുന്ന മഹാപീഡനങ്ങൾ ഭയന്ന്, ഓടിപ്പോവുന്നത് യുദ്ധത്തോടുള്ള വിരക്തി, ചരിത്രാനുഭവങ്ങളിൽനിന്ന് നേടിയെടുത്ത യുദ്ധക്കെടുതികളുടെ അറിവുകളിൽനിന്ന് മോചനം നേടാനുള്ള അഭിലാഷം . ധൃതരാഷ്ട്രർ, പാണ്ഡു, വിദുരർ രാജാധികാരത്തിന്റെ താമസ, രാജസ, സാത്വികഗുണങ്ങളുടെ പ്രതീകങ്ങളാണ്. മൂന്നു ഗുണങ്ങൾ സമന്വയിച്ച് നില്ക്കുമ്പോൾ അധികാരം നന്മ നിറഞ്ഞതായിരിക്കും. വേറിട്ടുനില്ക്കുമ്പോൾ കെടുതികൾ നിറഞ്ഞതുമായിരിക്കും. അതാണ് *മഹാഭാരത*ത്തിലെ കെടുതികൾക്ക് നിദാനം. അങ്ങനെയാണ് *മഹാഭാരതം* മനുഷ്യചരിത്രത്തിലെ ഏറ്റവും മഹത്തായ ദുരന്ത കഥകളിലൊന്നായിത്തീരുന്നത്.

വരാനിരിക്കുന്ന മഹാഭാരതയുദ്ധത്തിന്റെ കെടുതികൾ മുൻകൂട്ടിക്കാണാൻ വിദുരർക്കു കഴിയുന്നു. ഈ ക്രാന്തദർശിത്വം വഴി നേടിയ അറിവ് അദ്ദേഹം രഹസ്യമാക്കിവെക്കുന്നില്ല. അദ്ദേഹം മുന്നറിയിപ്പുകൾ നല്കുന്നു. ഈ മുന്നറിയിപ്പുകൾ അധികാരത്തിന്റെ താമസഭാവമായ ധൃതരാഷ്ട്രർക്ക് ഇഷ്ടമാവുന്നില്ല. അദ്ദേഹത്തിന് സഹിക്കാവുന്നതിലപ്പുറമാണത്. അങ്ങനെയാണ് വിദുരരെ രാജധാനിയിൽനിന്ന് പുറത്താക്കുന്നത്.

ആ ഭ്രഷ്ടിലൂടെയാണ് കണ്ണോത്ത് കൃഷ്ണന്റെ *വിദുരനിയോഗം* എന്ന നോവൽ ആരംഭിക്കുന്നത്. മഹാഭാരതത്തെ ഉപജീവിച്ച് ഏറെ സാഹിത്യകൃതികൾ ഭാഷയിലുണ്ടായിട്ടുണ്ട്. ഇതിഹാസകൃതികൾ തലമുറക

ളായി പുതിയ സാഹിത്യസൃഷ്ടികളുടെ സ്രോതസ്സായി മാറുന്നുണ്ട്. *ഇലിയഡും ഒഡിസിയും മഹാഭാരതവും രാമായണവും* ഇങ്ങനെ പുതിയ വിഷയങ്ങളുടെ, പുതിയ രചനകളുടെ അനന്തഗർഭങ്ങളായി നിലനില്ക്കുന്നു.

തികച്ചും കാലികമായ ഒരു പ്രശ്നത്തെയാണ് മഹാഭാരതത്തെ ഉപജീവിച്ചുകൊണ്ട് നോവലിസ്റ്റ് അവതരിപ്പിക്കുന്നത്. യുദ്ധം എല്ലായ്പ്പോഴും ചെറുതും വലുതുമായ രൂപങ്ങളിൽ മനുഷ്യനെ ഭീഷണിപ്പെടുത്തുന്നുണ്ട്. കാലഹരണം വന്ന പ്രാകൃതയുദ്ധമുറകൾ പ്രാദേശികതലങ്ങളിൽ ചെറുസംഘട്ടനങ്ങളായി രൂപംപ്രാപിക്കുന്നു. അഗ്നിയും ഗന്ധകവും കലർന്ന മഹായുദ്ധമുറകൾ, അസ്ത്രങ്ങൾ ചിതറിത്തെറിക്കുകയും അഗ്നിപർവ്വതങ്ങൾ പൊട്ടിച്ചിതറുകയും ചെയ്യുന്ന അനന്തവിനാശത്തിന്റെ രീതികൾ അണുബോംബായും ഇതരവിനാശകായുധങ്ങളായും ഇന്ന് രൂപാന്തരപ്പെടുന്നു.

യുദ്ധത്തിന്റെ സവിശേഷത, അതിൽനിന്ന് ആർക്കും ഒഴിഞ്ഞുനില്ക്കാനാവില്ലെന്നതാണ്. യുദ്ധം പ്രഖ്യാപിക്കപ്പെട്ട രാജ്യങ്ങളിൽ നിഷ്പക്ഷ പൗരജനങ്ങളില്ല. എല്ലാവരും യുദ്ധത്തിൽ പങ്കാളികളാണ്. ഭരണാധികാരികളാണ് യുദ്ധമുണ്ടാക്കുന്നതെങ്കിലും ജനങ്ങളാണ് യുദ്ധത്തിന്റെ ഭാരം വഹിക്കേണ്ടിവരുന്നത്. നിഷ്പക്ഷതയും യുദ്ധവിരോധവും രാജ്യദ്രോഹമായി മുദ്ര കുത്തപ്പെടുന്നു. ഭരണകൂടം ഉന്മത്തസ്വഭാവം കൈവരിക്കുന്നില്ലെങ്കിൽ അഭിപ്രായങ്ങൾ സ്വാഗതം ചെയ്യപ്പെടാം. എന്നാൽ, ധൃതരാഷ്ട്രരോ ദുര്യോധന ദുശ്ശാസനന്മാരോ അനുചരന്മാരോ സമചിത്തത പാലിക്കുന്നതായി കാണുന്നില്ല. അവരോടാണ് സാമാന്യമായി ഭരണാധികാരികൾക്കു സാമ്യം. പ്രജകളെയും പ്രകൃതിയെയും സംബന്ധിച്ച അനാസ്ഥയാണ് അവരെ നയിക്കുന്നത്. പുതിയ കാലത്തും യുദ്ധഭ്രാന്ത് വളർത്തുന്ന ഭരണാധികാരികളുണ്ട്, യുദ്ധവിപത്ത് ഓർമ്മിപ്പിക്കുന്നവരുണ്ട്. യുദ്ധം അനിവാര്യമാണെന്ന് കരുതുന്നവരുണ്ട്, യുദ്ധം ആസന്നമാണെന്ന് വരുത്തിത്തീർക്കുന്നവരുമുണ്ട്.

യുദ്ധോന്മാദത്തിന്റെ സ്വഭാവം അതിൽ എല്ലായ്പ്പോഴും ശത്രുപക്ഷമുണ്ടെന്നതാണ്. എന്നാൽ, മനുഷ്യർ മനുഷ്യർക്ക് ശത്രുക്കളല്ല. കൗരവർ പാണ്ഡവർക്ക് ശത്രുക്കളല്ല. ഈ അറിവാണ് വിദുരരുടെ മഹത്ത്വം. ഈയറിവാണ് ശ്രീകൃഷ്ണനെ മഹാപ്രഭാവനാക്കുന്നത്. ബലരാമൻ ശത്രുമിത്രങ്ങളെ അംഗീകരിക്കുന്നില്ല. അതുകൊണ്ട് അദ്ദേഹം യുദ്ധത്തിൽനിന്ന് മാറിനില്ക്കുന്നു. നിവൃത്തിയില്ലാത്തതുകൊണ്ടാണ് കൃഷ്ണൻ പക്ഷം പിടിക്കുന്നത്. അപ്പോഴും തന്റെ സൈന്യസന്നാഹങ്ങൾ സകലതും എതിർപക്ഷത്തിന് അദ്ദേഹം നല്കുന്നു.

*മഹാഭാരത*ത്തിന്റെ മഹത്ത്വം അത് മനുഷ്യന്റെ സാഹോദര്യം പ്രകീർത്തിക്കുന്നുവെന്നതാണ്. വ്യാസനിൽനിന്നാണ് ധൃതരാഷ്ട്രരും പാണ്ഡുവും വിദുരരുമാവിർഭവിക്കുന്നത്. പുരുവംശരാജാക്കന്മാരായ വിചിത്രവീര്യനും ചിത്രാംഗദനും വ്യാസനും ഒരമ്മ പെറ്റ മക്കളാണ്. ധൃത

രാഷ്ട്രരിൽനിന്ന് കൗരവരും പാണ്ഡുവിൽനിന്ന് പാണ്ഡവരും ജന്മമെടുക്കുന്നു. കർണ്ണപാണ്ഡവർ സഹോദരരാണ്. വ്യാസൻ മഹാഭാരതത്തിന്റെ മാത്രമല്ല, കുരുക്ഷേത്രസംഗരത്തിന്റെ പങ്കാളികളുടെയെല്ലാം ജനയിതാവാണ്. അവിടെ വർണ്ണ വംശാന്തരങ്ങളില്ല. ശത്രുമിത്രപക്ഷങ്ങളിലണിനിരക്കുന്ന എല്ലാവരും പരസ്പരം ബന്ധപ്പെട്ടിരിക്കുന്നു. ഇപ്രകാരം മനുഷ്യവംശം ആകമാനം ബന്ധപ്പെട്ടിരിക്കുന്നു. അതുകൊണ്ടാണ് എല്ലാ പോരുകളും സോദരർ തമ്മിലെ പോരായി ഭവിക്കുന്നത്. സോദരർ തമ്മിലെ പോരൊരുപോരല്ല എന്ന കവിവാക്യം മാറ്റിവായിക്കാൻ നാം നിർബ്ബന്ധിതരാവുന്നു.

വിദുരനിയോഗം ഈ അറിയലാണ്, ഈ കണ്ടെത്തലാണ്. നികടസാഹോദര്യമുള്ള മനുഷ്യർ തമ്മിലുള്ള സംഘർഷങ്ങൾക്കും സംഘട്ടനങ്ങൾക്കും കാരണം മനുഷ്യന്റെ സ്വാർത്ഥമാണെന്ന് വിദുരർ മനസ്സിലാക്കുന്നു. 'ഒരിക്കലും ആർത്തി തീരാത്ത ജന്തു മനുഷ്യനാണ്', എന്ന് വിദുരർ കണ്ടെത്തുന്നുണ്ട്. 'ഒന്നും വിട്ടുകൊടുക്കാത്തത് മനുഷ്യനാണ്, എല്ലാം കൈയടക്കിവെക്കുന്നവൻ.' നല്ല കൈയടക്കത്തോടെ നോവലിസ്റ്റ് വിദുരമനസ്സിന്റെ അഗാധത, ആ അറിവിന്റെ ആഴം അവതരിപ്പിക്കുന്നു. അനുഭവിച്ചിട്ടും അനുഭവിച്ചിട്ടും മതിയാവാതെ പോകുന്ന കൊടിയഭോഗതൃഷ്ണയെപറ്റി വിദുരർ ബോധവാനാണ്. അത് രാജാവിനെ ബോധിപ്പിച്ചപ്പോഴാണ് വിദുരർ നിഷ്കാസിതനാവുന്നത്.

എന്നാൽ വിദുരരില്ലാതെ ധൃതരാഷ്ട്രർക്ക് നിലനില്പില്ല. അതുകൊണ്ട് ഏതു ഭ്രഷ്ടും താല്ക്കാലികമാണ്. വിദുരർ തിരിച്ചുവിളിക്കപ്പെടാതെ നിർവ്വാഹമില്ല. സമാധാനയത്നങ്ങൾക്കും യുദ്ധത്തിനും അവസാനവിനാശത്തിനും സാക്ഷിയാവുകയാണ് വിദുരനിയോഗം. എല്ലാ ദാർശനികരുടെയും നിയോഗം ഇതാണ്.

യുദ്ധവുമായി ബന്ധപ്പെട്ട ഏറ്റവും പരിഹാസ്യമായ സംഗതി നിരന്തരമായ വ്യവസ്ഥാലംഘനമാണ്. ജനനവേളയിൽ പ്രകൃതിയുമായി മനുഷ്യൻ ഒരു സന്ധിയിൽ ഏർപ്പെടുന്നുണ്ട്, പ്രകൃതിയുടെ ഭാഗമായി ജീവിച്ചുകൊള്ളാം, പ്രശാന്തമായ ജീവിതം നയിച്ചുകൊള്ളാം. ആദ്യസന്ദർഭത്തിൽ ഈ വ്യവസ്ഥ ലംഘിക്കപ്പെടുകയും ചെയ്യുന്നുണ്ട്. അപ്പോഴാണ് ജീവിതം പ്രകൃതിയുമായുള്ള സംഘട്ടനമായി മാറുന്നത്. അപ്പോൾ സർവ്വംസഹയായ പ്രകൃതിയെ മനുഷ്യൻ പരമാവധി ചൂഷണം ചെയ്യുന്നു, വെട്ടിമുറിക്കുന്നു. കൃഷിക്കാരുടെ സൗകര്യത്തിന് വെട്ടിയുണ്ടാക്കിയ പല നീർച്ചാലുകളിൽ ഒഴുകാൻ നിർബ്ബന്ധിതമാവുന്ന സൂരജ, കാളിന്ദി, പാരിന്റെ ദാസിച്ചെറുമിയായിത്തീരുന്നു. ഇതിനെ കവി പ്രശംസിക്കുന്നത് മനുഷ്യസേവനത്തിലൂടെ കാളിന്ദി ഔന്നത്യം പ്രാപിക്കുന്നുവെന്നാണ് ('ജലസേചനം' വൈലോപ്പിള്ളി). ജനനോത്ഭൂതമാവുന്ന വ്യവസ്ഥതന്നെ ലംഘിച്ചുകൊണ്ടാണ് മനുഷ്യൻ അധികാരം സ്ഥാപിക്കുന്നത്. 'അധികാരദുർമ്മോഹത്തിന് അധികാരമെന്നതല്ലാതെ മറ്റൊരു ചിന്തയുമില്ല' എന്നാണ് വിദുരർ (നോവലിസ്റ്റ്) സമാധാനിക്കുന്നത്.

വിദുരനിയോഗം എന്ന ഈ നോവൽ മഹാഭാരതത്തിന്റെ വഴിയിൽ നിന്ന് ഒട്ടുംമാറി സഞ്ചരിക്കുന്നില്ല. *രണ്ടാമൂഴം, ഇനി ഞാൻ ഉറങ്ങട്ടെ* തുടങ്ങിയ വിഖ്യാത മലയാളനോവലുകളിൽ പുതിയവഴികളിലൂടെയാണ് *മഹാഭാരതം* നീങ്ങുന്നത്. എന്നാൽ, മഹാഭാരതത്തിന് ജീവൻനല്കുന്ന ഒരു കഥാപാത്രത്തെ മുന്നിൽനിർത്തി, നോവലിസ്റ്റ് തന്റെചിന്തകൾ, വിഹ്വലതകൾ അവതരിപ്പിക്കുകയാണ് ഈ കൃതിയിലൂടെ ചെയ്യുന്നത്. 'നിയോഗങ്ങളുടെ നിലയ്ക്കാത്ത ആവർത്തനത്തിൽ സംഭവിക്കാവുന്നതും സംഭവിച്ചുകൂടാത്തതും ചേർന്ന സങ്കീർണ്ണമായ അവസ്ഥയാണ്' ചരിത്രം എന്ന് വിദുരർ (നോവലിസ്റ്റ്) പറയുന്നു. പ്രകൃതത്തിൽ അത് കുരുക്ഷേത്രത്തിന്റെ ചരിത്രമാണെന്നിരിക്കിലും മനുഷ്യചരിത്രത്തിന്റെ സാമാന്യ സ്വഭാവം അതാണെന്ന് സമർത്ഥിക്കുകയാണ് നോവലിസ്റ്റ് ചെയ്യുന്നത്. 'കാട്ടുമൃഗങ്ങളേക്കാൾ ഭയപ്പെടാനുള്ളത് മനുഷ്യമനസ്സുകളിൽ വളർന്നുകയറുന്ന ശത്രുതയാണെന്നാണ് വിദുരദർശനം. അത് ചെറുതായൊന്ന് മാറ്റിയാൽ മതി, ഇക്കാലത്തെ ചരിത്രത്തിനും ബാധകമാവും. 'കാടുകളേക്കാൾ' എന്നതിനു പകരം 'ആയുധങ്ങളേക്കാൾ'എന്നു മാറ്റിയാൽമതി.

ഈ നോവലിന്റെ രചന കുറ്റമറ്റതാണ്. മഹാഭാരതമെന്ന മഹാസൗധത്തിന്റെ മാതൃകയിൽ ഒരു കൊച്ചുഭവനം പണിതുയർത്തുകയാണ് കൃഷ്ണൻ കണ്ണോത്ത് ചെയ്തിരിക്കുന്നത്. ഒരു വാസ്തുശില്പിയുടെ പടുത നോവലിന്റെ ശില്പത്തിലുടനീളം കാണാം. വിദുരരുടെ പ്രകൃതം സവിശേഷമാവുന്നത് അദ്ദേഹത്തിന്റെ സ്വാഭാവികമായ ആർദ്രതയും വിശുദ്ധിയുംകൊണ്ടാണ്. ആ സാന്നിദ്ധ്യം എല്ലാവർക്കും തണൽ നല്കുന്നുണ്ട്, കൗരവർക്കും പാണ്ഡവർക്കും ഒരുപോലെ, ഗാന്ധാരിക്കും കുന്തിക്കും ഒരുപോലെ. ഈ ആർദ്രത നോവലിലുടനീളം പുലരുന്നുണ്ട്. യുദ്ധവർണ്ണനകളിൽപ്പോലും ഈ ആർദ്രത തലോടി നില്ക്കുന്നുണ്ട്. സമാധാനവും സ്നേഹവും കാംക്ഷിക്കുന്ന മനുഷ്യമനസ്സിനെ വിദുരരിലൂടെ അനാവരണം ചെയ്യുകയാണ് നോവലിസ്റ്റ്. യുദ്ധത്തിൽ മരിച്ചുവീഴുന്ന യുവസൈനികരുടെ വേർപാടിൽ അവരുടെ പക്ഷം ഏതായാലും നൊമ്പരമുണ്ടാകുന്ന മനസ്സാണ് വിദുരരുടേത്. ആ വിദുരമനസ്സ് സ്വായത്തമാക്കാൻ നോവലിസ്റ്റിനു കഴിയുന്നുണ്ട്. ഇറാഖിൽ മരിച്ചുവീണ അമേരിക്കൻ യുവാക്കളെപ്പറ്റി ദുഃഖിക്കാതിരിക്കാൻവിദുരമനസ്സുകൾക്കാവില്ല. ഭരണാധികാരികളുടെ ദുരയുടെ ഇരകളാണല്ലോ അവർ.

ഒന്ന്

ഹസ്തിനപുരത്തിൽനിന്ന് അപമാനിതനായി വിദുരർ ഇറങ്ങി. അന്ധനായ മഹാരാജാവ് അനുജന്റെ കാല്പെരുമാറ്റം അകലുന്നത് ശ്രദ്ധിച്ചുവോ–എന്തോ.

മഹാരാജാവിന്റെ വെണ്ണക്കൽനിറമുള്ള കണ്ണുകളിൽ ക്രോധത്തിന്റെ കടൽ തിളയ്ക്കുന്നുണ്ടായിരുന്നു. അത് നിലാവിനെ വിഴുങ്ങിയ കലക്കവെള്ളംപോലെ ഇളകിക്കൊണ്ടിരുന്നു. അദ്ദേഹത്തിന്റെ തടിച്ചു മലർന്ന കീഴ്ച്ചുണ്ട് വിറയ്ക്കുന്നുണ്ടായിരുന്നു. അത് രക്തപ്രകാശമില്ലാതെ വെളുത്ത് വിളറി പഴുത്തുവീണ കവുങ്ങിൻ പാളപോലെ–

അദ്ദേഹത്തിൽനിന്നും ഇടിനാദംപോലെ പുറപ്പെട്ട ശകാരത്തിന്റെ ഞാണൊലികൾ ഗുഹാമുഖത്തിൽ നിന്നെന്നപോലെ വിദുരരെ പിന്തുടർന്നു. ജ്യേഷ്ഠരാജാവിന്റെ തടിച്ചുകൊഴുത്ത മഹാബാഹുക്കളുടെ നിലയ്ക്കാത്ത ഇളക്കം, അതിന്റെ ചാഞ്ചാട്ടത്തോടൊപ്പം അദ്ദേഹത്തിന്റെ പരന്ന, വിശാലമായ കൈപ്പലകകളിലെ തുടുത്ത മാംസപേശികളുടെ ചലനങ്ങൾ– എല്ലാം അദ്ദേഹത്തെ കീഴ്പ്പെടുത്തിയ ക്രോധത്തിന്റെ അടയാളങ്ങളായി വിദുരർ തിരിച്ചറിഞ്ഞിട്ടുണ്ട്..

'ദാസിയുടെ മകനെ ദാസീപുത്രന്റെ സ്ഥാനത്തിരുത്താതെ മന്ത്രിയായും മുഖ്യ ഉപദേഷ്ടാവുമൊക്കെയായി അവരോധിച്ചത് എന്റെ തെറ്റ്.'

കൗമാരത്തിന്റെ നാളുകളിൽ ഹസ്തിനപുരത്തിലെ വിശാലമായ മൈതാനപ്രദേശത്തിനോടുചേർന്ന കരിങ്കൽമണ്ഡപത്തിൽ രണ്ട് ജ്യേഷ്ഠസഹോദരന്മാരുമൊത്ത് കളിച്ചുനടന്ന കാലത്തുപോലും തന്നെ ദാസീപുത്രനെന്ന് ചൊല്ലി ജ്യേഷ്ഠൻ അവഹേളിച്ചിരുന്നില്ല. അങ്ങനെ ഒരു വേർതിരിവ് ഇരുസഹോദരന്മാരും കാണിച്ചിരുന്നുമില്ല.

'വിദുരാ, നീ അവനെ ശ്രദ്ധിക്കേണേ, അവൻ നിന്നെപ്പോലെ കാഴ്ച യുള്ളവനല്ല–'

അന്ധനായിപ്പിറന്ന തന്റെ പുത്രനെക്കുറിച്ചുള്ള അടങ്ങാത്ത വേവ ലാതിയിൽ, അംബികാദേവി നിരന്തരം ആശങ്കപ്പെട്ടുകൊണ്ടിരുന്ന കാലം. അംഗരാജ്യത്തിലെ അകത്തളങ്ങളിൽ വില്ലാളിവീരന്മാരുടെ അതിശ യോക്തി നിറഞ്ഞ കഥകൾ കേൾക്കുമ്പോഴെല്ലാം അവരുടെ മനസ്സ് ദു:ഖിച്ചിരുന്നു:

'എന്റെ ആജാനബാഹുവായ മകന് കാഴ്ചശക്തികൂടി ഉണ്ടായിരു ന്നെങ്കിൽ... '

അന്നും അസ്ത്രാഭ്യസനത്തിന്റെ വീറും വാശിയുമുള്ള കഥകൾ കേൾക്കാൻ ജ്യേഷ്ഠന് പതിവിൽക്കവിഞ്ഞ ഉത്സാഹമായിരുന്നു. അസ്ത്രവിദ്യ അദ്ദേഹത്തിന്റെ കാഴ്ചയില്ലായ്മയ്ക്ക് ചേർന്നതല്ലെന്ന് അറിയാമായിരുന്നിട്ടും അതിനോടുള്ള ഭ്രമം മനസ്സിൽ നിന്നകറ്റാൻ കഴിയാതെനിന്ന ജ്യേഷ്ഠന് താനായിരുന്നു ദ്രോണാചാര്യന്റെ കല്പ നകളും ഗുരുമുഖത്ത് വിടരുന്ന ഭാവവ്യത്യാസങ്ങളും രീതികളുമെല്ലാം വിടാതെ പറഞ്ഞുകേൾപ്പിച്ചുകൊണ്ടിരുന്നത്. ഒരുനാൾ ജ്യേഷ്ഠനായ അവൻ ചോദിച്ചു:

"നിനക്കെന്തേ അവരോടൊപ്പം ചേർന്ന് ധനുർവിദ്യ പരിശീലിച്ചു കൂടേ?"

ഒന്നും പറയാതെ കേട്ടുനിന്നു, അന്ന് വിദുരൻ എന്ന കുട്ടി.

ഇപ്പോൾ മനസ്സ് പറയുന്നു, അല്ലെങ്കിലും അസ്ത്രവിദ്യ ക്ഷത്രിയ നുള്ളതാണല്ലോ- എന്ന്.

ആ കാലം മുതൽ അന്ധനായ രാജാവിന് അറിവായും വെളിച്ചമായും മാത്രമേ താൻ നിന്നിട്ടുള്ളു, രാജാവിന്റെ മുഖ്യോപദേഷ്ടാവ് എന്ന നിലയിൽ രാജധർമ്മത്തിന് നിരക്കാത്തതൊന്നും ഇന്നോളം ഉപദേശിച്ചു കൊടുത്തിട്ടില്ല. സിംഹാസനത്തിന്റെ കാല്ക്കീഴിൽനിന്ന് തനിക്കായി ഒന്നും തരപ്പെടുത്തിയിട്ടുമില്ല.

ധർമ്മത്തിന്റെ വഴികളിൽനിന്ന് വ്യതിചലിച്ചുകൊണ്ടുള്ള ഒരു നീതിശാസ്ത്രവും വിദുരനില്ല..

ശുദ്ധമാണീ കൈകൾ, മനസ്സും...

സഭാമണ്ഡപത്തിന്റെ കവാടത്തിനരികിൽ ദ്രോണരുണ്ടായിരുന്നു. എന്തുകൊണ്ടോ, തന്നെ കണ്ടഭാവം നടിച്ചില്ല.

കൗരവകുലം അന്യംനിന്നുപോവാതിരിക്കാൻവേണ്ടി മാതാവിന്റെ കല്പന അനുസരിച്ച മഹാമുനിക്ക് പിണഞ്ഞ കൈത്തെറ്റ് പോലെ ഈ ആചാര്യൻ തന്നെ കണക്കാക്കുന്നു.

"ധനുർവിദ്യ ശീലിച്ചിട്ടില്ലാത്തവൻ, ഞാണൊലി കേൾക്കുമ്പോൾ കാതുപൊത്തുന്നവൻ, യുദ്ധമെന്നു കേട്ടാൽ പേടിച്ച് പരക്കം പായു ന്നവൻ, എവിടെയും കാലഹരണപ്പെട്ട കുറേ ധർമ്മശാസ്ത്രങ്ങളും എഴു ന്നള്ളിച്ച് നിത്യവൃത്തി കഴിച്ചുകൂട്ടുന്നവൻ.

ക്ഷത്രിയനും ശൂദ്രനുമല്ലാത്തവൻ,
ബ്രാഹ്മണരിലും വൈശ്യരിലും പെടാത്തവൻ..”

അപമാനത്തിന്റെ മേഘപടലങ്ങൾക്കകത്തെ തെളിയാത്ത നിലാവു പോലെ വിദുരർ ചിരിച്ചു.

അകലെ കൽമണ്ഡപത്തിൽ വിശ്രമിച്ചിരുന്ന കൃപരും കണ്ടഭാവം നടിച്ചില്ല. ആവശ്യങ്ങളുള്ളവർക്ക് അധികാരത്തിന്റെ മുമ്പിൽ നടു നിവർത്തി നില്ക്കാനാവില്ലെന്ന് ദ്രോണരേക്കാൾ അറിയുന്നയാൾ കൃപാ ചാര്യരാണ്.

എന്തെങ്കിലും പറയാനുള്ള ആർജ്ജവം ഭീഷ്മപിതാവിനുമാത്രമേ ഉള്ളൂ. അദ്ദേഹം അന്ധരാജാവിനെ ഗുണദോഷിച്ചിരുന്നുവോ, എന്തോ.

പക്ഷേ, ഗുണദോഷിക്കേണ്ടത് രാജാവിനെയല്ല, പകരം ദുര്യോധന നെയും ദുശ്ശാസനനെയും അവർക്ക് ഉറ്റമിത്രമായ കർണ്ണനെയുമാണ്. അവരുടെ വഴികളിൽ ജ്യേഷ്ഠൻ കേവലം ഒരു നോക്കുകുത്തി മാത്രമാണ്.

ഒരു വേള, കർണ്ണനെക്കുറിച്ചോർക്കുമ്പോൾ വിദുരർക്ക് ദു:ഖമുണ്ട്. ദാനധർമ്മങ്ങൾക്കൊരു മാതൃകയുണ്ടെങ്കിൽ അത് കർണ്ണനാണ്. എന്നിട്ടും ശാപഗ്രസ്തനായി അവൻ. അംഗരാജാവായി അഭിഷേകം ചെയ്യ പ്പെട്ടതിന്റെ കടപ്പാടിൽ ബന്ധിതമാണ് അവന്റെ മനസ്സ്. അവന് തെറ്റും ശരിയും വേർതിരിച്ചറിയാൻ കഴിയുന്നതേയില്ല.

നിലാവിൽ കുളിച്ച് വജ്രശോഭയെഴുന്നുനില്ക്കുന്ന കൗരവസഭാമന്ദി രത്തിലേക്ക് ഒരിക്കൽകൂടി വിദുരർ തിരിഞ്ഞു നോക്കി. അപ്പോൾ മനസ്സു പറഞ്ഞു:

എന്നിട്ടും ഇതിന്റെ ശിലാതലങ്ങളിൽ എവിടെയൊക്കെയോ നന്മ യുടെ നീരുറവ വറ്റാതെ കിടക്കുന്നുണ്ട്.

അതില്ലായിരുന്നെങ്കിൽ ചൂതിൽ നഷ്ടപ്പെട്ട രാജ്യവും സ്വത്തും തിരികെ ഏല്പിക്കാൻ രാജാവ് കല്പിക്കുമായിരുന്നില്ല. ദുര്യോധനാദി കളുടെ അടിമകൾ എന്ന അവസ്ഥയിൽനിന്ന് ചോരചിന്താതെ മോചിത രാകുവാൻ പാണ്ഡവന്മാർക്ക് കഴിയുമായിരുന്നില്ല.

കനിവോടെ രണ്ട് വരങ്ങൾ നല്കിയിട്ടും മതിവരാതെ ‘മൂന്നാമത് ഒരുവരം കൂടി നീ ചോദിച്ചുകൊള്ളൂ, മകളേ–’ എന്ന് അപമാനിതയായ ദ്രൗപദിയോട് ജ്യേഷ്ഠന് പറയാൻ കഴിയുമായിരുന്നില്ല.

അപ്പോൾ ജ്യേഷ്ഠന്റെ നിർജ്ജീവങ്ങളായ കണ്ണുകളിൽ അടിഞ്ഞു കൂടിയ നനവിന്റെ തിളക്കം വിദുരർ ശ്രദ്ധിച്ചതാണ്...

എങ്കിലും കുരുവംശത്തിലെ മഹാമേരുവിനോട് തനിക്കെന്തേ ഒരു വാക്ക് പറഞ്ഞ് പോരാൻ തോന്നാതിരുന്നത്?

“അങ്ങ് കുരുവംശകുലാധിപന്മാരിൽ ഏറ്റവും പ്രായംകൂടിയ മാന്യദേഹമല്ലേ– അങ്ങയുടെ കാരുണ്യത്താൽ കൗരവരിൽ വന്നുചേർ ന്നതല്ലേ, കുരുവംശത്തിന്റെ മഹത്ത്വം.

ഹേ, ധീമാനും മഹാവ്രതനുമായ ഭീഷ്മ പിതാവേ, അങ്ങ് അറി യുന്നില്ലേ, ഇവിടെ സംഭവിച്ചുകൊണ്ടിരിക്കുന്ന മഹാപരാധങ്ങൾ..”

ഗംഗാപുളിനത്തിലെ നനഞ്ഞ മണൽത്തരികളിൽ പാദങ്ങൾ പറിച്ചു വച്ച്, ദീർഘബാഹുക്കൾ പതിയേവീശി ഈർപ്പമുള്ള കാറ്റിൽ വിദുരർ നടന്നു. കാമ്യകവനത്തിലേക്ക് ഇനിയുമനേക കാതം സഞ്ചരിക്കാനുണ്ട്. അവിടെയാണ് പാണ്ഡവന്മാർ വസിക്കുന്നതെന്ന് അറിഞ്ഞിട്ടുണ്ട്. അവരുടെ സങ്കേതത്തിലേക്ക് ചെല്ലണം.

നിശാചരസഞ്ചയത്തിന്റെ കേദാരമാണ് കാമ്യകവനമെന്ന് കേട്ടിട്ടുണ്ട്. എന്നിട്ടും കൗരവസഭ വിട്ടിറങ്ങിയപ്പേൾ നിശ്ചയിച്ചത് അവിടേക്ക് തന്നെ തിരിക്കാം എന്നായിരുന്നു.

എന്തിനെന്ന് മനസ്സ് ചോദിച്ചില്ല. ചോദിച്ചാൽത്തന്നെ ഉത്തരം ലളിതമാണ്–

'ധർമ്മപുത്രനെ കാണണം,
വെറുതെ കണ്ട് തിരിച്ചുപോരണം.
പിന്നെ ഈ പാഴ്ജന്മം എവിടെയെങ്കിലും ജീവിച്ചു തീർക്കണം..'

മണലിൽ ഇഴഞ്ഞുവലിയുന്ന ഉത്തരീയം ഉയർത്തി. നെറ്റിയിൽ പൊടിയുന്ന വിയർപ്പുകണങ്ങൾ പതിയെ ഒപ്പിയെടുത്ത് വിദുരർ പിന്നെയും നടക്കുകയാണ്.

ഖാണ്ഡവപ്രസ്ഥത്തിൽ മയൻ പണിതുകൊടുത്ത സമാനതകളില്ലാത്ത സഭാമന്ദിരത്തിൽ കുന്തിയോടും ദ്രൗപദിയോടുമൊപ്പം സന്തോഷത്തോടെ കഴിയാനുള്ളവരായിരുന്നു പാണ്ഡവന്മാർ. അപൂർവ്വങ്ങളായ രത്നങ്ങൾകൊണ്ട് പ്രശോഭിതമായ രമ്യഹർമ്മ്യം;

ഭൂമിയിൽ ആർക്കും തോല്പിക്കാൻ കഴിയാത്തവണ്ണം ആയുധബലവും കായികശേഷിയും; എന്നിട്ടും ചതിയിൽ വീണുപോയി. അതിന് അന്ധരാജാവിന്റെ മനസ്സും സാമ്രാജ്യമോഹവും കടാക്ഷമായി ഉണ്ടായിരുന്നുവോ?

അനേകതവണ താൻ സ്വയം വിലയിരുത്തി എത്തിച്ചേർന്ന നിഗമനങ്ങൾ. അവ എന്നും ശരിയായിരുന്നെന്ന് മനസ്സ് ഏറ്റുപറയുന്നു.

ദുര്യോധനാദികൾ ചെയ്യുന്നതും ചിന്തിക്കുന്നതും കല്പിക്കുന്നതും എല്ലാം ദുഷ്ടമനസ്സുകളുടെ രീതിയിൽത്തന്നെയാണ്. ചതിപ്രയോഗങ്ങൾ, ധർമ്മച്യുതികൾ.

അവയൊന്നും കണ്ടില്ലെന്ന് നടിക്കാനും തള്ളിപ്പറയാതിരിക്കാനും ഈ വിദുരന് കഴിയില്ല. അതിൽ അശേഷം മന:സ്താപവുമില്ല

അതിന് പാണ്ഡവപക്ഷത്തോട് കൂറുപുലർത്തുന്നവൻ എന്ന് തന്നെ പഴിച്ചതുകൊണ്ട് എന്തുകാര്യം... കുരുവംശത്തെ രക്ഷിക്കാൻ ധർമ്മത്തിന്റേതല്ലാതെ മറ്റൊരു വഴിയുമില്ല.

"പോകൂ, ഈ സഭാമന്ദിരം വിട്ട് എവിടേക്കെങ്കിലും പൊയ്ക്കൊള്ളൂ.. പോയി ജീവിക്കുകയോ, നശിക്കുകയോ ചെയ്തുകൊള്ളു.

മേലാൽ കുരുവംശത്തിന്റെ പേരുംപറഞ്ഞ് ഹസ്തിനപുരിയിൽ കണ്ടുപോകരുത്... "

അധികാരത്തിന്റെ മുനകൾക്ക് ജ്യേഷ്ഠാനുജന്മാരെന്ന പരിഗണ

നയില്ല, ബന്ധങ്ങളുടെ കനിവുമില്ല. അധികാരത്തോളം മനുഷ്യനെ ദുഷിപ്പിക്കാൻ കഴിയുന്ന മറ്റൊരു പ്രതിഭാസവും ഭൂമിയിലില്ല. വിദുരമനസ്സ് പറയുന്നു:

'അധികാരത്തിന് അധികാരത്തിന്റേതായ നീതിശാസ്ത്രങ്ങളും ആയുധങ്ങളുമേ ഇണങ്ങാറുള്ളൂ..

കൗരവകുലത്തെ രക്ഷിക്കാൻ, ധർമ്മദേവാ, നിനക്കുപോലും സാദ്ധ്യമല്ലാതെ വന്നിരിക്കുന്നു.'

കാമ്യകവനത്തിന്റെ നിഗൂഢസ്ഥലികളിൽ കഴുകന്മാർ വിശ്രമിക്കുന്നത് കണ്ടു.

തനിക്കുമുമ്പേ ഇതിലേ കടന്നുപോയ ആരെയൊക്കെയോ ഇവിടത്തെ നിശാചരവൃന്ദം കൊലചെയ്ത് ഭക്ഷിച്ചിട്ടുണ്ടാവാം. അവർ ഉപേക്ഷിച്ചിട്ടുപോയ മാംസാവശിഷ്ടങ്ങൾ പറിച്ചുതിന്ന് അവറ്റകൾ വിശ്രമിക്കുകയാണ്..

പെട്ടെന്ന് വിദുരരുടെ മനസ്സൊന്നു പിടഞ്ഞു. 'ഒരുവേള, ആ ഹതഭാഗ്യന്മാർ തനിക്കേറെ പ്രിയപ്പെട്ട...'

പൊടുന്നനെ വഴിതെറ്റി ചിന്തിക്കുന്ന തന്റെ മനസ്സിനെ അദ്ദേഹം ശാസിച്ചു-

ഒരിക്കലും സംഭവിക്കാനിടയില്ലാത്ത, ഈ ഭൂമിയും ഈ അണ്ഡകടാഹവും നിലനില്ക്കുന്നിടത്തോളം ഒരു വനവ്യാഘ്രത്തിനും കീഴടക്കാൻകഴിയാത്ത മഹാശക്തരും വീരന്മാരുമായ പാണ്ഡവരെക്കുറിച്ചും, അവരുടെ പ്രിയപത്നിയെക്കുറിച്ചും തനിക്കെന്തേ, ഒരു നിമിഷമെങ്കിലും അങ്ങനെ ചിന്തിക്കാൻ തോന്നിപ്പോയത്?

മുമ്പിൽ പടർന്നു കിടക്കുന്ന മഹാവൃക്ഷശാഖകളിലും ഉയർന്നു കാണുന്ന പാറക്കെട്ടുകളിലും അപ്പുറത്തെ മൺതിട്ടകളിലുമെല്ലാം സ്ഥലംപിടിച്ച് കൊക്കുരച്ച് ചിറകുവിരുത്തി നിർവൃതി നുണയുന്ന കഴുകന്മാരെ വിദുരർ വെറുതേ നോക്കി.

ആർത്തി അടങ്ങിയ കണ്ണുകൾ. അവയിൽ ഇനിയുമൊരു ശവത്തിനോടുള്ള കൊതിയുണരാൻ ഈ കഴിച്ചതെല്ലാം ദഹിച്ചു തീരണം. ഒരിക്കലും ആർത്തി തീരാത്ത ജന്തു മനുഷ്യനാണ്-

പടർന്ന വടവൃക്ഷത്തിന്റെ വലിയ വേരിൽ വിദുരർ തെല്ലൊന്ന് തലചായ്ച്ചു.

ദീർഘദൂരം നടന്നതിന്റെ ക്ഷീണമുണ്ട്. വിഭൂതികൾ വിയർപ്പിൽ അടയാളങ്ങൾ കുറിച്ചിട്ടപോലെ മാഞ്ഞു തുടങ്ങി.

ഇവിടെ ഈ കഴുകൻമാരുടെ സാന്നിദ്ധ്യം ഭയം ജനിപ്പിക്കുന്നുണ്ടോ?

'ഇല്ലാതില്ല..' വിദുരർ സ്വയം പറഞ്ഞു. 'പക്ഷേ, അവ ഉപദ്രവിക്കില്ല.

അവയായിട്ട് ഒന്നിനെയും കൊല്ലുന്നില്ല. കൊന്നതിനെ സ്വയം ഭുജിച്ച് തീർക്കുന്നുമില്ല. ബാക്കിവരുന്നത് നാളേക്കായി കരുതിവയ്ക്കുന്നുമില്ല.

അതങ്ങനെയാണ്- സിംഹമായാലും തനിക്ക് വിശപ്പടങ്ങുമ്പോൾ മിച്ചം വരുന്നത് സഹജീവികൾക്കായി ഉപേക്ഷിച്ചു പോകുന്നു. അതിൽ

വ്യാഘ്രങ്ങളും കുറുനരികളും കുറുക്കന്മാരും എന്നുവേണ്ട ഇഴജീവികൾ വരെ വിശപ്പടക്കുന്നു. പിന്നെയും ബാക്കിവരുന്ന അവശിഷ്ടങ്ങളിൽ പുഴുക്കളും പറവകളും ഉറുമ്പുകൾവരെയും നിർഭയം വന്നുചേരുന്നു. എന്നിട്ടും മണ്ണിൽ പറ്റിപ്പിടിച്ചു കിടക്കുന്ന അവസാന ശേഷിപ്പുകളിൽ മനുഷ്യനേത്രങ്ങൾകൊണ്ട് കാണാൻ കഴിയാത്ത സൂക്ഷ്മ ജീവികൾ രസം നുകരുന്നു.

ഒന്നും വിട്ടുകൊടുക്കാത്തത് മനുഷ്യനാണ്. എല്ലാം കൈയടക്കിവെക്കുന്നവൻ.'

'അപ്പോൾ ഭയമില്ലെന്നാണോ?'

'അങ്ങനെയല്ല, അല്ലെങ്കിലും ഭയം തോന്നാതിരിക്കാൻ താൻ ക്ഷത്രിയനല്ലല്ലോ. മഹാമുനിക്ക് കൊട്ടാരദാസിയിലുണ്ടായ പുത്രനെങ്ങനെ ക്ഷത്രിയനാവും?'

വിദുരർ സ്വയമോർത്ത് ചിരിച്ചു.

ഒന്നാലോചിക്കുമ്പോൾ വളരെ നിരർത്ഥകമായ ഒന്നാണ് ഈ ക്ഷത്രിയജന്മമെന്ന് തോന്നും. വേട്ടപ്പട്ടികളെപ്പോലെ പാഞ്ഞടുത്ത് കൊല്ലാനും വെട്ടിപ്പിടിക്കാനും വെറുതെ ഒരുജന്മം.

അഥവാ, വെട്ടി വീഴ്ത്തപ്പെടുകയാണെങ്കിലോ- അവശേഷിക്കുന്നവർക്ക് 'വീരസ്വർഗ്ഗം പ്രാപിച്ചു' എന്ന് വൃഥാ വിളിച്ചുകൂവി അഭിമാനിക്കാം.

ക്ഷത്രിയജന്മമെന്നു പറഞ്ഞാൽ നേർച്ചക്കോഴിയുടേതുപോലെ ഒരു ജന്മം എന്നാണർത്ഥം.. അവസാനിക്കാത്ത മാത്സര്യങ്ങളും കുടിപ്പകയും തീരാത്ത ഭോഗാവേശവും..

വിദുരർ അല്പനേരം കൂടി അവിടെ വിശ്രമിച്ചു, പിന്നെ നടന്നു.

മുമ്പിൽ കരിഞ്ഞുകറുത്ത ഒരു ജഡം. അതേതോ പർവ്വതത്തിൽ നിന്നും അടർന്നുതെറിച്ച ഒരുവലിയ പാറക്കഷണം പോലെ.. ആകാശ വിതാനത്തിൽനിന്ന് ഭൂമിയിലേക്ക് നിപതിച്ച ഉല്ക്കയുടെ അവശിഷ്ടം പോലെ.

ചേതനയറ്റു കിടക്കുന്ന ഈ ഭീകരദേഹം ആരുടേതായിരിക്കാം?

വിദുരർ കണ്ണുകളടച്ചു നിന്നു...

ഇലകളിൽ കാറ്റ് നിലച്ചു. വനത്തിന്റെ വക്ഷസ്ഥലികളിൽ ദിവ്യമായ പ്രകാശം പരന്നു.

വിദുരർ അറിയുന്നു: ഇത് ബകന്റെ ഭ്രാതാവായ കിർമ്മീരന്റേതല്ലാതെ മറ്റാരുടേതുമല്ല. ഇവന്റെ സഹോദരനെയും സുഹൃത്തായ ഹിഡിംബനെയും വധിച്ച ഭീമസേനനല്ലാതെ മറ്റാർക്കും ഇവനെ കീഴടക്കാൻ കഴിയില്ല. ഇവിടെ ഈ കാണുന്ന അടയാളങ്ങൾ അതിന്റെ തെളിവുകളാണ്.

ആകയാൽ ഈ ഘോരവനത്തിൽ പാണ്ഡവരെ അന്വേഷിച്ചുള്ള തന്റെ വഴികൾ തെറ്റിയിട്ടില്ല.

നിലത്തിഴയുന്ന ഉത്തരീയം ഉയർത്തിത്തോളിലിട്ട്, വർദ്ധിതമായ

ആത്മവിശ്വാസത്തോടെ വിദുരർ നടന്നു. അടുത്തുനിന്നെങ്ങാനും സവ്യസാചിയുടെ ഞാണൊലി കേൾക്കാനുണ്ടോ..

അവനെ ഭയന്ന് വനവീഥികളിൽ നിശാചരവൃന്ദം ചിതറിയോടുന്ന കാലൊച്ച കേൾക്കാനുണ്ടോ.. ഹവിസ്സിന്റെ ഗന്ധം കാറ്റിന്റെ കൈകളിലൂടെ തന്റെ നാസാരന്ധ്രങ്ങളെ തേടിയെത്തുന്നുണ്ടോ?

രണ്ട്

പ്രഭാതത്തിന്റെ നേർത്തപാളികളിലൂടെ, അകലെ വൃക്ഷലതാദികൾക്കപ്പുറത്ത് ആകാശത്തിലേക്കുവീശുന്ന ഹോമാഗ്നിയുടെ ജ്വാലയിളകുന്നത് വിദുരർ കണ്ടു.

ഒരുമാത്ര അദ്ദേഹം കണ്ണുകൾ അടച്ചുനിന്നു.

ഈ ഘോരമായ വനത്തിൽ ഹവിസ്സുരുകിയ ധൂമകണങ്ങൾ ഉയരുക എന്നത് അടുത്തൊരു ആശ്രമമുണ്ടെന്നതിന്റെ സൂചനയായിരിക്കാനല്ലേ തരമുള്ളു. അങ്ങനെയാണെങ്കിൽ അതായിരിക്കാം വനവാസത്തിന് ഇറങ്ങിയ പാണ്ഡുപുത്രരുടെ താവളം.

വിദുരർ തന്റെ നിഗമനങ്ങളിൽ പൂർണ്ണമായ വിശ്വാസമർപ്പിച്ച് സമീപത്തിലെ സ്നാനഘട്ടത്തിലേക്ക് നടന്നു...

നടത്തയിൽ അദ്ദേഹം സ്വയം പറഞ്ഞു: അറിവിൽ പെട്ടിടത്തോളം തന്റെ നിഗമനങ്ങൾ പിഴച്ചിട്ടില്ല. അതിലേക്ക് നയിച്ചിട്ടുള്ള അനുഭവസാക്ഷ്യങ്ങൾ എന്നും ശരിയുമായിരുന്നു.

പാണ്ഡവ - കൗരവ വിഷയത്തിൽ താൻ പ്രകടിപ്പിച്ചുകൊണ്ടിരുന്ന ആശങ്കകളും നിർദ്ദേശങ്ങളും അന്ധരാജാവിന് ഓർമ്മയില്ലാത്തത് കൊണ്ടല്ല, പകരം അമിതമായ പുത്രവാത്സല്യം നിമിത്തം അദ്ദേഹത്തിന് അവ പലപ്പോഴും മറക്കേണ്ടിവരുന്നതാണ്.

ഒരുപക്ഷേ, കൗരവകുലത്തിന്റെ രക്ഷയ്ക്കായി, നൂറ്റുവന്മാരിൽ മൂത്തവനായ ദുര്യോധനന്റെ പിറവിയുടെ നേരത്ത് താൻ കൊടുത്ത ഉപദേശം അദ്ദേഹം സ്വീകരിച്ചിരുന്നുവെങ്കിൽ...

എങ്കിൽ, ഹസ്തിനപുരത്തിന് നിത്യമായ വൈരാഗ്യത്തിന്റെ ഈ മാറാപ്പ് ചുമക്കേണ്ടിവരുമായിരുന്നില്ല. ജ്യേഷ്ഠനും ഗാന്ധാരിക്കും വിധവയായ കുന്തീദേവിക്കും ഈ മഹാദു:ഖങ്ങളുടെ കൊടിയഭാരം വഹിക്കേണ്ടിയും വരുമായിരുന്നില്ല.

ജനിച്ചനേരത്ത് ദുര്യോധനൻ പുറപ്പെടുവിച്ച ആർത്തനാദം; അത് ധൃതരാഷ്ട്രരേയും ഭയപ്പെടുത്തിയതല്ലേ. അനേകം കുറുക്കന്മാർ ഒന്നുചേർന്ന് ഓലിയിടുന്നപോലെ-

അടങ്ങാത്ത തൃഷ്ണയുടെ, ത്വരയുടെ അട്ടഹാസം... ആക്രോശം.

വേണ്ട, ഒന്നും ഓർക്കാതിരിക്കുന്നതാണ് നല്ലത്. വിദുരർ മനസ്സിനെ തിരികെ നയിച്ചു. ഇത് കേവലമായ ഒരു മനുഷ്യജന്മം; മാണ്ഡവ്യന്റെ ശാപം.

സ്വന്തമായൊന്നുമില്ല. വല്ലതും ഉണ്ടെങ്കിൽ അതിന്റെ അവകാശിയും താനല്ല. ഉള്ളതെല്ലാം ജ്യേഷ്ഠന്മാരുടെയും ഭീഷ്മപിതാവിന്റേയും വകകൾമാത്രം. ഒരിക്കലും മനസ്സിൽനിന്നും വിട്ടുപോകാത്തത് മാണ്ഡവ്യനെന്ന മുനിയുടെ രൂപമാണ്. അറുത്തുമാറ്റിയ കുന്തത്തിന്റെ മദ്ധ്യഭാഗം നെഞ്ചിലൂടെ പുറത്തേക്ക് കടന്നുനില്ക്കുന്ന ശരീരം. അവിടെ കറുത്ത് കട്ടപിടിച്ച രക്തക്കറ.

അതുമായി മുമ്പിൽ വന്നുനിന്ന് മുനി ധർമ്മനീതിയെ നെഞ്ചൂക്കോടെ ചോദ്യം ചെയ്തു.

കുഞ്ഞുന്നാളിൽ ഏതോ ചെറുജീവിയെ ഈർക്കിലിൽ കോർത്തെന്ന പാപകർമ്മത്തിന്റെ ശിക്ഷാവിധി. മനസ്സുറയ്ക്കാത്ത കുഞ്ഞ് ചെയ്ത തെറ്റിന് കടുത്ത ശിക്ഷ വിധിക്കുന്ന നീതിശാസ്ത്രം...

മുമ്പിൽ മാണ്ഡവ്യന്റെ നീട്ടിപ്പിടിച്ച ചൂണ്ടുവിരൽ.

പിന്നെ മഹാരാജാവിന്റെ വിടർന്ന ചുണ്ടുകളിൽ നിലയ്ക്കാതെ നിന്ന ക്രോധത്തിന്റെ വിറയൽ.

"പോകൂ.. അർഹതയില്ലാത്തവനെ ഉപദേഷ്ടാവും മന്ത്രിയുമാക്കിയത് നമ്മുടെ തെറ്റ്.

അന്നവും സ്ഥാനമാനങ്ങളും തന്ന സിംഹാസനത്തിന്റെ കരുത്തറിയാത്തവൻ, കൂറില്ലാത്തവൻ...

കണ്ടുപോകരുത്, ഈ ഹസ്തിനാപുരിയുടെ പ്രാന്തങ്ങളിൽപ്പോലും കണ്ടുപോകരുത്..."

അമ്മേ-

വിദുരർ എഴുന്നേറ്റു. പാദങ്ങൾക്കുകീഴെ കനലുകളെരിയുന്നു. പൊള്ളുന്നു. അമ്മേ-

'കൊല്ലിനും കൊലയ്ക്കും അധികാരമുള്ള രാജശ്രേഷ്ഠാ, അങ്ങ് ഈ പുത്രനെ മറന്നേക്കുക-

കുരുവംശത്തിന്റെ നിലനില്പിനും രാജ്യത്തിന്റെ നന്മയ്ക്കുംവേണ്ടി ഈ ജനനനിമിഷത്തിൽതന്നെ ഇവനെ ഉപേക്ഷിക്കുക.. അങ്ങനെ കുലത്തെയും രാജ്യത്തെയും ധർമ്മത്തെയും രക്ഷിക്കുക-'

ആദ്യം ജ്യേഷ്ഠൻ ക്ഷമയോടെ കേട്ടുനിന്നതാണ്.

"മാനവകുലത്തിൽ അധികാരസ്വൈരത്തിനുവേണ്ടി സ്വന്തം മക്കളുടെ ചുടുചോര ചിന്തിയ ചരിത്രം ആദ്യത്തേതല്ല. കൊന്നും വെന്നും നേടാൻ ശ്രമിച്ച പലരും പക്ഷേ, സ്വന്തം വ്യക്തിസുഖത്തിനും താല്പര്യങ്ങൾക്കും വേണ്ടിയായിരുന്നു.

അനുഭവിച്ചിട്ടും അനുഭവിച്ചിട്ടും മതിയാവാതെ പോകുന്ന കൊടിയ ഭോഗതൃഷ്ണ.

മറിച്ച്, പിതാവിന്റെ കാലശേഷംവരെ കാത്തിരിക്കാൻ ക്ഷമയില്ലാതെ പിതാവിനെ കൊന്ന് അത്രയും നേരത്തെ അധികാരം കൈക്കലാക്കിയ മക്കളുടെ കഥകളുണ്ട്. അവിടെയും ചിന്തകൾ അധികാരമെന്ന സീമയില്ലാത്ത സുഖഭോഗങ്ങളുടെ കേന്ദ്രബിന്ദുവിനെത്തന്നെയാണ്

വലംവയ്ക്കുന്നത്.

നിന്റെ ഈ പുത്രനും അതിനൊരപവാദമാകാനിടയില്ല. ഇവൻ കുലത്തിന്റെയും ധർമ്മത്തിന്റെയും നാശത്തിനായി പിറവികൊണ്ടവനാണ്. ഇവനെ ഉപേക്ഷിക്കുക."

കേട്ടുകഴിയും മുമ്പേ ജ്യേഷ്ഠന്റെ ഭാവം മാറി.

അന്നത്തെ അദ്ദേഹത്തിന്റെ ആ മുഖഭാവം; അത് ഒരിക്കലും കണ്ണിൽനിന്നും മായുകയില്ല...

പുകമഞ്ഞിന്റെ നേർത്തപാളികൾ വകഞ്ഞ് മുമ്പിലെ സ്നാനഘട്ടത്തിലേക്ക് വിദുരർ പതുക്കെ ഇറങ്ങി. ഇന്ദ്രനീലശോഭയാർന്ന തടാകത്തിന് ഗംഗാജലത്തിന്റെ തണുപ്പുണ്ട്. വിമലമായ ഈ ജലാശയത്തിൽ മുങ്ങിക്കുളിച്ച് ദേഹശുദ്ധി വരുത്തി വേണം പാണ്ഡവരുടെ പർണ്ണശാലയിലേക്ക് പ്രവേശിക്കാൻ.

വിദുരർ പടവിറങ്ങി. പൊടുന്നനെ അദ്ദേഹത്തിന്റെ കാലിടറി.

ഒരുവേള എന്ത് സംഭവിച്ചു എന്നറിയാതെ അയാൾ നിന്നു.

എന്തേ തന്റെ കാലിടറിയത്....

മനസ്സിൽ അശുഭകരമായ ചിന്തകൾ മുളപൊട്ടുകയാണ്.. ഒരുപക്ഷേ, തന്റെ വരവിന്റെ ഉദ്ദേശ്യശുദ്ധിയെക്കുറിച്ച് പാണ്ഡവന്മാരുടെ മനസ്സിൽ ഏതെങ്കിലും തരത്തിലുള്ള തെറ്റിദ്ധാരണകൾ ഉണ്ടായെന്ന് വരുമോ.

ധർമ്മപുത്രൻ തന്റെ വരവിനെ സംശയിക്കുമോ.

വീണ്ടും ദുര്യോധനാദികൾ മറ്റൊരു ചതിയുടെ കെണി തീർത്ത് ദൂതനായി തന്നെ അയച്ചതാവാമെന്ന് അവർ കരുതാനിടയുണ്ടോ?

അനുസരിക്കാൻ മാത്രം ബാദ്ധ്യസ്ഥനായ ഈ ദാസീപുത്രൻ ധർമ്മദേവാ, പിന്നെയും സംശയിക്കപ്പെടുമോ?

മുമ്പിൽ പുകമഞ്ഞ് മായുന്നു.

മുകളിൽ ആകാശം തെളിയുന്നു.

വിദുരർ വെള്ളത്തിലേക്ക് ഇറങ്ങി നിന്നു.

പിന്നെ തെളിഞ്ഞ ജലാശയത്തിൽ പരലുകൾ പാറി നീങ്ങുന്നതും നോക്കി അയാൾ മുങ്ങി നിവർന്നു.

പർണ്ണശാലയ്ക്ക് പുറത്ത് മിനുത്ത ശിലാതലത്തിൽ വിദുരർ ഇരുന്നു. അഭിമുഖമായി നില്ക്കുന്നവരിൽ

നകുലനേയും സഹദേവനേയും കാണുന്നില്ല..അവർ പിതൃസഹോദരന്റെ സൽക്കാരപൂജാദികൾക്കുള്ള വകതേടി പോയതാണെന്ന് യുധിഷ്ഠിരന്റെ സംസാരത്തിൽനിന്നും അദ്ദേഹത്തിന് മനസ്സിലായി.. നകുലൻ തനിയെ പുറപ്പെട്ടപ്പോൾ യുധിഷ്ഠിരനാണ് സഹദേവനെക്കൂടി അവന്റെ കൂട്ടിനു വിട്ടത്.

"ഘോരവനത്തിൽ തനിയെ പോകുന്നത് അഭികാമ്യമല്ല." യുധിഷ്ഠിരൻ പറഞ്ഞു.

"കാനനവാസം ദുഷ്കരമാണല്ലേ?"

"ധർമ്മബലത്താലും ഗുരുദേവന്മാരുടെ അനുഗ്രഹത്താലും ഇതു വരെ അങ്ങനെ തോന്നിയിട്ടില്ല. രാജ്യഭാരമാണ് കാനനവാസത്തേക്കാൾ ദുഷ്കരമെന്നേ എപ്പോഴും മനസ്സിൽ തോന്നിയിട്ടുള്ളു"

ജ്യേഷ്ഠന്റെ ന്യായം വെറുമൊരു മേനി പറച്ചിലാണെന്ന ഭാവത്തിൽ ഭീമസേനൻ മുഖം തിരിച്ചു.

അന്ന് സഭാമണ്ഡപത്തിൽ ദ്രൗപദിയെ അപമാനിക്കാൻ തുനിഞ്ഞ നേരത്ത് എല്ലാം അവസാനിപ്പിക്കേണ്ടതായിരുന്നു എന്നമട്ടിൽ അവൻ കൈകൾ കൂട്ടിത്തിരുമ്മി. പിന്നെ പെട്ടെന്ന് പർണ്ണശാലയ്ക്ക് പിറകിലേക്ക് നടന്നു..

അവന്റെ വരവ് കണ്ടു ഭയന്ന് പർണ്ണശാലയ്ക്കരികിലൂടെ ഓടിയ കന്ന ആശ്രമമൃഗത്തെ നോക്കി അർജ്ജുനൻ ഞാനൊന്നും കേട്ടില്ല എന്ന ഭാവത്തിൽ നിന്നു.

രണ്ടും വിദുരർ ശ്രദ്ധിക്കുന്നുണ്ടായിരുന്നു. ഒന്നും പറയാതെ നില്ക്കുന്ന ദ്രൗപതിയെ നോക്കി അദ്ദേഹം മന്ദഹസിച്ചതിന്റെ പൊരുൾ അതായിരിക്കാമെന്ന് അവളെങ്കിലും തിരിച്ചറിഞ്ഞിരിക്കുമോ, എന്തോ.

ഒരു തെറ്റ് ഒരു പ്രാവശ്യം സംഭവിച്ചുപോകാം. അവനവന്റെ പരിമി തികളെക്കുറിച്ച് വേണ്ടത്ര അറിവില്ലായ്മ അതിനൊരു കാരണമാകാം. രാജാവിന്റെ കാര്യത്തിലാണെങ്കിൽ രാജധർമ്മത്തെക്കുറിച്ചുള്ള തെറ്റായ ധാരണ കൊണ്ടുമാവാം. എന്നാൽ അതുതന്നെ ആവർത്തിക്കുകയും എതിരാളിയുടെ ചതിപ്രയോഗങ്ങളിൽ പിന്നെയും വീണുപോവുകയും എന്നത് ഭീമനിൽ അരിശം വളർത്തിയെങ്കിൽ അതിൽ അസ്വാഭാവിക മായി ഒന്നുമില്ല. അതിന് പാണ്ഡവന്മാർക്ക് വലിയ വിലകൊടുക്കേണ്ടി വന്നിട്ടുമുണ്ട്.

അഭിമാനത്തേക്കാൾ കൂടുതൽ അപമാനം സഹിക്കേണ്ടിവന്നി ട്ടുമുണ്ട്..

രാജാവാകുമ്പോൾ ചില വെല്ലുവിളികളെ അതർഹിക്കുന്ന നിലയിൽ അവഗണിച്ചുകളയുന്നതാണ് യുക്തി. അത്തരം വെല്ലുവിളികളുടെ ഗൂഢ മായ ലക്ഷ്യം തിരിച്ചറിയണമെന്നു മാത്രം. പകരം അല്പജ്ഞനായ ഒരു ദുരഭിമാനിയെപ്പോലെ എന്തിനെയും നേരിടുന്നതിലല്ല വൈഭവം.

സർവ്വവിധ ശക്തിയും അനുഗ്രഹവും തങ്ങൾക്കുണ്ടെന്ന് അഹങ്കരി ക്കുമ്പോഴും എല്ലാം പണയപ്പെടുത്തി കൈകൾ പിറകിൽ കെട്ടി അല്പ നേരമെങ്കിൽ അല്പനേരം കൗരവസഭാതളത്തിൽ പാണ്ഡുപുത്രന്മാർക്ക് അപമാനിതരായി നില്ക്കേണ്ടി വന്നില്ലേ...

അടിമകളാക്കപ്പെട്ടവർക്ക് ഒരു ഇരിപ്പിടംപോലും അനുവദിച്ചു കൊടുത്തില്ല, ദുഷ്ടന്മാർ. അവിടെ പ്രതികരിക്കാനുള്ള ചങ്കൂറ്റം കാണി ച്ചത്, ഇതാ, ഈ ദ്രൗപദി മാത്രമായിരുന്നു. ആരൂഢത്തിന്റെ മഹിമ അറി യുന്നവൾ. അവൾ ചോദിച്ച ചോദ്യങ്ങൾക്കും അതുയർത്തി വിട്ട ധർമ്മ നീതി ബോധത്തിനും മുമ്പിൽ സകലരും ഉത്തരമില്ലാതെ നിന്നു.

ഭീഷ്മപിതാവും ദ്രോണരും കൃപരും മുഖം താഴ്ത്തി..

"മൂന്നാമത് ഒരുവരം കൂടി നീ ചോദിച്ചുകൊള്ളൂ, മകളേ-"

ഒടുവിൽ മനസ്സലിഞ്ഞത് അന്ധനായ ജ്യേഷ്ഠന് തന്നെയായിരുന്നു.

വിദുരർ ഓർക്കുന്നു-

പശ്ചാത്താപത്തിൽ മുങ്ങിപ്പോയ വൃദ്ധമനസ്സിൽ അവശേഷിച്ച സ്നേഹം ഒരു ജ്വാലപോലെ ദ്രൗപദിയെ പൊതിഞ്ഞുനിന്നത്.

എന്നിട്ടും വിധിസങ്കല്പം മറന്നില്ലാ, അവൾ. അവൾ പറഞ്ഞു:

"മഹാരാജാവേ, അങ്ങയുടെ കാരുണ്യത്തെ ഞാൻ ആദരിക്കുന്നു.

മൂന്നാമത്തെ വരം രാജാവിന് മാത്രം വിധിച്ചിട്ടുള്ളതാണെന്ന് അങ്ങയ്ക്ക് അറിവുള്ളതാണല്ലോ. ക്ഷത്രിയ സ്ത്രീക്ക് രണ്ട് വരമേ അനുവദിച്ചിട്ടുള്ളൂ-എന്ന് ഞാൻ മനസ്സിലാക്കുന്നു.

ആകയാൽ എനിക്ക് അങ്ങ് നല്കിയ ഈ രണ്ട് വരങ്ങൾ കൊണ്ടു തന്നെ ഞാൻ തൃപ്തയാണ്."

പകരം മൂന്നാമത്തെ വരവും സ്വീകരിച്ച് അതിൻപ്രകാരം ദുര്യോധനാദികളെ പന്ത്രണ്ട് വർഷക്കാലത്തേക്ക് വനത്തിലേക്കയയ്ക്കുക, എന്നവൾ ആവശ്യപ്പെട്ടിരുന്നെങ്കിലോ?

എങ്കിൽ....

വിദുരർ ദ്രൗപദിയുടെ മുഖത്ത് നോക്കി. പ്രഭാതത്തിന്റെ പ്രസാദമത്രയും അവളുടെ മുഖത്തുണ്ട്..

ഒരു കൊടുങ്കാറ്റിന്റെ പക മനസ്സിലുണ്ടായിട്ടും അവൾക്ക് ഈ മുഖപ്രസാദം നിലനിർത്താൻ കഴിയുന്നു..

ഇനിയുമൊരു ചൂതിന് നില്ക്കരുതെന്ന് അന്ന് യുധിഷ്ഠിരനോട് കണ്ണുകൊണ്ട് വിലക്കിയതാണ്. കണ്ടിട്ടും കണ്ടിട്ടുമെന്തേ, അവൻ ഒരു അഹങ്കാരിയെപ്പോലെ അന്നത് വകവയ്ക്കാതിരുന്നത് എന്നതാണ് ഇപ്പോഴും വിദുരർക്ക് മനസ്സിലാവാത്തത്.

ഗൂഢമായ ലക്ഷ്യം നടപ്പാക്കാനുള്ള വെല്ലുവിളികളെ തള്ളിക്കളയുന്നത് ഭയം മൂലമുള്ള ഒളിച്ചോട്ടമാണെന്ന് യുധിഷ്ഠിരൻ കരുതിയോ? അതോ, ഹസ്തിനപുരത്തെ പൗരാവലി നാളെ അവനെ ഭീരുവായ രാജാവെന്ന് അധിക്ഷേപിക്കുമെന്ന് ഭയന്നോ-

'സിംഹാസനത്തിന് നാല് കാലുകൾ മാത്രമല്ല, നൂറ് ബുദ്ധിയും ഉണ്ടെന്നത് അറിയാത്തതായിരുന്നു, യുധിഷ്ഠിരന്റെ പരാജയം...'

അകലെ പടക്കുതിരകളുടെ കുളമ്പടി കേട്ട് വിദുരർ എഴുന്നേറ്റു. രഥചക്രഘോഷവും അകമ്പടിയായുണ്ട്.

വിദുരന്റെ വഴികൾ ഇവിടേക്കാണെന്ന് തിരിച്ചറിഞ്ഞ ജ്യേഷ്ഠരാജാവ് ദുര്യോധനന്റെ പടയെ ഇവിടേക്ക് പറഞ്ഞയയ്ക്കുകയാണോ; പിടിച്ചുകെട്ടി തിരിച്ചെത്താൻ കഴിയാത്ത എവിടേക്കെങ്കിലും ഇറക്കിവിടാൻ..

പാണ്ഡുപുത്രരെ നേരിടാൻ ഇത്ര വലിയ പടപ്പുറപ്പാടിന്റെ ആവശ്യം ദുര്യോധനന് തോന്നുന്നുണ്ടെങ്കിൽ

അതുതന്നെ പോരേ, അവരുടെ പരാജയബോധത്തിന്റെ ആഴ

മറിയാൻ.. എന്ന് യുധിഷ്ഠിരൻ പറഞ്ഞു:

രഥങ്ങളും കാലാൾപ്പടയുമായി ഇവിടേക്ക് മുന്നേറുന്ന കൗരവപ്പട യുടെ മുമ്പിൽ നകുലസഹദേവന്മാർ പെട്ടുപോകുമോ എന്ന ശങ്കയാൽ ഭീമസേനൻ ഗദയുമായി പെട്ടെന്ന് അവരുടെ വഴിയിൽ കാവലുറപ്പിച്ചു.

അർജ്ജുനൻ ഗാണ്ഡീവം കൈയിലെടുത്തു.

സമീപത്തെ മഹാവൃക്ഷശിഖരങ്ങളിലെ കിളികൾ വള്ളിപ്പടർപ്പു കളിൽ ഒളിച്ചിരുന്നു..

അല്പമകലെ മഹാഘോഷം നിലച്ചു.

രഥം നിന്നു, പടയടങ്ങി. ആരോ ചിലർമാത്രം നിരായുധരായി പർണ്ണശാലയെ ലക്ഷ്യമാക്കി നടന്നു വരികയാണ്.

വിദുരർ പറഞ്ഞു:

“മുമ്പേ വരുന്നവൻ സഞ്ജയനാണ്. അവന് പിറകിൽ അകലം വച്ചു നീങ്ങുന്നത് അവനു സുരക്ഷയ്ക്ക് വേണ്ടിയുള്ള കാവലാളുകളു മാണ്...”

ഭീമസേനൻ ഗദ താഴ്ത്തി.

ഗാണ്ഡീവം തലകുനിച്ചു.

മഹാവൃക്ഷത്തിലെ കിളിക്കൂട്ടം പഴയപോലെ ചില്ലകൾ മാറിക്കളിച്ച് കളകളാരവം പൊഴിച്ചു.

മസൃണമായ ശിലാസനം ചൂണ്ടി വിദുരർ പറഞ്ഞു: “ഇരിക്കൂ.”

“ഇരിക്കാൻ നേരമില്ല..” സഞ്ജയന്റെ മറുപടിയിൽ വിദുരർ ചിരിച്ചു.

“സാരമില്ല. ഈ ഘോരവനത്തിലൂടെ സഞ്ചരിച്ചെത്തിയതിന്റെ ക്ഷീണവും ദാഹവുമുണ്ടാവുമല്ലോ?”

സഞ്ജയൻ ഇരുന്നു.

അയാൾക്ക് മുമ്പിൽ നകുലസഹദേവന്മാർ ശേഖരിച്ചു കൊണ്ടുവന്ന ഫലമൂലാദികൾ ദ്രൗപദി ആദരപൂർവ്വം നിരത്തി. പാണ്ഡുപുത്രന്മാർ വിനയപൂർവ്വം പിറകിലോട്ട് മാറി നിന്നു.

“എത്രയും പെട്ടെന്ന് അങ്ങയെ കൊട്ടാരത്തിൽ എത്തിക്കുന്നതി നായി ഏറ്റവും വേഗമേറിയ കുതിരകൾ വലിക്കുന്ന രഥവുമായാണ് ഞാൻ വന്നത്.” സഞ്ജയൻ പറഞ്ഞു.

“അങ്ങ് സഭാമന്ദിരം വിട്ടിറങ്ങിയ നിമിഷംമുതൽ ധൃതരാഷ്ട്ര മഹാരാജാവ് ജലപാനം കഴിച്ചിട്ടില്ല. രാജ്ഞിയുമായിപ്പോലും സംസാ രിച്ചിട്ടില്ല. അങ്ങയെ തിരികെയെത്തിക്കുന്നതിൽ വീഴ്ചവരികയാണെങ്കിൽ ജീവൻ വെടിയുമെന്ന് മഹാരാജാവ് ആവർത്തിച്ചുകൊണ്ടേയിരിക്കുന്നു..”

ഇപ്പോൾ വിദുരർ ഓർക്കുന്നത് വർഷങ്ങൾക്ക് മുമ്പ് ദ്രുപദരാജാ വിന്റെ കൊട്ടാരത്തിൽ താൻ ഇതു പോലൊരു ദൗത്യവുമായി ചെന്നതി നെക്കുറിച്ചാണ്. അത് പാഞ്ചാലീസ്വയംവരം കഴിഞ്ഞ് ദ്രുപദന്റെ രാജ കൊട്ടാരം വിവാഹത്തിന്റെ ലഹരിയിൽ മദിച്ചുനില്ക്കുന്ന കാലത്താ യിരുന്നു.

കൊട്ടാരവാതില്ക്കൽ ദ്രുപദനും ബന്ധുജനങ്ങളും അമാത്യന്മാരും

സ്വീകരിക്കാൻ കാത്തുനില്ക്കുന്നുണ്ടായിരുന്നു. അവർക്ക് പിറകിൽ കാഴചവസ്തുക്കളുമായി കൊട്ടാരവാസികളും നിറതാലങ്ങളുമായി നർത്തകിമാരും നിരന്നിരുന്നു.

കൗരവപ്രതിനിധിയായി ധൃതരാഷ്ട്രമഹാരാജാവിന്റെ ഭ്രാതാവും മുഖ്യോപദേഷ്ടാവും മന്ത്രിയുമായ വിദുരരെത്തുന്നതിൽ അവർക്ക് അത്യധികമായ സന്തോഷമുണ്ട്.

ദ്രുപദൻ വിദുരരെ വണങ്ങി: "അങ്ങയുടെ സാന്നിദ്ധ്യംകൊണ്ട് ഞാനും എന്റെ രാജ്യവും പ്രജകളും ധന്യരായിരിക്കുന്നു. അങ്ങയ്ക്ക് വന്ദനം."

വിദുരർ ദ്രൗപദിയെ കണ്ടു. ദീർഘദക്ഷിണഹസ്തം നെറുകയിൽ ചേർത്ത് അനുഗ്രഹിച്ചു:

"ആയുഷ്മതീഭവ:
ദീർഘ സുമംഗലീ ഭവ."

വിദുരർ ഇറങ്ങിവരുന്നതുംകാത്ത് കവാടത്തിൽ കുന്തിയും കൃഷ്ണനും നില്പുണ്ടായിരുന്നു.

"കൗരവകുലത്തിന്റെ യശസ്സും പുണ്യവുമായ ഭവാൻ കുശലം സ്വീകരിച്ചാലും."

വിദുരരെ നമസ്കരിച്ച് കൃഷ്ണൻ പറഞ്ഞു:

"ഇപ്പോൾ ദ്രുപദരാജാവുമായി പാണ്ഡവന്മാർക്ക് സിദ്ധിച്ച ഈ ബന്ധുത്വത്തിലൂടെ അവർ പാരം ശക്തരായിരിക്കുന്നു. ഇത്തരമൊരു ശുഭവേളയിൽ ധർമ്മവും വിവേകവും ഒത്തിണങ്ങിയവനും ഉറ്റവനായ പിതൃസഹോദരനുമായ അങ്ങയുടെ സാന്നിദ്ധ്യം അവർ ആഗ്രഹിച്ചതായിരുന്നു. ഇപ്പോൾ ഒരു നിയോഗമെന്നപോലെ ഭവാൻ ഇവിടെ എത്തിച്ചേർന്നതിൽ അവരോടൊപ്പം ഞങ്ങളും അത്യധികം സന്തോഷിക്കുന്നു."

കൃഷ്ണന്റെ വാക്കുകൾ അമൃതതുല്യമായി വിദുരർ ഉൾക്കൊണ്ടു. അദ്ദേഹം പറഞ്ഞു:

"മഹത്തായ യദുകുലത്തിന്റെ എക്കാലത്തേയും മഹാപ്രഭാവനായ രാജാവേ, നിന്റെ ഈ വാക്കുകൾ എന്നിൽ വളരെയധികം സന്തോഷം പകരുന്നുണ്ട്. കുരുവംശത്തിന്റെ യശസ്സിന് മാറ്റ് വർദ്ധിപ്പിക്കുന്നതാണ് ഈ ചേർച്ചയെന്നതിൽ എന്റെ ഹൃദയം അത്യന്തം സന്തോഷഭരിതമാണ്."

ഏവരും കൊതിക്കുന്ന ഈ വിവരം ഞാൻ ധൃതരാഷ്ട്രമഹാരാജാവിനെ അറിയിച്ചത് 'കൗരവകുലം വർദ്ധിക്കുന്നു, മഹാരാജാവേ' എന്നു പറഞ്ഞുകൊണ്ടായിരുന്നു.

ഞാനവസാനിപ്പിച്ചത് 'മഹാഭാഗ്യം' എന്ന് വിശേഷിപ്പിച്ചുകൊണ്ടും ആയിരുന്നു.

അപ്പോൾ ആ മുഖത്ത് പ്രകാശം പരക്കുന്നതും അന്ധനേത്രങ്ങളിൽ നിന്ന് സന്തോഷാശ്രുക്കൾ പൊഴിയുന്നതും ഞാൻ കണ്ടതാണ്.

അടുത്ത നിമിഷം ദ്രുപദപുത്രിയെ വേട്ടത് ദുര്യോധനനല്ല, മറിച്ച് പാണ്ഡവനാണ് എന്നറിഞ്ഞപ്പോൾ, പക്ഷേ, രാജാവ് ഒരു ശിശുവിനെപ്പോലെ വിതുമ്പിക്കരഞ്ഞത്.. അങ്ങനെയാണ് പാണ്ഡുപുത്രരും കുന്തീദേവിയും ജീവിച്ചിരിക്കുന്നുണ്ടെന്ന വിവരം അദ്ദേഹം അറിഞ്ഞത്. ധാർത്തരാഷ്ട്രന്മാരുടെ ക്രൂരതയ്ക്ക് നിശ്ശബ്ദം കൂട്ടുനില്ക്കേണ്ടി വന്നതോർത്തായിരിക്കാം, അന്ന് അദ്ദേഹം അങ്ങനെ കരഞ്ഞത്.

പക്ഷേ, കൃഷ്ണാ-അരക്കില്ലം കത്തിയമർന്ന് കുന്തിയും മക്കളും വെന്തുമരിച്ചുപോയെന്നറിഞ്ഞ് ഭീഷ്മപിതാവ് ആർത്തുവിലപിച്ചത് എനിക്ക് മറക്കാനാവില്ല.

അത് പാണ്ഡവരുടെ വിധിയെ ഓർത്തുള്ള കഠിനമായ ദു:ഖം പൊറാഞ്ഞായിരുന്നു. മുഖ്യമായും ഇതിലൊന്നും ഒരു പങ്കുമില്ലാത്ത പാവം കുന്തീദേവിയെ ഓർത്തിട്ട്...

അദ്ദേഹത്തിന്റെ സഹിക്കവയ്യാത്ത ദു:ഖം കണ്ട് അന്നുഞാൻ കുരുവംശത്തിലെ ആ വന്ദ്യവയോധികന്റെ ചെവിയിൽ സംഭവിച്ചതെല്ലാം പരമരഹസ്യമായി പറഞ്ഞുകൊടുത്തു. അങ്ങനെ അവർ ആറുപേരും രക്ഷപ്പെട്ടതറിഞ്ഞ് അദ്ദേഹം ആശ്വസിച്ചതും ആനന്ദബാഷ്പം പൊഴിച്ചതും പിന്നെ പേർത്തും പേർത്തും അനുഗ്രഹിച്ചതും, കൃഷ്ണാ...

അതിന്റെ രഹസ്യമൊന്നും അറിഞ്ഞതായ ഒരുഭാവവും ഇന്നോളം അദ്ദേഹം ആരുടെ മുമ്പിലും പ്രകടിപ്പിച്ചിട്ടില്ല. ഒരിക്കൽപ്പോലും അത് മറ്റൊരു ചെവിപോലും അറിയാതെ മനസ്സിൽ സൂക്ഷിച്ച ദേവവ്രതനായ ഭീഷ്മപിതാവിനോട് എനിക്കെന്നും അത്യധികമായ ആദരമാണ്...

എന്നാൽ ജ്യേഷ്ഠരാജാവ് കരഞ്ഞപ്പോൾ പക്ഷേ, എനിക്കശേഷം വ്യസനം തോന്നിയില്ല. കാരണം ആയിരം അക്ഷൗഹിണികളേക്കാൾ ശക്തം നിന്റെയും ദ്രുപദന്റെയും നീതിബോധമാണ് എന്ന് എനിക്കറിയാമായിരുന്നു. ആ ദ്രുപദന്റെ ബന്ധം നിന്നോടൊപ്പം ചേരുമ്പോൾ പാണ്ഡവപക്ഷത്തിന് കിട്ടാവുന്ന ഏറ്റവും വലിയ ശക്തി അതായിരിക്കുമെന്ന് ഞാനറിയുന്നു..'

അന്ത:പുരത്തിന്റെ കവാടത്തിൽ തണുത്തകാറ്റു വീശി. ഉദ്യാനപുഷ്പങ്ങൾ വിനയപൂർവ്വം തലകുനിച്ചു നിവർന്നു. ഒരുവേള വിദുരർ ദീർഘമായി നിശ്വസിച്ചു.

പിന്നെയും പഴയ കാര്യങ്ങളിലേക്ക് മനസ്സ് തിരികെ സഞ്ചരിക്കുകയാണ്-

"പഞ്ചേന്ദ്രിയങ്ങളിൽ പ്രമുഖവും പുണ്യവുമായത് കണ്ണാണ്. അതില്ലാത്ത രാജാവിന് രാജ്യഭരണത്തിന്റെ കാര്യത്തിൽ എങ്ങനെയെല്ലാം വീഴ്ചകൾ സംഭവിക്കാമെന്ന് എനിക്ക് നന്നായറിയാവുന്നതാണ്. കൗമാരകാലത്ത് ഞങ്ങൾ കളിക്കൂട്ടുകാരെപ്പോലെയായിരുന്നു. അന്ധനായ അവന്റെ കൈപിടിച്ച് ഞാൻ അവനെ ഉദ്യാനത്തിലൂടെ കൊണ്ടു നടക്കുമായിരുന്നു. അപ്പോൾ നാസാരന്ധ്രങ്ങളിൽ ഒഴുകിയെത്തുന്ന സുഗന്ധം വലിച്ചുകയറ്റി അവനാ പൂക്കൾ ഇറുത്ത് കൊടുക്കുവാൻ പറയും.

അവനറിയില്ലായിരുന്നു, എങ്ങനെയാണ് ഒരു പൂവിനെപ്പോലും കൈയിൽ വയ്ക്കേണ്ടതെന്ന്. പകരം ഒരു ലോഹക്കൂടിനെയെന്നപോലെ അവൻ ആ പൂക്കളെ അവന്റെ വിരലുകൾക്കിടയിൽവച്ച് ഞെരിച്ചു കളയും.

അപ്പോൾ അങ്ങനെയല്ല പൂവിനെ താലോലിക്കേണ്ടതെന്ന് ഞാൻ പറഞ്ഞാൽ അവനത് മനസ്സിലാവില്ല. കാണിച്ചുകൊടുക്കാമെന്ന് വിചാരിച്ചാൽ അവനത് കാണാൻ കഴിയുകയുമില്ലല്ലോ.

ഒരുവ്യക്തി അന്ധനാണെങ്കിൽ അദ്ദേഹം രാജാവായാൽപ്പോലും, അദ്ദേഹത്തിനു ചുറ്റും പരിമിതികളുടെ അനേകം വലയങ്ങൾ ഉണ്ടായിരിക്കുമെന്ന് നാം അറിഞ്ഞിരിക്കണം. അത് മനസ്സിൽ വച്ചുകൊണ്ടു വേണം അദ്ദേഹത്തോട് ഇടപെടാൻ.

കാഴ്ചയുടെ വിടവ് ബുദ്ധികൊണ്ട് പൂർണ്ണമായും നികത്താൻ കഴിയുന്നതല്ലെന്ന്, കൃഷ്ണാ, നിനക്ക് അറിയാവുന്നതാണല്ലോ. അതുകൊണ്ടുതന്നെ അവരുടെ മനസ്സിന്റെ വ്യാപാരങ്ങൾ പലപ്പോഴും നാം വിചാരിക്കുന്ന വഴിയിൽ ആയിക്കൊള്ളണമെന്നില്ല. അതുകൊണ്ടാണ് കൃഷ്ണാ, തന്റെ പുത്രനുമേൽ ഇത്രയേറെ വിശ്വാസമർപ്പിച്ച് ജീവിക്കുന്ന അദ്ദേഹത്തിന്റെ മനസ്സിനെ തിരിച്ചറിയാൻ ചിലപ്പോഴെങ്കിലും എനിക്ക് കഴിയാതെ പോകുന്നത്."

കേട്ടുനിന്ന കുന്തീദേവിയുടെ മിഴികളിൽ അശ്രുപൊടിയുന്നത് വിദുരർ കണ്ടു.

കുന്തി പറഞ്ഞു:

"ദ്രുപദന്റെ കൊട്ടാരത്തിൽ സർവ്വവിധ സുഖസൗകര്യങ്ങളോടുകൂടി കഴിഞ്ഞുവന്നവളാണ് എന്റെ ദ്രൗപദി. രാജ്യമില്ലാത്ത, അന്തിയുറങ്ങാനൊരു താവളംപോലുമില്ലാത്ത ഞങ്ങൾ അവളെയുംകൂട്ടി എങ്ങോട്ട് പോകണമെന്നറിയാതെ വിഷമിക്കുകയാണ്. വനാന്തരങ്ങളിലെ പർണ്ണശാലകളിലോ, മഹാവൃക്ഷങ്ങളെ പൊതിഞ്ഞു കിടക്കുന്ന ലതാനികുഞ്ജത്തിലോ, അതോ ഘോരവനത്തിലെ.."

കൃഷ്ണൻ കൈപ്പത്തി ചേർത്ത് പിതൃസഹോദരിയെ തടഞ്ഞു.

"വഴിയുണ്ടാവും ഇളയമ്മേ."

അന്തഃപുരത്തിന്റെ കവാടത്തിൽ പിന്നെയും തണുത്ത കാറ്റു വിശി.

'ഭവതിയോടോപ്പം പാണ്ഡവരെയും ദ്രൗപദിയേയും കൊണ്ടുപോകാൻ വന്നതാണ് ഞാൻ.' വിദുരർ പറഞ്ഞു. "ഇത് മഹാരാജാവായ ധൃതരാഷ്ട്രരുടെ ആഗ്രഹവും കല്പനയും പ്രകാരമാണ്. അവിടെ ഇനിമേൽ നിങ്ങൾക്ക് ഒരു ബുദ്ധിമുട്ടും ഉണ്ടാവുന്നതല്ല."

കുന്തിയുടെ മുഖം പ്രകാശിക്കുന്നത് വിദുരരും കൃഷ്ണനും നോക്കി നിന്നു.

ദ്രുപദരാജാവുമായി പാണ്ഡവർക്കു വന്നുചേരുന്ന ബന്ധത്തെക്കുറിച്ച് ധൃതരാഷ്ട്രരിൽ വ്യാകുലത സൃഷ്ടിച്ചതിന്റെ പിറകിൽ കൃഷ്ണന്റെ ബുദ്ധിയായിരുന്നുവെന്ന് വിദുരർ പറഞ്ഞില്ല.

“ഈ ബന്ധം പാണ്ഡവന്മാർക്ക് ബലം നല്കുമെന്നറിയുമ്പോൾ സ്വാഭാവികമായും രാജാവിന്റെ മനസ്സിളകും. അത്തരമൊരു സൈനിക ബലം കൗരവന്മാരെ പരിഭ്രാന്തരാക്കും. പകരം അത് അവർക്കുകൂടി പ്രയോജനപ്പെടുത്തുവാനുള്ള അന്തരീക്ഷം സൃഷ്ടിച്ചെടുക്കുക. അതിന് തല്ക്കാലം പാണ്ഡവരെ ഹസ്തിനപുരത്തിലേക്ക് തിരികെ എത്തിച്ചേ കഴിയൂ..

അത്തരമൊരു ദൗത്യം വിദുരരിലൂടെ മാത്രമെ നിർവ്വഹിക്കപ്പെടാനാവുകയുള്ളു-”

എളുപ്പം ലക്ഷ്യംവരിക്കാൻ കഴിയുന്ന ഇത്തരമൊരു തന്ത്രത്തിൽ കൃഷ്ണനൊപ്പം വിദുരരും ഉള്ളാലെ ചിരിച്ചു. പിന്നെ ധൃതരാഷ്ട്രർ ദ്രുപദരാജാവിനായി കൊടുത്തയച്ച സന്ദേശം കൃഷ്ണൻ വായിച്ചു കേൾപ്പിച്ചു:

“പാഞ്ചാലരാജ്യത്തിന്റെ മഹാനായ രാജാവേ,

അങ്ങയുമായി വന്നുചേർന്നിട്ടുള്ള ഈ ബന്ധത്തിൽ ഹസ്തിനപുരത്തിന്റെ യശസ്സ് അത്യധികമായി വർദ്ധിച്ചിരിക്കുന്നു. കൗരവകുലം അങ്ങയോടും അങ്ങയുടെ രാജ്യത്തിനോടും അതിയായി കടപ്പെട്ടിരിക്കുന്നു. പാണ്ഡുപുത്രർ ദ്രൗപദീസമേതരായി കുന്തിയോടൊപ്പം ഹസ്തിനപുരിയിൽ വന്നെത്തുവാൻ കുരുരാജ കുടുംബാംഗങ്ങൾക്കൊപ്പം ഞാനും കാത്തുനില്ക്കുകയാണ്.

ഹസ്തിനപുരം ഉത്സവലഹരിയിലാണ്-

പ്രജകൾ പൂക്കുടങ്ങളും സുഗന്ധഹാരങ്ങളും വാദ്യഘോഷങ്ങളുമൊരുക്കി നില്ക്കുന്നു.

ഈ മുഹൂർത്തത്തിൽ നിന്നായിരിക്കട്ടെ, നമ്മുടെ സൗഹൃദത്തിന്റെ കൊടിക്കൂറ പാറിത്തുടങ്ങുന്നത്. അങ്ങയ്ക്കും ബന്ധുജനങ്ങൾക്കും പ്രജകൾക്കും സർവ്വവിധ മംഗളങ്ങളും നന്മകളും നേർന്നുകൊണ്ട്...”

സന്ദേശം കേട്ടുകൊണ്ടിരിക്കവെ കുന്തിയുടെ മുഖം വിവർണ്ണമാകുന്നത് വിദുരർ ശ്രദ്ധിക്കുന്നുണ്ടായിരുന്നു. അവിടെ ഉദിച്ചു മറയുന്ന സന്ദേഹങ്ങൾ എന്തായിരിക്കാമെന്ന് അദ്ദേഹത്തിന് ഊഹിക്കാൻ കഴിയുന്നുണ്ട്. ഞരമ്പുകളിലൂടെ കാളകൂടം പ്രവഹിച്ചുകൊണ്ടിരിക്കവെ പുരോദ്യാനത്തിൽ മൂർച്ഛിച്ചുകിടന്ന ഭീമസേനനെ പ്രമാണകോടിയിൽ മുക്കിക്കൊല്ലാൻ മുതിർന്നവർ.

പാർത്ഥനെയും യുധിഷ്ഠിരനെയും ബന്ധിച്ച് തടവിലാക്കി നാടുവാഴാൻ കോപ്പുകൂട്ടിയവർ.

അതൊന്നും പോരാഞ്ഞ്, ഭീമന് പിന്നെയും ഭക്ഷണത്തിലൂടെ വിഷം കൊടുത്തു കൊല്ലാൻ ശ്രമിച്ചവർ.

ഒടുവിൽ അരക്കില്ലത്തിന് തീക്കൊളുത്തി തന്നെയും മക്കളെയും എന്നെന്നേക്കുമായി ഇല്ലാതാക്കാൻ തുനിഞ്ഞവർ....

അവരുടെ ഓരോ ചെയ്തിക്കും കൂട്ടുനിന്ന് ഓരോ വേളയിലും കപടദു:ഖം നടിച്ച് ഉള്ളാലെ സന്തോഷിച്ച ജ്യേഷ്ഠരാജാവ്.

അദ്ദേഹത്തിന്റെ മറ്റൊരു അടവായ ഈ സന്ദേശത്തെ ഇനിയും ഈ അമ്മയും മക്കളും വിശ്വസിക്കണോ?

വിശ്വസിച്ച് ഇനിയും മറ്റൊരു ചതിയിൽപ്പെട്ട് പിന്നെയും കണ്ണുനീർ കുടിക്കാൻ ഈ അമ്മ മക്കളോടൊപ്പം ഹസ്തിനപുരത്തിലേക്ക് വീണ്ടും പോകണമെന്നാണോ?

കുന്തി വസ്ത്രാഞ്ചലം വലിച്ച് മിഴികൾ തുടച്ചു.

"കുന്തീഭോജന്റെ കൊട്ടാരത്തിൽനിന്ന് കേട്ട ചരിതത്തിലൊന്നും ഹസ്തിനപുരത്തിന് ഇങ്ങനെയൊരു ചതിയുടെ മുഖാവരണമില്ലായിരുന്നു–" ഒരിക്കൽ തന്റെ ഭവനത്തിൽവച്ച് കുന്തി പറഞ്ഞതാണ്.

വിദുരർ ഓർക്കുന്നു:

'അന്നത്തെ കഥകളിലെല്ലാം സ്വമനസ്സാ രാജ്യഭാരം അനുജന് ഏല്പിച്ചുകൊടുത്ത ജ്യേഷ്ഠന്റെ മാതൃകയെ പ്രകീർത്തിക്കുന്നതേ ഞാൻ കേട്ടിരുന്നുള്ളൂ. പിന്നെ എപ്പോഴാണ് ഹസ്തിനപുരത്തിൽ ഈ മാറ്റം സംഭവിച്ചു തുടങ്ങിയത്?'

ഏതായാലും കുന്തി സന്ദേഹിച്ചത് തന്നെ പിന്നെയും നടന്നു.

കുരുവംശത്തിന്റെ നാശത്തിനുള്ള കരുക്കൾ ശകുനിയോടൊപ്പം ദുര്യോധനനും ദുശ്ശാസനനും നീക്കി. ധർമ്മനാശം വരുത്തുവാൻ ജന്മമെടുത്തവർ. അവരുടെ കള്ളച്ചൂതിൽ പന്ത്രണ്ട് വർഷത്തെ വനവാസം, അതുകഴിഞ്ഞ് കഠിനമായ അജ്ഞാതവാസം.

"പുറപ്പെടാം" സഞ്ജയൻ പറഞ്ഞു. "ഇനിയും താമസിച്ചാൽ ഒരുപക്ഷേ, മഹാരാജാവ് കൂടുതൽ അക്ഷമനായി മോഹാലസ്യപ്പെട്ടെന്നും വരാം–"

"നടന്നുകൊള്ളുക." വിദുരർ പറഞ്ഞു.

കാമ്യകവനം നിശ്ശബ്ദമായി. ഇലകൾ നിശ്ചലമായി.

മഹാവൃക്ഷത്തെ പൊതിഞ്ഞുനിന്ന ലതാനികുഞ്ജത്തിൽ കുരുവിക്കൂട്ടം ചിറകുകളൊതുക്കി. പർണ്ണശാലയ്ക്കരികെ കൃഷ്ണമൃഗസഞ്ചയം നിശ്ചലമായി നോക്കിനിന്നു.

'ഹേ, പാണ്ഡവാ– '

വിദുരർ നിവർന്നു, വലതുകരമുയർത്തി.

പൊടുന്നനെ, പർണ്ണശാലാങ്കണം ദിവ്യമായൊരു പ്രകാശവലയത്താൽ ശോഭിതമാക്കപ്പെട്ടതുപോലെ; അതിൽ സ്വർണ്ണവിരചിതമായ ഒരു മഹാവിഗ്രഹംപോലെ ദ്രൗപദി.

അവൾക്കരികെ ആ പ്രകാശവലയത്തിൽ പാണ്ഡുപുത്രന്മാർ..

വിദുരർ പറഞ്ഞു:

"ക്ലേശങ്ങളെ അവഗണിക്കുക,

കാലം പാർത്തിരിക്കുക. അധികാരത്തിന്റെ ചെങ്കോൽ നിങ്ങൾക്കുള്ളതാണ്."

വിദുരർ നടന്നു.

നിലംതൊട്ടിഴയുന്ന ഉത്തരീയാഗ്രം അല്പമൊന്നുയർത്തിവച്ച്,

ദീർഘബാഹുക്കൾ പതിയെവീശി വിദുരർ നടക്കുകയാണ്; തിരികെ ഹസ്തിനപുരത്തിലേക്ക്.

അല്പം അകലത്തായി വേഗമേറിയ കുതിരകളെ പൂട്ടിയ രഥം കാത്തുനില്ക്കുന്നുണ്ട്.

മൂന്ന്

താൻ വരുന്നതുംകാത്ത് വീടിന്റെ പൂമുഖത്ത് നില്ക്കുകയാവും കുന്തീദേവിയെന്ന് വിദുരർക്കറിയാം. ഒരു പകലും രാത്രിയും അവരുടെ മക്കളോടൊത്ത് കഴിച്ചുകൂട്ടി കാമ്യകവനത്തിൽനിന്നും താൻ തിരികെ എത്തിയിരിക്കുന്നു എന്നറിഞ്ഞ നേരംമുതൽ അക്ഷമയായി കാത്തുനില്ക്കുകയാവം ആ അമ്മമനസ്സ്.

അവിടെ, അവരോടൊപ്പം മനസ്സ് പങ്കിട്ട് പാർഷതിയുമുണ്ടാവും.

ഈ ജ്യേഷ്ഠരാജാവിന് ഇത്രമാത്രം പറഞ്ഞിരിക്കാൻ എന്താണുള്ളതെന്ന് ഇരുവരും പരിഭവിക്കുകയാവാം..

"വിദുരർ ജ്യേഷ്ഠന്റെ കൊട്ടാരത്തിൽനിന്നും എന്തേ പുറത്ത് വരാത്തത്?

ഹസ്തിനപുരിയിലെ രാജകൊട്ടാരത്തിൽ അദ്ദേഹം എത്തിച്ചേർന്നത് അറിഞ്ഞിട്ടുതന്നെ എത്ര നാഴികകൾ കടന്നുപോയിക്കഴിഞ്ഞിരിക്കുന്നു.

എന്നിട്ടുമെന്തേ, അവൻ അവിടം വിട്ട് ഇറങ്ങിവരാത്തത്..?

പാർഷതീ എനിക്കെന്റെ നകുലന്റേയും ദ്രൗപദിയുടേയും പൊണ്ണനായ ഭീമന്റേയുമൊക്കെ വൃത്താന്തങ്ങൾ അറിയാഞ്ഞിട്ട് ഒരു സ്വസ്ഥതയും കിട്ടുന്നില്ല..."

അകത്ത് പത്നി പചകകാര്യങ്ങളിൽ മുഴുകി നില്ക്കുകയാവും. പുരിയുടെ അതിരുകൾക്കപ്പുറത്തെ വനപ്രദേശങ്ങളിൽനിന്നും വയലിൽനിന്നും ഉദ്യാനപ്രാന്തത്തിലെ പച്ചക്കറിത്തോട്ടങ്ങളിൽനിന്നുമൊക്കെ മക്കൾ ശേഖരിച്ചു കൊണ്ടുവന്ന കിഴങ്ങുകളും തണ്ടുകളും ധാന്യങ്ങളും പയറും പച്ചിലകളുമെല്ലാം വളരെ രുചികരമായി പാചകം ചെയ്തുവയ്ക്കാൻ അവൾക്ക് തിടുക്കമായിരിക്കും. എല്ലാവരും പ്രശംസിക്കുന്ന കൈപ്പുണ്യം. ഒരിക്കലും ഒഴിയാത്ത പാകമായ കായ്കനികൾ, പരിപക്വമായ പഴങ്ങൾ..

തന്റെ വീടിനോട് ചേർന്ന ഒഴിഞ്ഞ വിശാലമായ മൈതാനപ്രദേശത്ത് വിശ്രമം കഴിഞ്ഞ കുതിരകളെ അതതിന്റെ പരിചാരകന്മാർവന്ന് തിരികെ ലായങ്ങളിലേക്ക് കയറ്റിക്കാണും.

മൂന്നുദിവസം കാമ്യകവനത്തിന്റെ പുറത്തും പ്രാന്തങ്ങളിലും പിന്നെ വനവീഥികളിലും തേരുകൾ വലിച്ചും ചിലയിടങ്ങളിൽ സഞ്ജയസംഘത്തെ മുതുകിൽ വഹിച്ചും തന്നെത്തേടിയലഞ്ഞ്, ഒടുവിൽ പാണ്ഡവ സങ്കേതം കണ്ടുപിടിച്ച് വിജയകരമായി തിരിച്ചെത്തിയ

വിശേഷപ്പെട്ട കുതിരകളാണവ.

അവിടെ ആ അമ്മയും തന്റെ പത്നിയും അന്ധരാജാവിനെക്കുറിച്ച് തന്നെയായിരിക്കും ദൂഷണം പറയുന്നുണ്ടാവുക.

“ഈ ജ്യേഷ്ഠരാജാവിന് ഇത്രമാ.്രതം പറഞ്ഞിരിക്കാൻ എന്താണുള്ളത്?”

മൂത്തവനായ തനിക്ക് കാഴ്ചശക്തിയില്ലാത്തതുകൊണ്ട്, ദശാബ്ദങ്ങൾക്ക് മുമ്പ് അനുജനായ പാണ്ഡുവിന് രാജ്യഭാരം വിട്ടുകൊടുത്ത വിഡ്ഢിത്തത്തെക്കുറിച്ചോ?

അതോ, ഒരിക്കൽ വനത്തിൽനിന്നും തങ്ങളെ തിരിച്ചു വിളിച്ച് പാതി രാജ്യവും ധനവും തിരികെയേല്പിച്ച വിശാലമനസ്കതയെക്കുറിച്ചോ?

അതൊന്നുമല്ലെങ്കിൽ ചൂതുകളിയിൽ യുധിഷ്ഠിരൻ കാണിച്ച അനാവശ്യമായ ദുരഭിമാനത്തെക്കുറിച്ചോ? എന്തായിരിക്കുമത്?

രാജ്യമുൾപ്പെടെ സകലതും നഷ്ടപ്പെട്ട് പുത്രന്മാർ വനവാസത്തിന് പുറപ്പെട്ടനേരത്ത് അവരോടൊപ്പം ഇറങ്ങാൻ തുടങ്ങിയതായിരുന്നു, അന്ന് കുന്തിയും എന്ന് വിദുരർ സന്ദർഭവശാൽ ഓർത്തുപോകുന്നു.

അത് ഹസ്തിനപുരത്തിന് മുകളിൽ മഴമേഘങ്ങൾ അടിഞ്ഞുകൂടിയ ഒരു അപരാഹ്നത്തിലായിരുന്നു. പാണ്ഡവന്മാർ വിട്ടൊഴിയുന്നതിൽ ഇന്ദ്രപ്രസ്ഥം ദുഃഖത്തിൽ നിപതിച്ചനേരം.

തെരുവുകളിൽ സമനിലതെറ്റിയ പുരുഷാരം വിളിച്ചലറി നടക്കുകയാണ്,

നരിച്ചീറുകൾ കാറിക്കരയുന്നു.. ഭ്രാന്തിളകിയ പട്ടികളും കുറുക്കന്മാരും സ്വൈരവിഹാരം നടത്തുന്നു.

അപ്പോഴായിരുന്നു, താൻ പറഞ്ഞത്:

ചന്ദ്രവംശത്തിന്റെ ചരിത്രത്തിൽനിന്ന് ഒരുകാലത്തും മായ്ച്ചു കളയാൻ കഴിയാത്ത അധർമ്മത്തിന്റെ ദൃഷ്ടാന്തമായി ഈ ചതി നിലനില്ക്കുമെന്ന്. ഇത് കൗരവകുലത്തിന്റെ നാശത്തിലേക്കുള്ള വഴിയാണെന്ന്.

അന്നായിരുന്നു, ഹസ്തിനപുരിക്കു മുകളിൽ ചോരനിറമുള്ള മഴ തകർന്ന കുപ്പിചില്ലുകളെറിഞ്ഞ് ചിതറി ഒഴുകിയത്.. ആകാശത്ത് മഴമേഘത്തിന്റെ പർവ്വതശിഖരങ്ങൾ ഇടിഞ്ഞിളകി, ഇടിമുഴക്കമുണ്ടായി. മിന്നൽപിണറുകൾ ചീറിയണഞ്ഞു.

അതുകാൺകെ ദുര്യോധനന്റെ കണ്ണുകൾ രോഷംകൊണ്ട് ചുവന്നു. കർണ്ണന്റെ മുഖം കയ്പുനീരിറക്കിയപോലെ ചുളിഞ്ഞു.

ദ്രോണരും കൃപാചാര്യരും വന്ദ്യനായ ഭീഷ്മരും നിശ്ശബ്ദരായി നിന്നു.

ആ മഹാതാണ്ഡവം കെട്ടടങ്ങിയ നേരത്താണ് ജ്യേഷ്ഠത്തിയമ്മയ്ക്ക് കഴിയാൻ ഈ അനിയന്റെ വീട്ടിൽ ഇടമുണ്ടെന്ന് പറഞ്ഞ് താൻ കുന്തീദേവിയെ സമാശ്വസിപ്പിച്ചത്.

അവിടെ വേവുന്നതിൽ ഒരുപങ്ക് പറ്റി, ആരാലും തകർക്കപ്പെടാൻ

കഴിയാത്ത സുരക്ഷിതത്വത്തിന്റെ കവചമൊരുക്കി, യാദവകുലജാതയായ ഈ പാണ്ഡവമാതാവിന് കാവലായി നില്ക്കാൻ ഈ വിദുരനും കുടുംബവും ഉണ്ടാവും, എന്ന് താൻ പ്രഖ്യാപിച്ചത്.

അത് ആരോടോ, എന്തിനോടോ ഒക്കെയുള്ള വെറുപ്പാണ് എന്ന് പിന്നീട് പലരും കുറ്റപ്പെടുത്തിയിട്ടുണ്ട്. ഒന്നും താൻ ഗൗനിക്കാതിരുന്നത് മനസ്സിൽ രൂഢമൂലമായിക്കഴിഞ്ഞ ധർമ്മബോധത്താലാണെന്ന് തിരിച്ചറിഞ്ഞവൻ യുധിഷ്ഠിരനാണ്.

'അമ്മയുടെ ഭാരം തനിക്കേറെ സന്തോഷമാണ്'-എന്ന ഭാവത്തിൽ നിന്നത് ഭീമനായിരുന്നു. 'വേണമെങ്കിൽ ഈ ജന്മം മുഴുവൻ അമ്മയെ നിലത്തുവെക്കാതെ കൊണ്ടുനടക്കാനുള്ള ബലം തനിക്കുണ്ട്'

പണ്ട്, ഗംഗാതീരത്തിലെ വനാന്തർഭാഗത്തിലേക്ക് ഗുഹാമാർഗ്ഗം രക്ഷപ്പെട്ടുകൊണ്ടിരിക്കവേ, തളർന്നുപോയ കുന്തിയെ ചുമലിലേറ്റി നടന്ന ഓർമ്മയിലായിരുന്നുവത്രേ, അവൻ.

വാരണാവതത്തിൽ പുരോചനന്റെ മേൽനോട്ടത്തിൽ പണിതീർത്തു വച്ച സൗധത്തിൽ ജ്യേഷ്ഠരാജാവിന്റെ ആഗ്രഹംപോലെ കുന്തീദേവിയും മക്കളും താമസമാക്കിയ കാലം..

എല്ലാം ഓർക്കുന്നു, വിദുരർ. അറിഞ്ഞിട്ടില്ലാത്ത പലതും കാമ്യകവനത്തിലെ താമസത്തിനിടയിൽ പാണ്ഡുപുത്രന്മാർ പറഞ്ഞു തരികയും ചെയ്തു.

അതീവ സുന്ദരമായിരുന്നുവത്രേ, വാരണാവതം.

നിറഞ്ഞ നീർത്തടങ്ങളും പൊയ്കകളും അവയിൽ വിഹരിക്കുന്ന അരയന്നങ്ങളും, കുളിർകാറ്റ് പെയ്യുന്ന പച്ചപ്പടർപ്പുകളും നിലാവിറങ്ങി നില്ക്കുന്ന വനസ്ഥലികളും...

അവ ഏറ്റവും ആസ്വദിച്ചത് ഭീമനായിരുന്നുപോലും. അവൻ ഒരു കുട്ടിയെപ്പോലെ അവിടമാകെ നടന്നും മരനിരകൾക്കിടയിലൂടെ ചാടിയും വള്ളിപ്പടർപ്പുകൾ പറിച്ചെറിഞ്ഞും പൂക്കളിറുത്തും രസിച്ചും വൻവൃക്ഷ ശാഖകൾ അടർത്തിയെറിഞ്ഞും വാനരക്കൂട്ടത്തെ പേടിപ്പിച്ചും...

ഋതുക്കൾ മാറിവരുന്നതും, അതിനൊത്ത് പ്രകൃതി വേഷങ്ങൾ മാറ്റി അണിയുന്നതും, പിന്നെ തോരാതെ കണ്ണുനീർ വാർത്ത് കരഞ്ഞിരിക്കുന്നതും... ഒക്കെ അവനല്ലാതെ മറ്റാർക്കും ആ വിധം ആസ്വദിക്കാൻ കഴിയുമായിരുന്നില്ല, എന്ന് കുന്തീദേവിയും പറഞ്ഞിട്ടുണ്ട്.

ഒടുക്കം വൃക്ഷശാഖകളിലെവിടെയോ മറഞ്ഞിരുന്ന കാലൻ കോഴികൾ നെഞ്ചുകരിഞ്ഞ് കൂവിവിളിച്ച ഒരു പാതിരാനേരത്ത് അവൻ തന്നെയായിരുന്നു, വിളിച്ചെഴുന്നേല്പിച്ചതെന്ന്... എല്ലാം ഇന്നലെയെന്ന പോലെ ഭീമസേനനും വിവരിച്ചു പറഞ്ഞു, വിദുരർ ഓർക്കുന്നു.

രാത്രിയേക്കാൾ കറുത്തിരുണ്ട ഏതോ ഒരു ഗുഹാമുഖം തുറന്ന് അവൻ അമ്മയുടെ കൈ പിടിച്ചിറക്കിയതും കാലുകൾ തളർന്നനേരത്ത് ഒരു വനപുഷ്പത്തെ എന്നപോലെ കൈകളിൽ താങ്ങിയെടുത്തതും, പിന്നെ അകലംവച്ച് കാലടികളിൽ അളക്കുന്നപോലെ ശീഘ്രം നടന്ന്

സഹോദരങ്ങളോടൊപ്പം എത്തിച്ചേർന്നതും..

അടുത്ത പ്രഭാതത്തിൽ അകലെ ഗംഗാതീരത്തിലെ ഏതോ വന പ്രദേശം പൂകി വിശ്രമിച്ച നേരത്ത് അവൻ പറഞ്ഞുവത്രേ:

പുരോചനന്റെ കണ്ണു വെട്ടിച്ച് ഖനകൻ രഹസ്യമായി പണിതീർത്തതായിരുന്നു ആ ഗുഹയെന്ന്. അടുത്ത സൂര്യാസ്തമയം കഴിഞ്ഞ് പതിനാല്നാഴിക അടുക്കുമ്പോൾ അത് അഗ്നിക്കിരയാക്കാനാണ് ദുര്യോധനാദികൾ നിശ്ചയിച്ചിരിക്കുന്നതെന്ന് അറിയിച്ചതും ഖനകൻ തന്നെ.

അത് കൃഷ്ണപക്ഷത്തിലെ അവസാനത്തെ രാത്രിയായിരുന്നു..

ആ അരക്കില്ലത്തിന്റെ നിർമ്മാണരഹസ്യവും അനന്തരം അതിനെ തീയിട്ട് അമ്മയായ കുന്തീദേവിയേയും മക്കളേയും കൊന്നുകളയാനുള്ള പരിപാടികളും മുൻകൂട്ടി അറിഞ്ഞവൻ താനായിരുന്നു എന്ന് വിദുരർ എന്നിട്ടും പറഞ്ഞില്ല. താൻ തന്നെയായിരുന്നു ഗുഹാനിർമ്മാണത്തിന് പരമരഹസ്യമായി ഖനകനെ ഏല്പിച്ചതെന്ന സത്യം അറിയാവുന്ന ഭീമനും അത് പുറത്ത് പറഞ്ഞില്ല. ഒരു രഹസ്യവും മനസ്സിലൊളിപ്പിച്ചു വെക്കാൻ കഴിയാത്തവനാണ് ഭീമൻ എന്നു പറയുന്നത് വെറുതെയാണ്.

"കുരുകുലത്തിലെ ഒരു കുഞ്ഞുപോലുമറിയരുത്. യുക്തമായ ഘട്ടത്തിൽ ഖനകനിലൂടെ നിർദ്ദേശം ലഭിക്കുമ്പോൾ മാത്രം ഗുഹാമുഖത്തിന്റെ കവാടം തുറന്ന് കുന്തീദേവിയോടൊപ്പം രക്ഷപ്പെട്ടുകൊള്ളുക..

ഒടുവിലിറങ്ങുന്ന നീയായിരിക്കും അരക്കില്ലത്തിന് അഗ്നികൊളുത്തുക. പിന്നെ അരനിമിഷം വൈകാതെ

ഗുഹാമുഖം അടച്ച് എത്രയുംവേഗം അമ്മയോടും സഹോദരങ്ങളോടും ചേരുക."

വൃക്ഷപ്പടർപ്പുകൾ വകഞ്ഞ്, പ്രഭാതത്തിന്റെ കുങ്കുമമണിഞ്ഞ വനാന്തർഭാഗത്ത് തെളിനീരുമായിവന്ന നകുലനെ നോക്കി യുധിഷ്ഠിരൻ പറഞ്ഞുവത്രേ:

പാണ്ഡവജന്മം വിദുരരോളം മറ്റാരോടും കടപ്പെട്ടിട്ടില്ലെന്ന്.

വിദുരർ കൗരവസഭാമന്ദിരം വിട്ടിറങ്ങി.

ആകാശച്ചരിവിൽ ത്രിസന്ധ്യ വർണ്ണപ്പൂക്കുടതൂവി നവോഢയെപ്പോലെ മുഖം കുനിച്ചിരിക്കുകയാണ്.

എത്രയുംവേഗം വീട്ടിലെത്തണം. താൻ എന്നെങ്കിലും തിരിച്ചു വരുമോ, എന്നുപോലും നിശ്ചയമില്ലാതിരുന്ന ഭാര്യയെയും സഹോദരപത്നിയായ കുന്തിയെയും കണ്ട് പാണ്ഡവന്മാരുടെയും പാഞ്ചാലിയുടെയും വൃത്താന്തങ്ങൾ പറയണം.

വിദുരർ കൈകൾ വീശി പതിവില്ലാത്തവിധം വേഗം നടന്നു.

ദ്രുപദന്റെ കൊട്ടാരത്തിൽ മകളുടെ വിവാഹം ആർഭാടപൂർവ്വം ആഘോഷിച്ചുവന്ന കാലം. അന്നവിടെ കുന്തിയുമുണ്ടായിരുന്നു, വിദുരർ ഓർക്കുന്നു.

ധൃതരാഷ്ട്ര മഹാരാജാവിന്റെ പ്രമുഖനായ ഉപദേഷ്ടാവ് സഹോദരപുത്രരുടെ വിവാഹത്തിൽ പങ്കുചേരാൻ പുറപ്പെട്ടിരിക്കുന്ന വിവരം

അറിയാവുന്നത് കൃഷ്ണന് മാത്രമായിരുന്നു. അതുകൊണ്ടുതന്നെ പാഞ്ചാലരാജാവിന്റെ സ്വീകരണമുറിയിൽ ഏറ്റവും ആദരണീയരായ അതിഥികൾക്കുള്ള ഇരിപ്പിടങ്ങളിലൊന്ന് തനിക്കുവേണ്ടി അവൻ പ്രത്യേകം ഒരുക്കിവെച്ചിട്ടുണ്ടായിരുന്നു. ദ്രുപദരാജാവും മറ്റുപ്രധാനികളും ബന്ധുജനങ്ങളും ചേർന്നാണ് തന്നെ സ്വീകരിച്ചിരുത്തിയത്.

അന്ന്, തനിക്കു മുമ്പിൽ സർവ്വാഭരണവിഭൂഷിതയായി, നമ്രശിരസ്കയായി ശ്രാവണമാസത്തിലെ പൂർണ്ണ ചന്ദ്രികപോലെ ദ്രൗപദി പ്രണമിച്ചുനിന്നു...

ഒടുവിൽ പാണ്ഡവന്മാരും കുന്തീദേവിയും മാത്രമുണ്ടായിരുന്ന ഒരു വിശ്രമവേളയിൽ താൻ പറഞ്ഞു:

"വെന്തുമരിച്ച സഹോദരപത്നിക്കും അവരുടെ അഞ്ച് മക്കൾക്കും വേണ്ടി പിറ്റേന്നാൾ മുതൽ ഹസ്തിനപുരത്തിൽ ആചാരവിധി പ്രകാരമുള്ള ഉദകക്രിയകൾ നടത്തിയിരുന്നു.

പതിനാറുദിവസത്തെ ദു:ഖാചരണം. പതിനായിരം ബ്രാഹ്മണന്മാരുടെ സാന്നിദ്ധ്യം.

അതിന്റെ പത്തിരട്ടിപ്പേർക്ക് നിത്യവും അന്നദാനം, വസ്ത്രദാനം...

രാജകുടുംബാംഗങ്ങൾക്കൊപ്പം വെന്തുമരിച്ച പുരോചനന് പ്രത്യേക ബഹുമതി...

എല്ലാറ്റിനും മഹാരാജാവിന്റെ നേരിട്ടുള്ള നിർദ്ദേശങ്ങളുണ്ടായിരുന്നു.

നടപ്പാക്കാൻ ഉത്സാഹപൂർവ്വം സുയോധനനും ദുശ്ശാസനനും കർണ്ണനും വികർണ്ണൻ മുതൽ മറ്റനേകരും.."

അതുകേട്ട് ഭീമസേനൻ ചിരിച്ചു. അവന്റെ ചിരിയിൽ ഭൂലോകം കുലുങ്ങുന്നത് പോലെ.

അപ്പോൾ കുന്തീദേവി ഉടുവസ്ത്രത്തിൽ മിഴികൾ തുടയ്ക്കുന്നത് കണ്ടു.

കർണ്ണനെന്ന് കേട്ടപ്പോൾ അവരുടെ മനസ്സ് വിങ്ങിനിറയുന്നത് മറ്റാരും കണ്ടില്ല.. കണ്ടാലും ആർക്കും ഒന്നും അറിയുകയുമില്ല.

ഒടുവിൽ യുധിഷ്ഠിരൻ പറഞ്ഞു:

"ജന്മനിയോഗം ഏറ്റുവാങ്ങാനെത്തിയ വേടത്തിക്കും അവരുടെ അഞ്ച് പുത്രൻമാർക്കും അങ്ങനെ മോക്ഷപ്രാപ്തി സിദ്ധിച്ചു എന്ന് വിചാരിക്കുക."

അപ്പോഴും ഭീമസേനൻ ചിരിച്ചു. വിണ്ടലം വിണ്ടുകീറുന്നപോലെയുള്ള ചിരി...

നടവഴി അവസാനിക്കുന്നിടത്തുനിന്ന് വിദുരർ വീട്ടിലെ വെളിച്ചം കണ്ടു. സന്ധ്യാദീപം ഇന്ന് പതിവിലുമേറെ പ്രകാശം ചൊരിയുന്നതായി വിദുരർക്ക് തോന്നി.

പൂമുഖത്ത് കുന്തീദേവി കാത്തുനില്ക്കുന്നത് വിദുരർ കണ്ടു. തൊട്ടടുത്ത് പ്രതീക്ഷിച്ചപോലെ പാർഷതിയുമുണ്ട്. അദ്ദേഹം ധൃതിപൂണ്ടു ജ്യേഷ്ഠപത്നിയെ ചെന്ന് വന്ദിച്ചു.

താമരദലങ്ങൾപോലെ നനുത്ത കൈവിരലുകൾ കൊരുത്തുകൂപ്പി കുന്തീദേവി ഭർത്തൃസഹോദരനു മുമ്പിൽ ഒരമ്മവിഗ്രഹം പോലെ നിന്നു.

“എന്റെ മക്കൾ?”

ഉള്ളിൽ അലയടിച്ചുകയറിയ തേങ്ങലിൽ അവർ ഒരുവേള മുഖം പൊത്തി. പിന്നെ മുറിഞ്ഞുവീഴുന്ന വാക്കുകൾ വിളക്കിയെടുത്തു: “എന്റെ യുധിഷ്ഠിരനും ഭീമസേനനും പാർത്ഥനും, പിന്നെ മാദ്രീപുത്രന്മാരായ എന്റെ നകുലനും സഹദേവനും,

എന്റെ പ്രിയപ്പെട്ട ദ്രൗപദിയും..”

“സുഖമായിരിക്കുന്നു.”

വിദുരർ കണ്ണുകൾ അടച്ചുതുറന്നു. പിന്നെ ഉത്തരീയത്തിൽ മിഴികളൊപ്പി.

“ആരണ്യകം അവർക്ക് ഒരു സ്വപ്നതീരമെന്നപോലെ സന്തോഷം പകരുന്നുണ്ട്.

മുനിമാരും ഋഷിവര്യന്മാരും ഇഷ്ടജനങ്ങളും അവർക്ക് നിത്യസന്ദർശകരായിട്ടുണ്ട്.

അവർക്ക് അർഘ്യവും ഫലമൂലാദികളും നല്കി സ്വീകരിക്കുന്നതിൽ ദ്രൗപദി സദാ വ്യാപൃതയാണ്.”

പൊടുന്നനെ കുന്തിയുടെ മുഖം മ്ലാനമാവുന്നത് വിദുരരറിഞ്ഞു..

“എത്രപേർക്ക് വിളമ്പിയാലും അവർക്കുള്ള ഭക്ഷണം ഒഴിയാതെ ബാക്കിനില്ക്കുന്ന ഒരക്ഷയപാത്രം സൂര്യഭഗവാൻ അവൾക്കായി നല്കിയിട്ടുണ്ട്.” വിദുരർ പറഞ്ഞു.

എന്നിട്ടും കുന്തീദേവിയുടെ മുഖം തെളിഞ്ഞില്ല. അവർ പറഞ്ഞു:

“ബ്രാഹ്മണന്മാരെയും മുനിമാരെയും മഹർഷിമാരെയും പരിചരിക്കുന്നതിന്റെ സുഖം ഈ കുന്തിയോളം അനുഭവിച്ച മറ്റൊരു സ്ത്രീയും ഭൂമുഖത്ത് പിറന്നിട്ടുണ്ടാവില്ല... അവരുടെ സന്തോഷങ്ങളേയും പരീക്ഷണങ്ങളേയും ഓരോ നിമിഷവുമെന്നപോലെ ഞാൻ അതിജീവിച്ചത് എങ്ങനെ ആയിരുന്നു എന്ന് മറ്റാർക്കും അറിയുകയുമില്ല-”

ഒരല്പനേരം അവർ പിന്നെയൊന്നും പറഞ്ഞില്ല.

എന്നിട്ട് പതുക്കെ, എവിടെയോ തടസ്സംകൊണ്ടിരുന്ന ശ്വാസഗതി നേരെയാക്കി തുടർന്നു:

“ഏറ്റവും ഒടുവിൽ പരിചരിക്കപ്പെട്ട മഹർഷിവര്യൻ അവസാനത്തെ പരീക്ഷണം നടത്തിയത് കുനിച്ചു നിർത്തിയ കുന്തിയുടെ മുതുകിൽ വച്ച് ആവിപറക്കുന്ന ആഹാരം ആസ്വദിച്ച് കഴിച്ചുകൊണ്ടായിരുന്നു... എന്നിട്ടും പരിഭവമൊന്നും പറയാതിരുന്നതുകൊണ്ടാണ് എനിക്കെന്റെ ജന്മദു:ഖങ്ങളുടെ കെട്ടുകാഴ്ചകൾ വരമായി കിട്ടിയത്...”

അവർക്ക് മുമ്പിൽ വിദുരർ തപിച്ചു നിന്നു.

“ഒരു ദത്തുപുത്രിക്ക് ഇതില്പരം സുഖമൊന്നും ഒരുനീതിശാസ്ത്രവും അനുവദിച്ചു കൊടുത്തിട്ടില്ല, അനിയാ.”

കുന്തീദേവിയുടെ നീൾമിഴികൾ നിറയുന്നതും അവിടെ അന്നോളം

ദർശിച്ചിട്ടില്ലാത്ത ഒരുതരം ഈർഷ്യ തീരം തകർത്ത് അലയടിച്ച് അടങ്ങുന്നതും വിദുരർ നോക്കിനിന്നു.... ജനിക്കുന്നതിനു മുമ്പേ സഹോദരീപുത്രന് ദത്തുപുത്രിയായി വാഗ്ദാനം ചെയ്യപ്പെട്ടവളായിരുന്നു കുന്തിയെന്ന് അദ്ദേഹം കേട്ടറിഞ്ഞിട്ടുണ്ട്.

അനപത്യതാദു:ഖം അനുഭവിക്കുന്ന കുന്തീഭോജന് തനിക്ക് പിറക്കുന്ന ആദ്യത്തെ പുത്രിയെ നല്കാമെന്ന് ശൂരസേനൻ വാക്ക് കൊടുത്തിട്ടുണ്ടായിരുന്നുവത്രേ.

സഹോദരിയോടുള്ള അതിരുകടന്ന സ്നേഹം...

ശൂരസേനൻ വാക്കു പാലിച്ചു.

രത്നങ്ങൾ പതിച്ച, വിശേഷപ്പെട്ട പൂക്കളാൽ അലങ്കരിച്ച തൊട്ടിലിൽ പാർവ്വണബിംബംപോലെ തിളങ്ങുന്ന കുഞ്ഞോമനയെ കുന്തീഭോജന്റെ കൈകളിൽ ഏല്പിക്കവെ അയാളുടെ മനസ്സ് സമാശ്വസിച്ചത് അവിടെ മകളെ കാത്തിരിക്കുന്ന സർവ്വൈശ്വര്യസമൃദ്ധിയെക്കുറിച്ചോർത്താവാം..

രാജകൊട്ടാരത്തിലെ പണ്ഡിതശ്രേഷ്ഠന്മാരിൽനിന്നും അവൾക്ക് പകർന്നുകിട്ടാൻ പോകുന്ന അറിവിന്റെ അക്ഷയഖനിയും അപ്പോൾ അദ്ദേഹത്തിന്റെ വിചാരങ്ങളെ സമ്പുഷ്ടമാക്കിയിട്ടുണ്ടാവാം.

അവൾക്ക് ലഭിക്കാനിരിക്കുന്ന സംഗീത-നൃത്താഭ്യസനങ്ങളെ കുറിച്ചും ഇതിഹാസ കഥാകഥനങ്ങൾകേട്ട് അവൾ വളരുന്നതിനെ കുറിച്ചുമൊക്കെ ആ മനസ്സ് സങ്കല്പനങ്ങൾ ചെയ്തിട്ടുണ്ടാവാം.

കുന്തി പറഞ്ഞു:

“ചില ജന്മങ്ങളുണ്ട്, വീട്ടിയാലും വീട്ടിയാലും തീരാത്ത കടങ്ങൾ പോലെ.

തീർത്താലും തീരാത്ത ദു:ഖങ്ങളുമായി അനുഭവിച്ച് അവസാനിക്കാനുള്ളത്.

അത്തരത്തിലുള്ള ഒരു ജന്മമാണനിയാ, ഈ കുന്തിയുടേത്..”

വിദുരർ നിശ്ചലനായി കേട്ടുനിന്നു.

കുരുവംശത്തിലെ ഈ സ്ത്രീരത്നത്തിന്റെ മിഴിനീർ ഇനിയുമീ മണ്ണിൽ വീഴാൻ ഇടവരരുതേ, എന്ന് അയാളുടെ മനസ്സ് പ്രാർത്ഥിച്ചു. പിന്നെ വെൺമേഘപാളികൾ മറച്ചുപിടിച്ച നിറനിലാവുപോലെ അവർ പൂമുഖവാതിൽകടന്ന് മറയുന്നത് അയാൾ നോക്കിനിന്നു.

ഭാഗം രണ്ട്

നാല്

കുളി കഴിഞ്ഞ് വിഭൂതിയണിഞ്ഞ് അലക്കിമടക്കിവച്ച വസ്ത്രങ്ങൾ കുടഞ്ഞുടുത്ത് പരംപൊരുളിനെ മനസ്സിൽ ധ്യാനിച്ച് വിദുരർ കൗരവ സഭയിലേക്ക് നടന്നു.

ഇത് പതിവാണ്, എന്നും പ്രഭാതത്തിൽ കൗരവസഭാ മന്ദിരത്തിൽ വിദുരരുണ്ടായിരിക്കണം. അക്കാര്യത്തിൽ രാജാവിനേക്കാൾ നിർബ്ബന്ധം

തനിക്കാണെന്ന് അദ്ദേഹത്തിന് പലപ്പോഴും തോന്നാറുണ്ട്. അത് തൊഴിലിന്റെ ഭാഗംപോലെ തെറ്റാതെ നിത്യവും പാലിച്ചു വരുന്നു...

എന്നാൽ ഇന്നത്തെ പ്രഭാതം മനസ്സിനെന്തോ ഒരു ആശ്വാസം പകരുന്നപോലെ. ഉദയത്തിന്റെ ആഭരണങ്ങളണിഞ്ഞ പ്രകൃതി ഇന്ന് നിർമ്മലമായ ഒരു തെളിനീർപ്രവാഹത്തെ മനസ്സിലേക്ക് ആനയിച്ച് ആവസിപ്പിക്കുന്നതുപോലെ ഒരു തോന്നൽ. അതിനൊരു കാരണമുണ്ട്-

പതിനൊന്നര മാസങ്ങൾക്ക് മുമ്പ് അജ്ഞാതവാസം ആരംഭിച്ച പാണ്ഡവരെക്കുറിച്ച് ഒരു വിവരവും ഇല്ലാതിരുന്നപ്പോഴാണ് വിരാട രാജാവിന്റെ ഭാര്യാസഹോദരനായ കീചകൻ വധിക്കപ്പെട്ടതായി ഒരു വിവരംകിട്ടുന്നത്. സാധാരണഗതിയിൽ അത് മനസ്സിന് അത്രയേറെ സന്തോഷവും ആശ്വാസവും പകരാനുള്ള വിഷയമൊന്നുമല്ല.

എന്നാൽ കൗരവന്മാരെ സംബന്ധിച്ച് അത് അവർക്ക് വളരെ പ്രതീക്ഷയ്ക്ക് വകയുള്ള ഒരു കാര്യമാണ്.

വിരാടന്റെ സൈന്യാധിപനും മഹാശക്തനുമായ കീചകൻ കൊല്ല പ്പെട്ടതോടെ അവരുടെ രാജ്യത്തിന്റെ ശക്തി ക്ഷയിച്ചു കഴിഞ്ഞു എന്നുള്ള സന്തോഷത്തിലായിരുന്നു കർണ്ണനും ദുശ്ശാസനനും ശകുനിയുമൊക്കെ. പലവട്ടം നേരിട്ടും, അല്ലാതെയും വിരാടനിൽനിന്ന് അപമാനം ഏറ്റുവാങ്ങേണ്ടിവന്നതിന്റെ പകതീർക്കാൻ കീചകന്റെ മരണം പ്രയോജനപ്പെടുമെന്ന് അവർക്ക് വിശ്വസിക്കാം. കാരണം കീച കനായിരുന്നു വിരാടന്റെ ശക്തി. അവനെ ജയിക്കുക എന്നതായിരുന്നു കൗരവരുടെ പ്രശ്നം. ഇപ്പോൾ അവൻ ഇല്ലാതായി കഴിഞ്ഞിരിക്കുന്നു..

ദുര്യോധനൻമാത്രം അവരുടെ ആഹ്ലാദത്തിൽനിന്ന് വിട്ടൊഴിഞ്ഞ് ഒരു രാജാവിനുചേർന്ന ചിന്താഭാരത്തോടെ സഭാമണ്ഡപത്തിൽ അങ്ങോട്ടുമിങ്ങോട്ടും നടന്നുകൊണ്ടിരുന്നു.

എന്നാൽ ചത്തത് കീചകനാണെന്നതുകൊണ്ട് കൊന്നത് ആരാ യിരിക്കാം എന്ന് ചിന്തിക്കാനുള്ള വൈഭവം അവർക്കാർക്കും ഇല്ലാതെ പോയി.

വിദുരനറിയാം: 'ചത്തത് കീചകനാണെങ്കിൽ കൊന്നത് ഭീമൻ തന്നെ.'

ഭീമനല്ലാതെ മറ്റാർക്കും നേരിട്ടുള്ളൊരു മല്ലയുദ്ധത്തിൽ കീചകനെ കൊല്ലാൻ കഴിയില്ല.

അങ്ങനെ വരുമ്പോൾ പാണ്ഡവന്മാർ അജ്ഞാതവാസം അനുഷ് ഠിച്ച് വരുന്നത് വിരാടദേശത്തല്ലാതെ മറ്റെവിടെയും ആവാൻ തരമില്ല.

ദീർഘബാഹുക്കൾ നീട്ടിവീശി വിദുരർ നടന്നു..

ഇന്നലെ, സന്ധ്യാദീപം തൊഴുത് പടികയറി ചെന്നപ്പോൾ അകത്ത് പാർഷതിയോടൊപ്പം കുണ്ഠിതയായിരിക്കുന്ന കുന്തീദേവിയെ കണ്ടതാണ്. കണ്ടപാടേ ഇരുവരും എഴുന്നേറ്റു.

"പന്ത്രണ്ട് വർഷം എന്റെ മക്കൾ കാമ്യകവനത്തിലും ദ്വൈതവന ത്തിലുമായി കഴിഞ്ഞപ്പോഴും അതിനിടയിൽ അഞ്ചുവർഷം എന്റെ

അർജ്ജുനൻ എവിടെയാണെന്നറിയാതെ മനസ്സ് തപിച്ചപ്പോഴും പിന്നെ കാന്താരസരസ്സിൽ അവർ പർണ്ണശാല കെട്ടിക്കഴിയുന്ന കാലത്തും തോന്നിയിട്ടില്ലാത്ത ആശങ്ക, ഇപ്പോൾ, വിദുരാ- അവരുടെ അജ്ഞാത വാസകാലത്ത് ഈ അമ്മ അനുഭവിക്കുന്നു.."

കുന്തിയിൽനിന്നും വിദുരർ അങ്ങനെയൊരു പരിദേവനം പ്രതീക്ഷിച്ചതേ ആയിരുന്നില്ല. എത്ര വലിയ ദു;ഖവും സ്വന്തം മനസ്സിലൊതുക്കി ആരോടുമാരോടും പരിഭവിക്കാതെ കഴിയുന്നവരാണ്, ഈ ജ്യേഷ്ഠപത്നി. പോരെങ്കിൽ അതവസാനിക്കാൻ ഇനി ദിവസങ്ങൾ മാത്രം ബാക്കിനില്ക്കെ...

അവർ തുടർന്നു:

"അവരെ തിരഞ്ഞു കണ്ടുപിടിക്കാൻ കൗരവപ്രമുഖന്മാർ നാടും വീടും അരമനകളും വിപിനങ്ങളും അരിച്ചു പെറുക്കാൻ ചാരന്മാരെ വിട്ടിരിക്കുകയാണ് എന്ന് കേൾക്കുന്നു.

അവരിൽ പലരും പാണ്ഡവന്മാർ ജീവിച്ചിരിക്കാനിടയില്ലെന്ന വിവരവുമായാണ് തിരികെവരുന്നതെന്നും അറിയുന്നു."

അവരുടെ ദു:ഖത്തിൽ എണ്ണവിളക്കിന്റെ തിരിനാളം ഉലയുന്നത് വിദുരർ നോക്കിനിന്നു.

അവർ തുടർന്നു:

"ഇനി അഥവാ, അജ്ഞാതവാസകാലത്ത് എന്റെ മക്കളെ കൗരവർക്ക് കണ്ടുപിടിക്കാൻ കഴിഞ്ഞാൽതന്നെയും അവർ കണക്കുകൂട്ടുന്ന പോലെ ഇനിയും പാണ്ഡവരെ പഴയതുപോലെ പന്ത്രണ്ട് വർഷം വീണ്ടും വനവാസവത്തിന് അയക്കാമെന്നും രാജ്യഭാരംവിടാതെ തങ്ങൾക്ക് തന്നെ കൊണ്ടുനടക്കാമെന്നും മറ്റും വ്യാമോഹിക്കുന്നത് വെറുതെയായിരിക്കും. കൃഷ്ണനുള്ളിടത്തോളംകാലം ഇനി കൗരവവരുടെ കുത്സിതമായ അത്തരം ആഗ്രഹങ്ങൾ നടക്കില്ല, എന്നെനിക്കറിയാം. എന്നിട്ടും.."

പെട്ടെന്നാണ് മനസ്സ് പാണ്ഡവരുടെ അജ്ഞാതവാസത്തെ കീചകന്റെ വധവുമായി ഇണക്കിച്ചേർത്തത്. അത് ഒരു വലിയ സൂചനയാണ്.

പൊടുന്നനെ വിദുരരുടെ മനസ്സിൽ ഒരു പ്രകാശരേഖ തെളിയുന്നപോലെ. മൂടിക്കെട്ടിയ കാർമേഘപാളികൾ വീശിയകറ്റപ്പെട്ടതു പോലെ. കൊടുങ്കാറ്റകന്ന് വൃക്ഷത്തലപ്പുകളിൽ ചാഞ്ചാട്ടം നിലച്ചതു പോലെ-

സന്ധ്യാദീപം പതിവിലുമേറെ ദീപ്തമായതു പോലെ:

'അത് ഭീമനല്ലാതെ മറ്റാരുമായിരിക്കില്ല-'.

ഇനിയുമൊര് വെറും പതിമൂന്നു ദിവസങ്ങൾ...

ഒരു വേള, ഈ തിരിച്ചറിവ് കുന്തീദേവിയോട് വിളിച്ചു പറയണമെന്നുവരെ മനസ്സ് വെമ്പിയതായിരുന്നു-

തടഞ്ഞു വെച്ചു.

തന്നിലൂടെ അജ്ഞാതവാസത്തിന്റെ നിഗൂഢത ഒരു കൊച്ചുപ്രാണി പോലും അറിയാൻ ഇടവരരുത്.

മനസ്സിൽ കോരിനിറയുന്ന പ്രഭാതസുഖത്തിൽ വിദുരർ പതിവു

പോലെ സഭാമണ്ഡപത്തിലേക്ക് കയറിച്ചെന്നു. ദ്വാരപാലകൻമാരും സേനാംഗങ്ങളും മന്ത്രിപ്രവരന് സുപ്രഭാതം നേർന്നു.

അകത്ത് ഗൗരവമായ ആലോചന നടക്കുകയാണ്-

കീചകനില്ലാത്ത വിരാടരാജ്യം ഉടൻ അക്രമിച്ച് കീഴടക്കണം. എന്നിട്ട് രാജാവിനെ ബന്ധനസ്ഥനാക്കണം. അവിടത്തെ സർവ്വവും കൊള്ളയടിച്ച് പശുക്കളും സൈന്യവുമൊത്ത് ഹസ്തിനപുരത്തിലെത്തിക്കണം.

ധൃതരാഷ്ട്രർ പറഞ്ഞു:

"ശരിയാണ്. നാളെ പാളയത്തിലൊരു പടയൊരുക്കം വേണ്ടിവന്നാൽ കൗരവന്മാർ പിറകിലാവരുത്.."

"എങ്കിൽ നാളെ പ്രഭാതത്തോടെ അഗ്നികോണിൽ സർവ്വസന്നദ്ധമായി രഥങ്ങളും സേനാനായകന്മാരും എത്തിച്ചേരേണ്ടതാണ്..." കർണ്ണൻ കല്പിച്ചു.

സഭാതലം ഒഴിഞ്ഞപ്പോൾ വിദുരർ ധൃതരാഷ്ട്രരോട് ചോദിച്ചു:

"അങ്ങ് വിനാശകരമായ കൗരവ - പാണ്ഡവ യുദ്ധത്തിനായുള്ള ഒരുക്കങ്ങൾ ആരംഭിക്കുകയാണോ-"

അന്ധരാജാവ് വെറുതെയെന്നപോലെ കേട്ടുനിന്നു.

"കാന്താരസരസ്സിൽനിന്നും വന്നുചേർന്ന വിപ്രന്മാർ പറഞ്ഞുകേട്ട വിവരംവെച്ച്, കൗരവസുഖങ്ങളുടെ മേനി പറഞ്ഞ് ദ്രൗപദിയെ സൂത്രത്തിൽ ഹസ്തിനാപുരിയിലേക്ക് കൊണ്ടുവരാമെന്ന് ധരിച്ചിറങ്ങിച്ചെന്ന ദുര്യോധനാദികളുടെ ഗതികേട് അങ്ങ് മറന്നുപോയോ?

പരമപവിത്രമായ തപോവനത്തിൽ നികൃഷ്ടവും നീചവുമായ ഉദ്ദേശ്യത്തോടെ കടന്നെത്തിയ ദുര്യോധനനെ ചിത്രസേനന്റെ സൈന്യം വരിഞ്ഞുകെട്ടി ഇന്ദ്രനു മുമ്പിലേക്ക് വലിച്ചിഴച്ചുകൊണ്ടുപോയതും അങ്ങ് മറന്നു പോയോ-?

അന്ന് തകർന്നുതരിപ്പണമായ കുരുവംശത്തിന്റെ അഭിമാനം രക്ഷിക്കാൻ യുധിഷ്ഠിരനും അനുജനായ പാർത്ഥനും മാത്രമേ ഉണ്ടായിരുന്നുള്ളൂ- എന്നതും അങ്ങ് മറന്നുപോയോ?"

വിദുരർ തുടർന്നു:

'ഹസ്തിനാപുരിയിൽ തിരിച്ചെത്തിയ കൗരവന്മാരോട് അന്ന് ഭീഷ്മപിതാവ് ചോദിച്ചു:

ഒടുവിൽ ധർമ്മാത്മജന്മാരായ പാണ്ഡവന്മാർതന്നെ വേണ്ടിവന്നു നിങ്ങളെ മോചിപ്പിക്കാൻ, അല്ലേ? കുരുവംശത്തിന്റെ അഭിമാനം അവരുടേതു കൂടിയാണെന്ന തിരിച്ചറിവ് അവർക്കെങ്കിലും ഉണ്ടായല്ലോ-എന്ന്.

മഹാരാജാവേ, അങ്ങ് സകലതും മറന്നു പോകുന്നു-"

വിദുരരുടെ ചോദ്യം കേട്ട് ധൃതരാഷ്ട്രമനസ്സ് പുളഞ്ഞു, അദ്ദേഹം പറഞ്ഞു:

'ഞാനൊന്ന് സ്വസ്ഥമായുറങ്ങിയിട്ട് ദിവസങ്ങളെത്രയായിരിക്കുന്നുവെന്ന്, ധീമാനായ വിദുരാ, നീ അറിയുന്നുണ്ടോ...

പാണ്ഡവരുടെ അജ്ഞാതവാസം അവസാനിക്കാറായതുമുതൽ സുയോധനനേയും മറ്റു പുത്രന്മാരേയും കർണ്ണനേയും പ്രതി എന്റെ മനസ്സ് കലുഷമാണ്. വിശ്വകർമ്മാവ് പണിതുതന്ന ഈ സഭാതളങ്ങളിൽ അടിഞ്ഞുകൂടുന്ന ആശങ്കയുടെ അളവ് ഞാനറിയുന്നുണ്ട്.

ഇതിനു മുകളിലെ ആകാശം കരിമേഘം വന്നു മൂടുന്നതും അകലങ്ങളിൽനിന്ന് രണഭേരി പതഞ്ഞെത്തുന്നതും ഞാനെന്റെ അന്ധമായ നേത്രങ്ങൾകൊണ്ട് കാണുന്നുണ്ട്..

വിദുരാ, അർജ്ജുനന്റെ ഗാണ്ഡീവത്തേക്കാൾ ഏറെ, ഭീമസേനന്റെ സുപാർശ്വത്തേക്കാൾ ഏറെ, അവന്റെ ഗദയെയാണ് ഞാൻ ഭയക്കുന്നത്. അവന്റെ ഗദാപ്രഹരത്തിൽ സുയോധനന്റെയും ദുശ്ശാസനന്റേയും തുടയും മാറിടവും പിളരുന്നത് സ്വപ്നത്തിൽ കണ്ട് ഞാൻ ഞെട്ടിയുണരുന്നു..

എനിക്ക് സ്വസ്ഥമായൊന്നുറങ്ങാനുള്ള ഉപായം പറഞ്ഞുതരൂ, വിദുരാ–"

സൂര്യൻ പടിഞ്ഞാറ് ചാഞ്ഞുതുടങ്ങിയ നേരത്ത് വൃദ്ധനായ ഒരു ബ്രാഹ്മണൻ വിദുരഭവനത്തിനു മുമ്പിൽ വന്നു.

നരച്ചുനീണ്ട താടിരോമങ്ങളിൽ നഖം കോറി, വെള്ളി ചുറ്റിയ വളഞ്ഞവടി വലതു കൈത്തലംകൊണ്ട് നിലത്തൂന്നി ഒരല്പം ചരിഞ്ഞ് നില്ക്കുന്ന അദ്ദേഹത്തെ ഹസ്തിനപുരിയിലെ കൃഷ്ണമൃഗങ്ങൾ നോക്കിനിന്നു. അപരിചിതനായ അദ്ദേഹത്തെ വിദുരർ ആദരപൂർവ്വം സ്വീകരിച്ചു. വൃദ്ധൻ പറഞ്ഞു:

"വിരാടന്റെ കൊട്ടാരത്തിലെ വൃദ്ധനായ ഒരു ബ്രാഹ്മണപുരോഹിതനാണ് ഞാൻ. സമീപസ്ഥമായ ഉപപ്ലാവ്യത്തിൽനിന്ന് വിരാടരാജാവിന്റെയും കൃഷ്ണന്റെയും നിർദ്ദേശാനുസരണം യുധിഷ്ഠിരന്റെ ദൂതുമായി കൗരവരാജാക്കന്മാരെ കാണുവാൻ പുറപ്പെട്ടതാണ്."

ബ്രാഹ്മണപുരോഹിതൻ ഊന്നുവടി മാറ്റിപ്പിടിച്ച് തെല്ലൊന്ന് നിവർന്ന് നീട്ടി ശ്വസിച്ചു; പിന്നെ തുടർന്നു:

"ഹസ്തിനപുരിയിൽ ചെന്ന് ആരെയെങ്കിലും കാണുന്നതിനുമുമ്പ് അങ്ങയെ വന്നു കാണണമെന്ന് കൃഷ്ണൻ നിർദ്ദേശിച്ചിരുന്നു."

പട്ടുവിരിച്ച പീഠത്തിൽ പുരോഹിതനെ വിദുരർ യഥാവിധി സ്വീകരിച്ചിരുത്തി. പാർഷതി ഫലമൂലാദികൾ ആദരപൂർവ്വം മുമ്പിൽ വച്ചു വണങ്ങി. കുന്തീദേവി ആഗതനെ വന്ദിച്ച് മാറിനിന്നു.

വിദുരർ പറഞ്ഞു:

"പുരിയിൽ പ്രജകളും, അന്തഃപുരവാസികളായ സ്ത്രീകളടക്കം കൊട്ടാരത്തിലെ ആശ്രിതവൃന്ദവും വരാനിരിക്കുന്ന ഒരു മഹായുദ്ധത്തിന്റെ കടുത്ത ഭീതിയിലാണ്. ഏതുവിധേനയെങ്കിലും യുദ്ധമെന്ന മഹാവിപത്ത് ഒഴിവാക്കിയെടുക്കാനുള്ള ഭീഷ്മപിതാവുൾപ്പടെയുള്ള കുരുവന്ദ്യരായ ഗുരുശ്രേഷ്ഠന്മാരുടേയും എന്റെയും ശ്രമങ്ങൾ ഒട്ടുമേ ഫലം കണ്ടില്ല. അങ്ങയുടെ സുധർമ്മമായ ഈ ദൗത്യത്തിന് സർവ്വവിധ

മംഗളങ്ങളും ഉണ്ടാവട്ടെ-"

ബ്രാഹ്മണപുരോഹിതൻ ശോഷിച്ച കൈപ്പത്തി നിവർത്തി വിദുര വചനങ്ങളിൽ അനുഗ്രഹം ചാർത്തി. പുരോഹിതൻ പറഞ്ഞു:

"അങ്ങയുടെ നിർദ്ദേശപ്രകാരം കുരുപുംഗവന്മാരായ ഭീഷ്മരേയും കൃപൻ, ദ്രോണൻ തുടങ്ങിയ ആചാര്യന്മാരേയും കണ്ടതിനുശേഷം ധൃതരാഷ്ട്രമഹാരാജാവിനേയും രാജകുമാരൻമാരേയും കാണുവാൻ എനിക്ക് താല്പര്യമുണ്ട്.."

സന്ധ്യാവന്ദനവും പൂജാദികർമ്മങ്ങളും സുഖശാന്തമായ നിദ്രയും കഴിഞ്ഞ്; പ്രഭാതകൃത്യങ്ങളും പ്രാതലും പൂർത്തിയാക്കി പുരോഹിതൻ വിദുരരോടൊപ്പം ഇറങ്ങി.

പൂമുഖപ്പടിക്കൽ പാർഷതിയും മക്കളും കുന്തിയും അദ്ദേഹത്തിന് യാത്രാമംഗളം നേർന്നു.

"ഹസ്തിനപുരിയിലെ കാറ്റിന് ഇന്ന് പതിവിലുമേറെ തണുപ്പ് തോന്നുന്നുണ്ട്.." നടത്തയിൽ വിദുരർ പറഞ്ഞു. അതുകേട്ട് പുരോഹിതൻ ചിരിതൂകി:

"ക്ഷമയുടെ സ്ഥായിയായ ഭാവം തണുപ്പാണ്. മനോവികാരങ്ങളെ നിയന്ത്രിച്ച് പ്രശ്നങ്ങളെ സമാധാനപരമായി പരിഹരിക്കാനാഗ്രഹിക്കുന്ന സുമനസ്സുകൾക്ക് അത് അനുഭവവേദ്യമാവുന്നു-"

വർണ്ണപുഷ്പങ്ങൾ തലയാട്ടി നില്ക്കുന്ന പൂങ്കാവനത്തിലെ ശലഭങ്ങളെ നോക്കി വിദുരരൊപ്പം പുരോഹിതൻ നടന്നു.

ശീതളമായ കാറ്റ് ഉദ്യാനലതകളിൽ തട്ടിക്കിലുങ്ങി. നനഞ്ഞ വെള്ളിലകളിൽ ദളമിന്നികൾ തിളങ്ങി. പച്ചിലപ്പടർപ്പുകളിൽ ചെറുകിളികൾ ചിലച്ചു. ഹസ്തിനപുരിക്ക് മുകളിൽ പക്ഷിക്കൂട്ടങ്ങൾ പാട്ടുപാടി

പറന്നു...

വിരാടരാജാവിന്റെ പുരോഹിതനെ എതിരേല്ക്കാൻ കൗരവസഭാമന്ദിരം സന്തോഷത്തോടെ ഒരുങ്ങിനിന്നു

"കുലംകൊണ്ടും പ്രായംകൊണ്ടും കേട്ടറിയാൻ കഴിഞ്ഞ ശരീരഭാഷകൊണ്ടും ഭവാൻ വിശിഷ്ടനാണെന്ന് ഞാൻ കരുതുന്നു."

ഭീഷ്മപിതാവും ദ്രോണരും കൃപരും കർണ്ണനും ധാർത്തരാഷ്ട്രന്മാരും വിദുരരും സന്നിഹിതമായ സദസ്സിൽ ധൃതരാഷ്ട്രർ പറഞ്ഞു: "അങ്ങയുടെ യാത്രോദ്ദേശ്യം അറിയുവാൻ ഞങ്ങൾ അതീവ തല്പരരാണ്."

പുരോഹിതൻ രാജാവിന്റെ സ്വീകരണത്തിന് നന്ദി പറഞ്ഞു:

"അങ്ങേയ്ക്കും പുത്രകളത്രാദികൾക്കും ഭീഷ്മാചാര്യനും കുരുകുലത്തിലെ വന്ദ്യരായ എല്ലാ മഹത്തുക്കൾക്കും കുശലമാണല്ലോ?

വിപുലമായ സേനാവ്യൂഹങ്ങളോടുകൂടിയ വിരാടനും പാഞ്ചാലരാജ്യത്തിന്റെ അധിപനായ ദ്രുപദനും പാണ്ഡുപുത്രന്മാരും അങ്ങേയ്ക്കും ഭീഷ്മർക്കും മറ്റെല്ലാവർക്കും കുശലം അറിയിക്കുന്നു.."

പുരോഹിതൻ തുടർന്നു:

"പൈതൃകമായി ധൃതരാഷ്ട്രർക്കും പാണ്ഡുവിനും ലഭിച്ച രാജ്യം രാജധർമ്മത്തെക്കുറിച്ച് ഏറെ അറിവുള്ളവരും ഉത്തമകുലജാതരുമായ കൗരവപാണ്ഡവന്മാർ ഒരുപോലെ അനുഭവിക്കാനുള്ളതാണെന്നും അതിന് സൗഹാർദ്ദപരമായ ഒരു ഒത്തുതീർപ്പാണ് യുധിഷ്ഠിരാദികൾ ആഗ്രഹിക്കുന്നതെന്നും അറിയിക്കുവാനാണ് എന്നെ നിയോഗിച്ച് അയച്ചിരിക്കുന്നത്.

യുദ്ധം കുരുവംശത്തിന്റെ നാശത്തിനുമാത്രമേ ഉതകുകയുള്ളൂ എന്നും രാജാക്കന്മാർ അറിയിക്കുന്നു.

ആകയാൽ സർവ്വർക്കും സ്വീകാര്യമായ സന്ധിയുടെ മാർഗ്ഗത്തിനായി പ്രാർത്ഥിക്കുന്നു.'

സദസ്സ് നിശ്ശബ്ദമായി കേട്ടുനിന്നു. വിദുരർ സർവ്വരിലും ദൃഷ്ടി പായിച്ചു. സുയോധനന്റെയും കർണ്ണന്റെയുമെല്ലാം മുഖം ശാന്തമാണ്.

പുരോഹിതൻ തുടർന്നു:

"അതല്ല, ശസ്ത്രബലത്തിൽ വിശ്വാസം അർപ്പിച്ച് നീങ്ങുകയാണെങ്കിൽ എത്ര അക്ഷൗഹിണികൾ നിരന്നാലും അവയെ നേരിടാൻ അർജ്ജുനൻ ഒരുവൻ മാത്രം മതിയെന്നും അവർ ഓർമ്മിപ്പിക്കുന്നുണ്ട്.."

പൊടുന്നനേ കർണ്ണന്റെ കണ്ഠനാളത്തിൽനിന്നും ഒരാക്രോശമുയർന്നടങ്ങി.

"പ്രമാണകോടിയിൽനിന്ന് പതിനായിരം ആനകളുടെ ബലവുമായി തിരികെവന്ന ഭീമന്റെ ബാഹുബലവും അവർ ഓർമ്മിപ്പിക്കുന്നു."

ദുര്യോധനൻ അഹങ്കാരപൂർവ്വം എഴുന്നേറ്റ് സ്വന്തം തുടയിൽ കൈപ്പത്തികൾ ചേർത്തടിച്ചലറി. അതൊരു സംഹഗർജ്ജനംപോലെ സഭാതലത്തിൽ പ്രകമ്പനം കൊണ്ടു.

'ശസ്ത്രബലവും ബാഹുബലവുമൊന്നും പുരോഹിതൻ സ്പർശിക്കരുതായിരുന്നു'- വിദുരർ വിചാരിക്കുന്നു: 'ബ്രാഹ്മണന് ബലാബലത്തെ കുറിച്ചുള്ള അറിവുകേട് ആദ്യശ്രമത്തെ തകർത്തുകളഞ്ഞുവല്ലോ...'

ഒടുവിൽ എല്ലാവരും പിരിഞ്ഞ് സഭയിൽ ധൃതരാഷ്ട്രരും ദുര്യോധനനും കർണ്ണനും ഭീഷ്മരും വിദുരരും മാത്രമായപ്പോൾ സുയോധനൻ പറഞ്ഞു:

"അതൊരു ബ്രാഹ്മണനല്ലായിരുന്നുവെങ്കിൽ ദൂതനെ വധിച്ചവൻ എന്ന ദുഷ്കീർത്തി ഞാൻ ഗൗനിക്കില്ലായിരുന്നു."

കർണ്ണൻ പറഞ്ഞു: "വിരാടന്റെ സൈനികബലത്തിന്റെ പേരിലാണ് ഈ അഹങ്കാരമെങ്കിൽ അത് തകർക്കാൻ ഈയൊരു കർണ്ണൻ മാത്രം മതി.."

കർണ്ണന്റെ മേനിപറച്ചിൽ കണ്ട് ഭീഷ്മർ ഊറിച്ചിരിച്ചു.

ധൃതരാഷ്ട്രർ പറഞ്ഞു:

"വിരാടന്റെ പുരോഹിതൻ ഉപപ്ലാവ്യത്തിലേക്ക് തിരികെ എത്തുമ്പോഴേക്കും നമുക്ക് നമ്മുടെ ഒരു ദൂതനെ അവിടേക്ക് പറഞ്ഞയക്കേണ്ടതുണ്ട്. അതിനായി ഞാൻ കണ്ടത് സഞ്ജയനെയാണ്."

ഹസ്തിനപുരത്തിന്റെ ആകാശങ്ങളിൽ മേഘമാലകൾ അകലുന്നതുംനോക്കി വിദുരർ നടക്കുകയാണ്. പച്ചവിരിപ്പുകളിൽ പശുക്കളും ശാഖികളിൽ പക്ഷികളും വിശ്രമിക്കുന്നുണ്ട്.

പൂമുഖപ്പടിക്കൽ നിലാവുപോലെ കാത്തുനില്ക്കുകയാണ് കുന്തി.

ഒരുപക്ഷേ, എന്തെങ്കിലും അനുകൂലമായ ഒരു തീരുമാനം, ഒരു സന്ധി-അവർ പ്രതീക്ഷിക്കുന്നുണ്ടാവുമോ?

കുന്തി പറഞ്ഞു:

“പന്ത്രണ്ട് വർഷത്തെ വനവാസം കഴിഞ്ഞു. കഠിനമായ അജ്ഞാതവാസവും അവസാനിച്ചു. ദ്രൗപദീസമേതരായി എന്റെ അഞ്ചുമക്കളും ഉപപ്ലാവ്യത്തിൽ എത്തിയെന്നും കേട്ടറിഞ്ഞു. എന്നിട്ടും ഈ അമ്മയ്ക്ക് മക്കളെ ഒന്നുകാണാൻ നേരമായിട്ടില്ലേ, അനിയാ-”

പൊടുന്നനേ വിദുരരുടെ ഹൃദയംപിടഞ്ഞു. വിയർപ്പിൽ വിഭൂതി നനഞ്ഞു.

പെരുമരത്തിന്റെ ശാഖകളിൽ പ്രചണ്ഡമായ കാറ്റു വീശി.

ഇളകിയാടിയ കിളിക്കൂടുകളിൽ നിന്ന് പറവക്കൂട്ടം പേടിച്ച് പറന്നകന്നു. വിദുരർ പറഞ്ഞു:

“നന്മയുടെ കാലം സമീപസ്ഥമായിക്കൊണ്ടിരിക്കുന്നു,..”

പെരുമരത്തിൽ കാറ്റടങ്ങി. വൃക്ഷശാഖകളുടെ ചാഞ്ചാട്ടം നിലച്ചു. കൂടുവിട്ടു പറന്ന കിളിക്കൂട്ടം തിരികെവന്നു തുടങ്ങി.

വിദുരർ തുടർന്നു:

“ഇത്രയും കാലം, ഭവതി ക്ഷമയോടെ കാത്തിരുന്നില്ലേ.

ഇനി ഈ ഹസ്തിനപുരത്തിനുവേണ്ടി ഒരല്പനാളുകൾ കൂടി.”

അഞ്ച്

ഹസ്തിനപുരത്തിൽനിന്ന് ദൂതുമായിപോയ സഞ്ജയനല്ല, ഉപപ്ലാവ്യത്തിൽനിന്ന് പാണ്ഡവന്മാരേയും കൃഷ്ണനേയും കണ്ട് തിരികെ എത്തിയ സഞ്ജയൻ എന്ന് വിദുരർക്ക് തോന്നി.

അദ്ദേഹം തികച്ചും ഒരു പാണ്ഡവപക്ഷപാതിയായതുപോലെ.

ഒരു ദൂതൻ ഏതൊരു പക്ഷത്തിന്റെ ദൗത്യവുമായാണോ പുറപ്പെട്ടത്, അത് പാടേ മറന്ന് മറുപക്ഷം ചേർന്നതുപോലെയാണ് സഞ്ജയൻ സഭയിൽ സംസാരിച്ചത്.

കൗരവന്മാരേ, നിങ്ങൾക്ക് ആപത്ത് സംഭവിക്കാനുള്ള സമയം അടുത്തു കഴിഞ്ഞിരിക്കുന്നു.. നിങ്ങൾ പുണ്യകർമ്മങ്ങൾ ചെയ്തുകൊള്ളുവിൻ, പുത്രദാരസുഖം അനുഭവിച്ചുകൊള്ളുവിൻ... എന്നൊക്കെ.

ഈ രീതിയിൽ ഒരു പക്ഷത്തെ പ്രകോപിപ്പിക്കുന്നതിലല്ല, പകരം തന്നെ ഏല്പിച്ചുവിട്ട ദൗത്യം വിവേകത്തോടെ, യുക്തിസഹമായി മറുപക്ഷവുമായി പങ്കുവെക്കുന്നതിലാണ് ദൂതന്റെ വിരുതും വിജയവും.

ഇത് പാടേ മറന്നുപോയതായിരുന്നു, വിരാടന്റെ പുരോഹിതന് പറ്റിയ

തെറ്റ്. അദ്ദേഹം കേവലം ഒരു പാണ്ഡവജിഹ്വയായിട്ടായിരുന്നു സഭയെ അഭിമുഖീകരിച്ചത്..

ശസ്ത്രബലത്തിൽ വിശ്വാസം അർപ്പിച്ച് നീങ്ങുകയാണെങ്കിൽ എത്ര അക്ഷൗഹിണികൾ നിരന്നാലും അവയെ നേരിടാൻ അർജ്ജുനൻ ഒരുവൻമാത്രം മതിയെന്നും, പ്രമാണകോടിയിൽനിന്ന് പതിനായിരം ആനകളുടെ ബലവുമായി തിരികെവന്ന ഭീമന്റെ ബാഹുബലത്തെ തടുക്കാൻ ആർക്ക് കഴിയുമെന്നും മറ്റുമുള്ള പ്രയോഗം..

സംസാരത്തിൽ ധാർഷ്ട്യം കലരാതെ സൂക്ഷിക്കാറുള്ള സഞ്ജയന് ഈയൊരു രീതിയിൽ പ്രകോപനപരമായി വസ്തുതകൾ അവതരിപ്പിക്കാൻ തോന്നിയതെന്തുകൊണ്ടായിരിക്കാം?'

കുരുനായകന്മാരായ കുമാരന്മാരും കർണ്ണനും അശ്വത്ഥാമാവുമൊക്കെ ഇരിക്കുന്ന സദസ്സിൽ വളരെയധികം ആത്മസംയമനത്തോടെ വേണം കാര്യങ്ങൾ അവതരിപ്പിക്കാനെന്ന് പുരോഹിതനെപ്പോലെ സഞ്ജയനും മനസ്സിലാക്കിയില്ല. എന്നിട്ടും ദുര്യോധനൻ വാളൂരാതിരുന്നതും അന്ന് പുരോഹിതനെക്കണ്ട് പറഞ്ഞതുപോലെ 'അതൊരു ബ്രാഹ്മണൻ അല്ലായിരുന്നെങ്കിൽ ദൂതനാണെന്ന് നോക്കാതെ വധിച്ചുകളയുമായിരുന്നു', എന്നതുപോലെയുള്ള പ്രയോഗങ്ങളൊന്നും വരാതിരുന്നതും സഭയിൽ ഭീഷ്മപിതാമഹനും പിതാവും ഇരിക്കുന്നത് കൊണ്ടായിരിക്കണം.

പോരെങ്കിൽ അന്ധരാജാവ് അതിനുമുമ്പ് കൃഷ്ണനെക്കുറിച്ച് വലിയ മതിപ്പും ആരാധനയും പ്രകടിപ്പിച്ചതുമല്ലേ.

ധൃതരാഷ്ട്രന്റെ വാസഗൃഹം വിട്ടിറങ്ങി നടക്കവെ വിദുരർ സ്വയം ചോദിച്ചു: "പിന്നെ എപ്പോഴായിരുന്നു ജ്യേഷ്ഠന്റെ മനസ്സ് കൃഷ്ണനാണ് ശരി എന്ന് തിരിച്ചറിഞ്ഞത്?"

ഉപപ്ലാവ്യത്തിൽനിന്ന് സഞ്ജയൻ തിരിച്ചുവന്നപ്പോഴോ?

സഭയിൽ കൃഷ്ണന്റെ ധർമ്മബോധവും നീതിബോധവും വിസ്തരിച്ച് കേൾപ്പിച്ചപ്പോഴോ?

അതോ, പത്നിയായ ഗാന്ധാരിയുടെ സാന്നിദ്ധ്യത്തിൽ വ്യാസഭഗവാൻ കൃഷ്ണന്റെ മാർഗ്ഗം വ്യക്തമായി പറഞ്ഞുകേൾപ്പിച്ച് ബോദ്ധ്യപ്പെടുത്തി കൊടുത്തപ്പോഴോ?

അത് കേട്ടപ്പോഴാണ് അമ്മയായ ഗാന്ധാരി, മകനുനേരെ വിരൽ ചൂണ്ടി പറഞ്ഞത്: "വൃദ്ധരായ മനീഷികളുടെ വാക്കുകൾ അനുസരിക്കാത്ത മകനേ, നീ ഞങ്ങൾക്ക് ദു:ഖം വളർത്തുകയാണ്."

അപ്പോൾ വിദുരർ ശ്രവിച്ചത് അവരുടെ വാക്കുകളല്ല, പകരം അവൻ ജനിച്ചനേരം താൻതന്നെ വിളിച്ചു പറഞ്ഞ ആ മഹാസത്യമായിരുന്നു.

ഇവൻ കൗരവകുലത്തിന്റെ നാശത്തിനായി പിറന്നവനാണെന്ന്.

പിന്നെയും വിദുരരുടെ മനസ്സ് പഴയ ചിന്തകളിലേക്ക് തന്നെ തിരിച്ചുപോവുകയാണ്,

പിന്നീട് എപ്പോഴായിരുന്നു ജ്യേഷ്ഠന്റെ മനസ്സ് കൃഷ്ണനാണ് ശരി

എന്ന് തിരിച്ചറിഞ്ഞത്?

അത് ദ്വാരകയിൽ സഹായാഭ്യർത്ഥനയുമായിവന്ന ദുര്യോധനനോട് 'യുദ്ധത്തിന് തന്നെ വേണോ, അതോ തന്റെ സൈന്യങ്ങളെ വേണോ' എന്ന കൃഷ്ണന്റെ ചോദ്യത്തിന് സൈന്യങ്ങളെ മതി എന്നു പറഞ്ഞ വിഡ്ഢിത്തം തിരിച്ചറിഞ്ഞപ്പോഴോ?

കൃഷ്ണനും പാർത്ഥനും ഒത്തുചേർന്നാലുണ്ടാവുന്ന അജയ്യമായ ശക്തിയെക്കുറിച്ച് വിഡ്ഢിയായ മകൻ മനസ്സിലാക്കാതെ പോയി എന്ന് തിരിച്ചറിഞ്ഞപ്പോഴോ–?

പിന്നീട് സഭാതലം ഒഴിഞ്ഞ് എല്ലാവരും പിരിഞ്ഞപ്പോൾ വ്യാസ ഭഗവാൻ ചോദിച്ചു:

"എല്ലാം നന്നായറിയാവുന്ന വിദുരാ, അധർമ്മത്തിന്റെ മാർഗ്ഗത്തിൽ നിന്ന് നിനക്കെന്തുകൊണ്ട് ധാർത്ത രാഷ്ട്രന്മാരെ പിന്തിരിപ്പിക്കാൻ കഴിയുന്നില്ല."

ഉത്തരം പറയാൻ കഴിയാതെപോയ നിമിഷങ്ങൾ... മനസ്സും സമയവും ഒരേ ദിശയിൽ വീശിയടിക്കുന്ന കാറ്റിൽപ്പെട്ടതുപോലെ കുനിഞ്ഞ് നിന്നു.. വ്യർത്ഥമായ ഒട്ടനവധി ശ്രമങ്ങളുടെ പാഴ്നിലങ്ങളിൽനിന്ന് അനേകം ഹിംസ്രജന്തുക്കൾ തനിക്കുനേരെ പാഞ്ഞടുക്കുന്നപോലെ തോന്നുകയായിരുന്നു, അപ്പോൾ.

വിദുരർ വേദനയോടെ ഓർക്കുന്നു:

എപ്പോഴെപ്പോഴെല്ലാം അവസരങ്ങൾ ലഭിച്ചുവോ, അപ്പോഴെല്ലാം ജന്മനിയോഗം തിരിച്ചറിഞ്ഞ് ധർമ്മശാസ്ത്രവും രാജനീതിയും ഉപദേശിച്ചവനാണ്, താൻ.. യുദ്ധം ഒഴിവാക്കാൻ പര്യാപ്തമായ ഏത് സന്ധിനിർദ്ദേശവും ആരുടെ മുമ്പിൽ വേണമെങ്കിലും അവതരിപ്പിച്ച് അംഗീകരിപ്പിച്ചുതരാം എന്ന് വീമ്പുപറഞ്ഞവൻ.

ഒടുവിൽ, ഹസ്തിനപുരത്തിലേക്ക് തിരികെയെത്തിയ സഞ്ജയനിലൂടെ അവരുടെ ഹിതമറിഞ്ഞ് പതറിയ ധൃതരാഷ്ട്രനോട് ഒരു പകലും രാത്രിയും ഹിതോപദേശം ചെയ്തു.

എല്ലാം സശ്രദ്ധം കേട്ടും ചോദിച്ചും അറിഞ്ഞ രാജാവ്, എന്നിട്ടും പിറ്റേന്ന് സഭ പിരിഞ്ഞപ്പോൾ "പാണ്ഡവന്മാർക്ക് ഉള്ളതിനേക്കാൾ നാല് അക്ഷൗഹിണി നമുക്ക് കൂടുതൽ ഉണ്ടല്ലോ" എന്നുപറഞ്ഞു കേട്ടപ്പോൾ തളർന്നു പോയി.

പറഞ്ഞതത്രയും നിരർത്ഥകമാക്കിക്കളഞ്ഞ ജ്യേഷ്ഠനു മുമ്പിൽ നില്ക്കാൻ കഴിയാതെ പൊട്ടിക്കരയാൻ തോന്നിയ നിമിഷം.

ഈ വിദുരർ അക്ഷരാർത്ഥത്തിൽ പരാജയപ്പെട്ടത് അപ്പോഴായിരുന്നു.

അന്ന് മനസ്സുകൊണ്ട് തീരുമാനിച്ചതായിരുന്നു:

ഈ മുഖ്യനായ ഉപദേഷ്ടാവ്, മന്ത്രി എന്നെല്ലാമുള്ള സ്ഥാനങ്ങൾ വലിച്ചെറിഞ്ഞ് ശാപഗ്രസ്തമായ ഹസ്തിനപുരം വിട്ടൊഴിഞ്ഞ് ദൂരെ എവിടേക്കെങ്കിലും ഓടി രക്ഷപ്പെടാമെന്ന്.

തടഞ്ഞു നിർത്തിയത് കുന്തിയുടെ മുഖമായിരുന്നു. ദ്രൗപദീസമേതരായി തന്റെ പുത്രന്മാർ ഏത് നിമിഷവും വന്നെത്തുമെന്ന് വിശ്വസിച്ച് കഴിയുന്ന ആ അമ്മയുടെ മുഖം.

പിന്നെ കുരുരാജവംശത്തിന്റെ അഭിമാനം.

വിദുരർ നടന്നു. അപ്പോൾ മനസ്സ് പിന്നെയും അതേ ചോദ്യം ആവർത്തിക്കുന്നു.

'കൃഷ്ണനനാണ് ശരി എന്ന് ജ്യേഷ്ഠന്റെ മനസ്സ് തിരിച്ചറിഞ്ഞത് എപ്പോഴായിരുന്നു?

തന്റെ ഹിതോപദേശങ്ങൾകൊണ്ടും, വ്യാസഭഗവാന്റെ ശാസന കൊണ്ടും ഗാന്ധാരീദേവിയുടെ കണ്ണുനീർകൊണ്ടും ഫലിക്കാതെ പോയ ഈ മനംമാറ്റം ജ്യേഷ്ഠരാജാവിന് എങ്ങനെ ഉണ്ടായി?'

ഒടുവിൽ സഞ്ജയനോട് പറയുന്നത് കേട്ടു:

കൃഷ്ണന്റെ മാർഗ്ഗം നീയെനിക്ക് പറഞ്ഞു തരൂ, സഞ്ജയാ, എന്ന്.

നിലാവെളിച്ചത്തിൽ തൂവെള്ള തുടിച്ചു നില്ക്കുന്ന ധൃതരാഷ്ട്ര ഭവനത്തിലേക്ക് വിദുരർ തിരിഞ്ഞു നോക്കി.

ആകാശത്ത് നിലാപ്പക്ഷികൾ പറന്നു നടക്കുന്നുണ്ട്.

അകലെയെങ്ങോ പ്രതീക്ഷയുടെ നേർത്ത കിരണങ്ങൾ തെളിയുന്നുണ്ടോ?

തൊട്ടടുത്ത അപരാഹ്നത്തിൽ ഹസ്തിനപുരിയിലെ കാവല്ക്കാരിലൊരാൾ വിദുരരുടെ വീട്ടുമുറ്റത്ത് വന്നുവണങ്ങി ഒരു സന്ദേശം കൈമാറി.

'അനന്തവീര്യനും മഹാബലനും സാക്ഷാൽ വൃഷ്ണികുലേശനുമായ കൃഷ്ണൻ ധൃതരാഷ്ട്രരാജാവിനെ കാണുവാനായി അടുത്ത ദിവസം ദ്വാരകയിൽ നിന്നും പുറപ്പെടുകയാണ്.

ഈ സന്തോഷകരമായ വിവരം ധൃതരാഷ്ട്രരാജാവിനേയും കുരുവന്ദ്യനായ ഭീഷ്മരേയും പിതൃസഹോദരിയായ കുന്തീദേവിയെയും അറിയിക്കുമല്ലോ....'

അശാന്തിയുടെ ആഴങ്ങളിലെ അമർത്തിപ്പിടിച്ച തിരമാലകൾ പോലുള്ള വിദുരമനസ്സ് പൊടുന്നനെ ഊർജ്ജസ്വലമാവുകയാണ്. അത് മൈനാകപർവ്വതം കടലിൽനിന്നെന്നപോലെ ഉയർന്നുയർന്ന്..

വിദുരർ നിശ്ചയിച്ചു, ആദ്യം കാണാനുള്ളത് കുന്തീദേവിയെയാണ്..

അയാൾ പറഞ്ഞു:

"ദ്വാരകയിൽനിന്നും സാക്ഷാൽ കൃഷ്ണഭഗവാൻ ഹസ്തിനപുരത്തിലേക്ക് പുറപ്പെടുകയാണ്.

വായുവേഗത്തിൽ സഞ്ചരിക്കാൻ കെല്പുള്ള ശൈബ്യൻ, സുഗ്രീവൻ, വലാഹൻ, മേഘപുഷ്പൻ എന്നീ വിശേഷപ്പെട്ട അശ്വങ്ങളെ പൂട്ടിയ സുവർണ്ണരഥത്തിൽ അദ്ദേഹം നാളെ പുറപ്പെടുകയാണ്.

ഈ തെളിഞ്ഞ കാർത്തികമാസത്തിലെ ഐശ്വര്യപൂർണ്ണമായ മൈത്രം എന്ന മുഹൂർത്തത്തിൽ ആ മഹാനുഭാവൻ ഇവിടെ എത്തി

ച്ചേരുവാനാണ് നിശ്ചയിച്ചിരിക്കുന്നത്."

കുന്തിയുടെ മിഴികൾ നിറയുന്നത് വിദുരർ കണ്ടു.

അയാൾ തുടർന്നു: "കൃഷ്ണന് അർജ്ജുനനും സുയോധനനും തുല്യരീതിയിൽ ബന്ധുവായിരിക്കെ, ഇരുപക്ഷത്തിനും അദ്ദേഹം ഒരുപോലെ സ്വീകാര്യനായിരിക്കും.

പാണ്ഡവന്മാർക്ക് മാതാവിന്റെ സഹോദരപുത്രനും സുയോധനന് മകളുടെ ഭർത്തൃപിതാവും കർണ്ണന് അദ്ദേഹം മിത്രവുമാണ്.

അങ്ങനെ എല്ലാവർക്കും സ്വീകാര്യനായ അവനിലൂടെ, ഹസ്തിനപുരത്തിൽ ഇപ്പോൾ അടിഞ്ഞുകൂടിയ ഭീതിയുടെ കരിമേഘക്കാറുകൾ കാറ്റിലകപ്പെട്ട കരിയിലകൾപോലെ പറന്നകലുമെന്ന് ഞാൻ നിശ്ചയമായും വിശ്വസിക്കുന്നു."

പൂമുഖപ്പടിക്കൽ നറുനിലാവ് ചിരിച്ചു.

കൃഷ്ണനെ സ്വീകരിക്കാനുള്ള ഒരുക്കങ്ങൾക്ക് ദുര്യോധനൻ നേതൃത്വം നല്കുന്നതറിഞ്ഞ് ധൃതരാഷ്ട്രർ ആനന്ദിച്ചു. രാജാവ് കല്പിച്ചു:

"ഹസ്തിനപുരിയിൽ ആഘോഷത്തിന്റെ തിരികൾ തെളിയട്ടെ.

തെരുവീഥികളിൽ തോരണങ്ങൾ നിറയട്ടെ.

ജനപഥങ്ങളിൽ രാജചിഹ്നങ്ങൾ ആലേഖനം ചെയ്ത കൊടിക്കൂറകൾ പാറികളിക്കട്ടെ.

സുവർണ്ണലേപിതമായ കൊടിമരങ്ങൾക്കുചാരേ സ്വർണ്ണനെറ്റിപ്പട്ടങ്ങൾ അണിഞ്ഞ ഗജവീരൻമാർ നിരന്നു നില്ക്കട്ടെ.

അലങ്കാരവസ്തുക്കളും താലവൃന്ദങ്ങളുമായി തരുണികളും സ്വാഗതമരുളാൻ ബാലികമാരും ഒരുങ്ങി നില്ക്കട്ടെ..

കൃഷ്ണനു കഴിയാൻ ദുശ്ശാസനന്റെ അതിമനോഹരമായ കൊട്ടാരം തയ്യാറാക്കി അശ്വാരൂഢരായ സേനാംഗങ്ങളുടെ കാവലേർപ്പെടുത്തട്ടെ..."

ഹസ്തിനപുരം ആഹ്ലാദത്തിൽ മുഴുകിത്തുടിച്ചു. ദുന്ദുഭികളും വാദ്യഘോഷങ്ങളും മുഴങ്ങി. ശംഖനാദങ്ങളും സ്തുതിഗീതികളും കൊണ്ട് അന്തരീക്ഷം മുഖരിതമായി.

വർണ്ണജാലങ്ങൾ ജനപഥങ്ങളിൽ പാറിത്തുടിച്ചു. കാറ്റിൽ സുഗന്ധകണികകൾ ഒഴുകിനടന്നു. ആയിരം സേനാംഗങ്ങളും അതിലുമേറെ പുരവാസികളും ചേർന്ന് ഞൊടിയിടകൊണ്ട് എല്ലാം ഒരുക്കിത്തീർത്തു.

ദുശ്ശാസനന്റെ കൊട്ടാരം കനകസമാനം ആകർഷകമാക്കി, കാവലും ഏർപ്പെടുത്തി.

എന്നിട്ടും കൃഷ്ണൻ നേരെചെന്ന് താമസിച്ചത് വിദുരഭവനത്തിലാണെന്നറിഞ്ഞ് രാജാവ് ചോദിച്ചു:

"കൗരവരോട് അനിഷ്ടം തോന്നാൻ നമ്മുടെ ഭാഗത്തുനിന്ന് എന്തുതെറ്റാണ് കൃഷ്ണനോട് ചെയ്തത്?"

സായന്തനത്തിൽ കൃഷ്ണനൊപ്പം അല്പനേരം ഉദ്യാനത്തിൽ നടക്കാനിറങ്ങിയപ്പോൾ വിദുരർ പറഞ്ഞു:

"അവിവേകികൾക്ക് ഏത് അനവസരത്തിലും ദുർബ്ബുദ്ധി തോന്നി

ക്കൂടായ്കയില്ല.

അരക്കില്ലത്തിന്റെ അനുഭവമുള്ളവർക്ക് ദുശ്ശാസനന്റെ പൂർണ്ണ നിയന്ത്രണത്തിലുള്ള കൊട്ടാരത്തെയും കിടപ്പറയെയും കുറിച്ച് ന്യായമായും സംശയം തോന്നാവുന്നതാണല്ലോ-"

കൃഷ്ണൻ ചിരിച്ചു.

അപ്പോൾ ഉദ്യാനത്തിലെ പൂക്കളിൽ മഞ്ഞുകണങ്ങൾ അടർന്നു വീണു. നിലാവ് പതിവിലുമേറെ തിളങ്ങി.

കാർത്തികനിലാവ് ആകാശത്തിലും സൗമ്യമായ മറ്റൊരു നിലാവ് കൃഷ്ണസാമീപ്യത്തിലുമായി വിദുരന്റെ പൂമുഖത്ത് സന്ധ്യയും കുന്തിയും വിളങ്ങി. ഈ നിലാവിന്റെ ചിരിയാണ് കുന്തിക്കും കിട്ടിയതെന്ന് വിദുരരിപ്പോൾ വെറുതെ നിരൂപിക്കുന്നു..

കൃഷ്ണൻ പറഞ്ഞു:

"ഭവതി പാണ്ഡവരെയോർത്ത് അനേകം ദു:ഖങ്ങൾ സഹിച്ചു. എന്റെ സാമീപ്യം കൊണ്ടുണ്ടായ സന്തോഷം അവിടുത്തെ മുഖത്ത് കാണാമെങ്കിലും, സഹിച്ച ദു:ഖത്തിന്റെ ഭാരം ഹൃദയത്തിലും ഞാൻ കാണുന്നുണ്ട്.,'

അതുകേട്ട് കുന്തി ഒരിക്കൽകൂടി ചിരിച്ചു. പിന്നെ പറഞ്ഞു:

"മക്കളെയോർത്ത്, കൃഷ്ണാ- എനിക്കശേഷം ദുഃഖമില്ല.

പലരും ആക്ഷേപിക്കുന്നപോലെ വൈദഗ്ദ്ധ്യമില്ലാതെ യുധിഷ്ഠിരൻ ചതിയന്മാരോട് ചൂതിന് നിന്നുകൊടുത്തതിലും എനിക്ക് പരിഭവമില്ല.

ഏത് അധമനിൽ നിന്നായാലും വെല്ലുവിളികളെ നേരിടുക എന്നത് ക്ഷത്രിയധർമ്മമാണ്. എന്റെ പുത്രന്മാർ അതുതന്നെയേ ചെയ്തിട്ടുള്ളു.

പക്ഷേ, എന്റെ ദു:ഖം കൃഷ്ണാ, പാഞ്ചാലിയെക്കുറിച്ചോർത്തിട്ടാണ്, അവളെ പുരുഷാധമന്മാരുടെ മദ്ധ്യത്തിലേക്ക് വലിച്ചിഴച്ചനേരത്ത് അവളനുഭവിച്ച അപമാനഭാരം ഓർത്തിട്ടാണ്... അന്ന് നിന്റെ കൃപ കൊണ്ട് രക്ഷപ്പെട്ടതാണ്, എന്റെ മകളുടെ ശുദ്ധി."

വിദുരരും കൃഷ്ണനും ത്രിസന്ധ്യയും കേട്ടുനില്ക്കേ, കുന്തി മിഴി നീർ തുടച്ചു. കൃഷ്ണൻ പറഞ്ഞു:

"പതിന്നാലു വർഷത്തെ കാത്തിരിപ്പിന് അവസാനമായിരിക്കുന്നു. അത് സമാധാനത്തിന്റേതാണോ, യുദ്ധത്തിന്റേതാണോ എന്നു മാത്രമെ തീരുമാനിക്കാനുള്ളു.

എന്തായാലും ഈ വസുദേവപുത്രൻ ഇതിലൊന്ന് തീരുമാനിക്കപ്പെട്ടതിന് ശേഷം മാത്രമേ ഹസ്തിനപുരത്തിൽ നിന്ന് യാത്രയുള്ളൂ-"

ചക്രവാളച്ചെരിവിൽ വർണ്ണമേഘങ്ങളുടെ പ്രകാശം മങ്ങി..

സന്ധ്യ നിശ്ശബ്ദമായി.

വൃക്ഷശാഖകളിൽ കാറ്റുനിലച്ചു.

തൊഴുത്തുകളിൽ ഗോക്കളും മരച്ചില്ലകളിൽ പക്ഷികളും ഇളകാതെയിരുന്നു.

ഇന്ദ്രപ്രസ്ഥത്തിലെ നാഴികമണികൾമാത്രം മുടക്കമില്ലാതെ മുഴങ്ങി.

ഒടുവിൽ നേർത്തു നിലാവുതൂകിയ ശബ്ദത്തിൽ കുന്തി പറയുന്നത് കേട്ടു:

''ഞാനെന്റെ അർജ്ജുനനെ പ്രസവിച്ച നേരത്ത് ആകാശത്തു നിന്നൊരു അശരീരി ഉണ്ടായിരുന്നു- നിന്റെ പുത്രൻ ലോകം ജയിക്കുമെന്ന്. അവന്റെ കീർത്തി സ്വർഗ്ഗത്ത് ലും പരക്കുമെന്ന്..''

കൃഷ്ണനൊപ്പം വിദുരരും മനസ്സ് നിറഞ്ഞ് അത് കേട്ടുനിന്നു..

ആറ്

നേരം പുലർന്നു-

അച്ഛൻപെങ്ങൾ ഒരുക്കിയ പ്രാതൽ കൃഷ്ണൻ ആർത്തിയോടെ കഴിച്ചു. അപ്പോൾ വിദുരരുടെ ഭവനത്തിന് മുമ്പിൽ സുയോധനന്റെ സുവർണ്ണരഥം വന്നു നിന്നു.

സുയോധനനോടൊപ്പം രഥത്തിൽനിന്ന് ശകുനിയും ഇറങ്ങി.

അവർ കൃഷ്ണൻ പുറപ്പെടുന്നതും കാത്ത് ക്ഷമയോടെ നില്ക്കുകയാണ്.

അതുകാൺകെ വിദുരരോർക്കുന്നത് കൗരവസഭയിൽ ഭീഷ്മപിതാവ് പറഞ്ഞ വാചകമാണ്- പ്രലോഭനങ്ങൾകൊണ്ട് വശത്താക്കാൻ കഴിയുന്നവനല്ല കൃഷ്ണനെന്ന്.

അത് കൃഷ്ണൻ വരുന്നതറിഞ്ഞ് പതിവിൽക്കവിഞ്ഞ ഒരുക്കങ്ങൾക്ക് രാജാവ് കല്പനകൊടുത്തുകൊണ്ടിരുന്ന നേരത്തായിരുന്നു.

എന്തൊക്കെ ചെയ്താലാണ് കൃഷ്ണന് ഹിതമാവുക എന്നറിയാത്ത ഒരുതരം പരിഭ്രാന്തി.

അപ്പോഴാണ് 'കൃഷ്ണനെ എങ്ങനെയാണ് വശത്താക്കേണ്ടത് എന്ന് ഞാൻ കാണിച്ചു തരാം-' എന്ന ഭാവത്തിൽ ദുര്യോധനൻ ചുണ്ടുകൾ വക്രിച്ച് കർണ്ണനെനോക്കി ചിരിച്ചത്. പിന്നെ പരിഹാസപൂർവ്വം കാതിൽ എന്തോ മന്ത്രിച്ചതും..

ഇപ്പോൾ വിദുരർ തിരിച്ചറിയുന്നു, കൃഷ്ണനെ എതിരേല്ക്കുവാനുള്ള അവന്റെ ഈ വരവും ക്ഷമയോടെയുള്ള കാത്തിരിപ്പും അന്ന് പറഞ്ഞ പ്രലോഭനത്തിന്റെ ഭാഗമല്ലാതെ മറ്റൊന്നുമല്ലെന്ന്.

സുയോധനൻ പറഞ്ഞു:

"രാജാവിനൊപ്പം വയോധികനായ ഭീഷ്മപിതാമഹനും ഗുരുവര്യരും കുരുശ്രേഷ്ഠന്മാരും അങ്ങ് വന്നെത്തുന്നതും കാത്ത് കൗരവസഭാമണ്ഡപത്തിൽ ഉപവിഷ്ടരായിട്ടുണ്ട്-

ഭവാനുള്ള പ്രഭാത ഭക്ഷണവുമൊരുക്കി അന്ത:പ്പുരത്തിൽ അമ്മ ഗാന്ധാരിയും കാത്തിരിക്കുന്നു."

സത്യവ്രതയായ ഗാന്ധാരി.

"തിരികെ പോകുന്നതിന് മുമ്പ് അവരെ കാണണം." കൃഷ്ണൻ വിദുരരോട് പറഞ്ഞു:

"കണ്ട് വന്ദിക്കണം–

അവരും ഒരു യുദ്ധം ഒഴിവാക്കുവാനുള്ള പ്രാർത്ഥനയിലാണെന്ന് കേട്ടിട്ടുണ്ട്..."

അപ്പോൾ കൃഷ്ണരഥവുമായി ദാരുകൻ പൂമുഖത്തിങ്കൽ വന്നെത്തി. വിദുരരോടൊപ്പം കൃഷ്ണനും അതിൽ കയറി.

മുമ്പിൽ ശകുനിയുമായി സുയോധനരഥം പതുക്കെ നീങ്ങി.

അതിന് പിറകിലായി കൃഷ്ണരഥമിളകി.

കൃതവർമ്മാവും സാത്യകിയും മറ്റനേകം വൃഷ്ണിപ്രവരന്മാരും അകമ്പടിയായി നീങ്ങി.

ആകാശത്ത് ദേവദുന്ദുഭിയും ഹസ്തിനപുരിയിൽ കാഹളങ്ങളും മുഴങ്ങി.

ശംഖനാദങ്ങളും വാദ്യഘോഷങ്ങളും മുഴങ്ങി. ദാരുകന്റെ കൈകളിൽ വെള്ളികെട്ടിയ കടിഞ്ഞാണുകൾ അയയുകയും മുറുകുകയും ചെയ്തുകൊണ്ടിരുന്നു.. നേർത്തുനേർത്ത കുളമ്പടിയൊച്ചകൾ താളബദ്ധമായുയർന്നു.

ഹസ്തിനപുരത്തിലെ ജനപദങ്ങളിൽ ഹർഷാരവമുയർന്നു.

ദ്വാരകാവാസിയായ കൃഷ്ണൻ കുരുസഭയിലേക്ക് പുറപ്പെടുകയാണ്–

വിദുരർ പറഞ്ഞു: 'ലക്ഷണങ്ങളെല്ലാം വിജയപ്രാപ്തിക്ക് അനുകൂലമാണെന്ന് തോന്നുന്നു–'

കൃഷ്ണൻ കൈത്തലം പതുക്കെ നിവർത്തി. അത് അനുകൂലത്തിന്റെയോ നിഷേധത്തിന്റെയോ എന്ന് തിരിച്ചറിയാൻ കഴിയാതെ വിദുരർ കുഴങ്ങി.

വന്ദ്യരായ വയോധികരെ വണങ്ങി, മുനിമാരെ വണങ്ങി, കുരുരാജാക്കന്മാരെയും ബന്ധുജനങ്ങളെയും വണങ്ങി കൃഷ്ണൻ കൗരവസഭാമന്ദിരത്തിലേക്ക് പ്രവേശിച്ചു.

ധൃതരാഷ്ട്രരുടെയും വിദുരരുടെയും ഇരിപ്പിടങ്ങൾക്ക് തൊട്ടുചേർന്ന് പ്രത്യേകമായി ഒരുക്കിവച്ച വിശിഷ്ടാസനത്തിൽ അവർക്കൊപ്പം യാദവകുലദേവനുമിരുന്നു.

മുമ്പിൽ ഏകാസനത്തിൽ ദുര്യോധനനും കർണ്ണനും അവർക്ക് സമീപം വികർണ്ണനും ദുശ്ശാസ്സനനും ശകുനിയും ഇരുന്നു. രാജാക്കന്മാരും മുനിശ്രേഷ്ഠന്മാരും അവരവർക്കുള്ള ഇരിപ്പിടങ്ങളിൽ ഉപവിഷ്ടരായി. ഏറ്റവും പിറകിലായി ധൃതരാഷ്ട്രർക്ക് ശൂദ്രസ്ത്രീയിൽ ജനിച്ച യുയുത്സുവും ഇരുന്നു. കൃഷ്ണൻ പറഞ്ഞു:

"സർവ്വ രാജവംശങ്ങൾക്കും മീതെയാണ് കുരുരാജവംശത്തിന്റെ സ്ഥാനമെന്നറിയുക."

സദസ്സിൽ ഹർഷാരവം ഉയർന്നു.

"മഹാരഥന്മാരായ പുരൂരവസ്സ്, യയാതി, നഹുഷൻ, ശന്തനു..."

കുരുരാജ വംശത്തിന്റെ പാരമ്പര്യത്തിലൂടെയും ചരിത്രത്തിലൂ

ടെയും സഞ്ചരിച്ച്, അനേകം നൃപന്മാരെയും ചരിത്രപുരുഷന്മാരെയും സ്മരിച്ച് അവരുടെ ചെയ്തികളെ സ്പർശിച്ചും പ്രശംസിച്ചും കൃഷ്ണൻ വ്യാസഭഗവാനിലെത്തി.

വേദങ്ങളെ നാലായി പകുത്ത മഹാമനീഷിയും കവിശ്രേഷ്ഠനുമായ വ്യാസനിലൂടെ ഗംഗാദത്തനായ ഭീഷ്മൻ വരെയുള്ള അത്യാദരണീയരായ പിതാമഹന്മാരെക്കുറിച്ച് പറഞ്ഞു–

അവർ ജന്മമെടുത്ത വിഖ്യാതമായ കുലത്തെ ഒരിക്കൽകൂടി പ്രശംസിച്ചു.

"ഈ കുലത്തിന്റെ നാശം നമ്മൾ ജീവിച്ചിരിക്കുന്ന കാലത്ത് സംഭവിച്ചുകൂടാ."

സൂര്യതേജസ്സെഴുന്ന സദസ്സ് പെട്ടെന്നൊന്ന് ഇളകിയിരുന്നു.

കൃഷ്ണൻ തുടർന്നു:

"അങ്ങനെ സംഭവിച്ചാൽ ഈ ധന്യമായ ഭൂമിയിൽ ധർമ്മാർത്ഥപ്രമാണങ്ങൾക്ക് അസ്തിത്വമറ്റു പോകും. അവ നിരർത്ഥകങ്ങളായിത്തീരും–

ഹേ, രാജപ്രമുഖന്മാരേ,

മഹാശയൻമാരായ കുരുവന്ദ്യരുടെയും വീരപരാക്രമികളായ നിങ്ങളുടെയും പടയാളികളുടെയും പതിവ്രതാ രത്നങ്ങളായ കുരുനാരീ ജനങ്ങളുടെയും രക്ഷയ്ക്കായി നമുക്ക് ഒത്തുചേരാം. മഹാശക്തന്മാരായ കൗരവന്മാരും കർണ്ണനും ധർമ്മാത്മജനായ യുധിഷ്ഠിരനും സഹോദരങ്ങളും ഒന്നുചേർന്നാൽ അത് ദേവന്മാരോടുകൂടി ഇന്ദ്രനുപോലും ജയിക്കാൻ കഴിയാത്ത ശക്തിയായി തീരും. അതിനാൽ ഹേ, സുയോധനാ,

നമുക്ക് സമാധാനത്തിന്റെ വഴികൾ തേടാം, ശമത്തിന്റെ മാർഗ്ഗം സ്വീകരിക്കാം.

കൗരവ-പാണ്ഡവന്മാർക്ക് പൈതൃകമായി ലഭിച്ച രാജ്യത്തിൽ പകുതി പാണ്ഡവന്മാർക്ക് വിട്ടുകൊടുത്തുകൊണ്ട് പ്രജാസൗഖ്യം ഉറപ്പുവരുത്തുന്ന സഹവർത്തിത്വത്തിൽ നമുക്ക് രാജ്യഭാരം വഹിക്കാം."

പെട്ടെന്ന് തുടക്കാമ്പിൽ മടങ്ങിക്കിടന്ന ഉത്തരീയം വലിച്ച് കൈത്തണ്ടയിലിട്ട് ദുര്യോധനൻ അട്ടഹസിച്ചു– "അർദ്ധരാജ്യം.."

അവൻ കൃഷ്ണനുനേരെ പരിഹാസം ചൊരിഞ്ഞ് എഴുന്നേല്ക്കുന്നത് വിദുരർ നോക്കിനിന്നു.

"അർദ്ധരാജ്യം പോയിട്ട് ഈ ഹസ്തിനപുരത്ത് അവർക്ക് സൂചികുത്താൻ പോലുമുള്ള സ്ഥലം ഈ സുയോധനൻ വിട്ടുകൊടുക്കുമെന്ന് ആരും വിചാരിക്കേണ്ട–"

സഭാതലം പെട്ടെന്ന് മ്ലാനമായി.

വിദുരർ പറഞ്ഞു:

"ശക്തനും ജ്ഞാനിയുമായ വാസുദേവൻ ഇവിടെ ഇപ്പോൾ നില്ക്കുന്നത് കേവലം ഒരു ദൂതൻ മാത്രമായിട്ടാണ്–

ദൂതനെ പരിഹസിക്കുന്നത് രാജോചിതമായ നടപടിയല്ലെന്ന്, ഹേ

സുയോധനാ, നീ അറിയുക.

പകരം, അദ്ദേഹം ദ്വാരകയിലെ രാജാവായിട്ടായിരുന്നു ഈ കൗരവ മദ്ധ്യത്തിൽ നില്ക്കുന്നതെങ്കിൽ, ഒന്നോർക്കുക, നിന്നെയും നിന്റെ വംശ ത്തിനെയും നിനക്കായൊരുങ്ങി നില്ക്കുന്ന പതിനൊന്ന് അക്ഷൗഹിണി കളെയും ഈ ഭൂമുഖത്തിൽനിന്ന് തുടച്ചുമാറ്റാൻ അദ്ദേഹത്തിന് തന്റെ ചക്രായുധമൊന്ന് മാത്രം മതി.”

ഒരു വേള ദുര്യോധനാദികൾ പകച്ചുനിന്നുവോ-

തന്റെ പ്രതികരണം അതിരുകടന്നതും അസ്ഥാനത്തും ആയി പ്പോയി എന്ന് അവൻ തിരിച്ചറിഞ്ഞതായി വിദുരർക്ക് തോന്നി. അല്ലായി രുന്നെങ്കിൽ അവൻ ആ വിധം കർണ്ണനെ കൂടാതെ സഭവിട്ട് ഇറ ങ്ങില്ലായിരുന്നു...

ചിട്ടയായി സ്വസ്ഥാനങ്ങളിലിരുന്ന രാജാക്കന്മാർ ഓരോരുത്തരായി എഴുന്നേല്ക്കാൻ തുടങ്ങി.. അടക്കിപ്പിടിച്ച സംസാരങ്ങളും നിശ്വാസങ്ങ ളുമായി കൗരവസഭാമന്ദിരം മുമ്പൊരിക്കലുമില്ലാത്തപോലെ നിഷ്ക്രിയ മായി..

ധൃതരാഷ്ട്രർ പറഞ്ഞു:

“ഏറ്റവും വേഗത്തിൽ ഗാന്ധാരിയെ സഭയിലെത്തിക്കുക-

അതോടൊപ്പം പുറത്തേക്കിറങ്ങിപ്പോയ സുയോധനനെയും സഭയിൽ വരുത്തുക-”

പുറത്ത് ആരെയോ പ്രതീക്ഷിച്ചിട്ടെന്നപോലെ നില്ക്കുകയാ യിരുന്നു കർണ്ണൻ. അവൻ കൃഷ്ണനെ കണ്ട് മാറി നില്ക്കാൻ തുടങ്ങി യതായിരുന്നു. എന്നാൽ സഭയിൽ സംഭവിച്ചതെല്ലാം സഭയിൽ തീർന്നു എന്ന ഭാവത്തിൽ കൃഷ്ണൻ കർണ്ണന്റെ തോളിൽ പിടിച്ചു...

പിന്നെ അവൻ നിസ്സങ്കോചം കൃഷ്ണനൊപ്പം രഥത്തിൽ കയറു ന്നതും അത് കൃഷ്ണൻ തന്നെ നയിച്ച് നേരെ ഗംഗാതീരത്തെ ലക്ഷ്യ മാക്കി തിരിഞ്ഞുപോകുന്നതും വിദുരർ നോക്കി നിന്നു..

അത് കാൺകെ വിദുരരുടെ മനസ്സിൽ അനേകമനേകം ചിന്തകൾ മുള പൊട്ടുകയാണ്:

‘എന്തു പറഞ്ഞായിരിക്കാം, വാസുദേവൻ കർണ്ണന്റെ മനസ്സിനെ യുദ്ധത്തിൽ നിന്നും പിന്തിരിപ്പിക്കാൻ ശ്രമിക്കുന്നത് ?

അത്, കുന്തീഭോജന്റെ കൊട്ടാരത്തിലെ കന്യക കാണിച്ച കൗമാര കൗതുകത്തിന്റെ അബദ്ധകഥ അവനോട് തുറന്ന് പറഞ്ഞുകൊണ്ടായി രിക്കുമോ?

കവചകുണ്ഡലങ്ങളോടുകൂടി പിറന്ന, സൂര്യതേജസ്സെഴുന്ന പിഞ്ചോ മനയെ പതുപതുത്ത വിരിയിട്ട പെട്ടിയിലടക്കംചെയ്ത് അശ്വനദിയി ലൊഴുക്കി വിട്ടുകൊണ്ടവൾ പ്രാർത്ഥിച്ചുവത്രേ

മകനേ, നിന്റെ യാത്രയിൽ, നിനക്ക് ആകാശത്തിലും ഭൂമിയിലും ജലത്തിലുമുള്ള സർവ്വഭൂതങ്ങളുടെയും കാവലുണ്ടാവട്ടെ, എന്ന്. നീ സുരക്ഷിതമായ കൈകളിൽതന്നെ ചെന്നുചേരട്ടെ,.

ഉപമാതാവിലൂടെ യദുവംശത്തിൽ കൃഷ്ണനും കുരുകുലത്തിൽ തനിക്കും മാത്രം അറിയാവുന്ന കഥ.

അവന്റെ പിറവിയുടെ നേരം കർപ്പൂരാദികളുടെ സുഗന്ധം കുന്തിയെ പൊതിഞ്ഞു.

ഇതുവഴി തന്നിലേക്ക് വിരൽ ചൂണ്ടിയേക്കാവുന്ന ദുഷ്കീർത്തിയുടെ ഭയത്തിൽ അന്ന് അപക്വമായ അവരുടെ മനസ്സ് ചെയ്യിച്ച തെറ്റ്.

അതിനുള്ള പ്രായശ്ചിത്തം ആ അമ്മ അനുഭവിക്കുന്ന ദു:ഖം തന്നെയാണെന്ന് ബോദ്ധ്യപ്പെടുത്തിക്കൊണ്ടാവുമോ, കൃഷ്ണൻ കർണ്ണനെ അനുനയിപ്പിക്കുന്നത്?

ഇനി അഥവാ, അത് അവന് ബോദ്ധ്യപ്പെട്ടാൽത്തന്നെ അവിവാഹിതയ്ക്കുണ്ടാവുന്ന പുത്രൻ അവളെ വേൾക്കുന്ന പുരുഷന്റെ മറ്റുസന്താനങ്ങൾക്കും സഹോദരനായിവരും എന്ന ധർമ്മാനുശാസനം കർണ്ണന് സ്വീകാര്യമാവണം എന്നുണ്ടോ?

അതിൻ പ്രകാരം കൃഷ്ണൻ വാഗ്ദത്തം ചെയ്തേക്കാവുന്ന ജ്യേഷ്ഠപദവിയും സ്ഥാനമാനങ്ങളും രാജ്യഭാരവും കർണ്ണൻ സ്വീകരിക്കണമെന്നുണ്ടോ..?

എല്ലാറ്റിനുമപ്പുറത്ത്, അശ്വനദിവിട്ട് ചർമ്മണ്വതിയിൽ പ്രവേശിച്ച് നീങ്ങിയ പെട്ടകം ധൃതരാഷ്ട്രന്റെ സുഹൃത്തായ അധിരഥന്റെ കൈയിൽത്തന്നെ എത്തിച്ചേരാനുണ്ടായ പൂർവ്വനിയോഗത്തെ കർണ്ണൻ വിധികല്പിതമെന്ന് കരുതി പൊറുക്കുമോ? ഏതൊക്കെ അനുഭവതീക്ഷ്ണതകളുടെ പക്ഷംപിടിച്ചായിരിക്കാം കൃഷ്ണൻ കർണ്ണന്റെ മനസ്സിനെ

യുദ്ധത്തിൽനിന്നും പിന്തിരിപ്പിക്കാൻ ശ്രമിക്കുന്നത്...

അതോ, അടങ്ങാത്ത കണ്ണുനീരോടെ നൂറുവട്ടം കുന്തി നടത്തിയ അനുഗ്രഹത്തിന്റെയും നെഞ്ചിലടക്കിയ വിലാപത്തിന്റെയും പ്രാർത്ഥനയുടെയും സംശുദ്ധിയെ അനിഷേദ്ധ്യമായ ധർമ്മമായി ഉൾക്കൊള്ളണമെന്ന് അവനോട് അപേക്ഷിച്ചുകൊണ്ടോ-?

എങ്ങനെയാണ് കൃഷ്ണൻ ഈ അവസാനത്തെ ഉദ്യമം വിജയത്തിലെത്തിക്കാൻ ശ്രമിക്കുന്നത്-?

വിജനമായ വീഥിയിലൂടെ വിദുരർ ഇങ്ങനെ വൃഥാ ചിന്തിച്ചുകൊണ്ട് നടക്കുകയാണ്.

ആ നടത്തയിൽ പിന്നെയും അദ്ദേഹത്തിന്റെ മനസ്സ് കുരുക്ഷേത്രത്തിലേക്ക് തന്നെ തിരിയുന്നു-

ഒരുപക്ഷേ, സാമത്തിന്റെ വഴികൾകൊണ്ട് ഫലപ്രാപ്തി കാണാതെ കൃഷ്ണൻ ഭേദത്തിന്റെ മാർഗ്ഗത്തിലേക്ക് ചുവട് മാറ്റുന്നുണ്ടാവുമോ-

സ്വന്തം രക്ഷയ്ക്കായി ജനനവേളയിൽത്തന്നെ നിനക്ക് ലഭിച്ച കവചകുണ്ഡലങ്ങൾ ബ്രാഹ്മണ വേഷം ധരിച്ചുവന്ന ഇന്ദ്രന് ഒരു പരമവിഡ്ഢിയെപ്പോലെ ദാനം ചെയ്യുകവഴി, കർണ്ണാ - നീ ഉറപ്പാക്കിയത് സ്വന്തം മരണത്തെയാണ്.

നിനക്കറിയില്ലായിരുന്നു കർണ്ണാ, അർജ്ജുനന്റെ പിതാവായ ഇന്ദ്രൻ

അതുവഴി സ്വന്തം പുത്രന്റെ വിജയം ഉറപ്പാക്കുകയായിരുന്നു- എന്ന്.

പകരം നിനക്ക് ലഭിച്ച വിശേഷപ്പെട്ട വേല് കൊണ്ട് നീ ലക്ഷ്യം വെക്കുന്ന പാർത്ഥനെ ഉറപ്പായും വധിച്ചു കളയാമെന്ന് ധരിച്ചുവശായി നില്ക്കുന്നുണ്ടെങ്കിൽ, കർണ്ണാ അത് ഗുരുവായ പരശുരാമ ശാപം നിന്നെ പിന്തുടരുന്നുണ്ടെന്ന കാര്യം നീ മറന്നുപോവുന്നതു കൊണ്ടാണ്-

അതറിയാവുന്നതു കൊണ്ടാണ് കർണ്ണാ, ഒട്ടുമേ സങ്കോചമില്ലാതെ പാർത്ഥപിതാവ് നിനക്ക് അദ്ദേഹത്തിന്റെ അത്രയും വിശേഷപ്പെട്ട വേൽ തന്നത്. അല്ലാതെ അത് നിനക്കൊരു പ്രത്യുപകാരം ചെയ്തതാണെന്ന് നീ വിശ്വസിച്ചു പോകുന്നുണ്ടെങ്കിൽ അത് നിന്റെ പാവത്തരം കൊണ്ടു തോന്നുന്നത് മാത്രമാണ്.

കർണ്ണാ, പടക്കളത്തിൽ യഥാസമയം ആയുധം പ്രയോഗിക്കാൻ കഴിയാതെ പോകുന്ന യോദ്ധാവിന്റെ അവസ്ഥ എത്രയേറെ ഭീകരവും ദയനീയവുമായിരിക്കുമെന്ന് നീയെന്തേ മറന്നു പോവുന്നത്.

അങ്ങനെ, അഹങ്കാരിയും മൂഢനുമായ ഒരു സുഹൃത്തിന്റെ വ്യാമോഹങ്ങൾക്ക് പിറകെ അഗ്നിയെ പുല്കാൻ അടുക്കുന്ന ഈയലെന്ന പോലെ ചെന്ന് മരണത്തിന്റെ മഹാകുണ്ഡത്തിൽ സ്വയം ഹോമിക്കപ്പെടാനുള്ളതാണോ, നിന്റെ ജന്മം-

അതുകൊണ്ട്, ധീരനും പരാക്രമിയും പരമധർമ്മിഷ്ഠനുമായ കർണ്ണാ, നീ സൂതപുത്രനാണെന്ന അപകർഷതാബോധത്തെ ഇനിയെങ്കിലും കൈവിടുക-

എന്നിട്ട് കൗന്തേയനായി, കൗന്തേയരിൽ മൂത്തവനായി രാജ്യഭാരം ഏറ്റെടുക്കുക. സർവ്വസൗഖ്യങ്ങളും അനുഭവിച്ച് രാജ്യത്തെ പുരോഗതിയിലേക്കും പ്രജകളെ നന്മയിലേക്കും നയിക്കുക.. കുന്തീമാതാവിന് ഒരിക്കലും അനുഭവിക്കാൻ കഴിഞ്ഞിട്ടില്ലാത്ത ജന്മസൗഖ്യം അതുവഴി നേടിക്കൊടുക്കുക..

മഹത്തായ ഹസ്തിനപുരത്തെ വിനാശകരമായ മഹാവിപത്തിൽ നിന്നും രക്ഷിക്കുക..

കൃഷ്ണൻ ഓർമ്മിപ്പിക്കാനിരിക്കുന്ന കാര്യങ്ങളും പറയാനിരിക്കുന്ന വിഷയങ്ങളും അതതിന്റെ ഗുണഗണങ്ങളും അങ്ങനെ മനസ്സിൽ നിരൂപിച്ചു നിരൂപിച്ച് വിദുരർ നടക്കുകയാണ്...

അധികം താമസിയാതെ കൃഷ്ണന്റെ രഥം തിരികെ വിദുരർക്ക് സമീപത്തായി വന്നുനിന്നു. അതിൽ സാരഥിയായും സാരഥ്യനായും കൃഷ്ണൻ മാത്രമെ ഉണ്ടായിരുന്നുള്ളൂ-

വിദുരർ ചോദിച്ചു: "കർണ്ണനെവിടെ-?"

വിദുരഭവനത്തിന്റെ പൂമുഖത്തിങ്കൽ രഥവുമായി ദാരുകൻ വന്നു നിന്നു. പടിവാതില്ക്കൽ നേർത്ത മുകിലിന്റെ നിഴലിൽപെട്ട നിലാവു പോലെ കുന്തീദേവിയുമുണ്ട്.

കൃഷ്ണൻ പറഞ്ഞു:

"ഞാൻ പുറപ്പെടുകയാണ്..

എന്റെ വരവും കാത്ത് ഉപപ്ലാവ്യത്തിൽ അക്ഷമരായിരിക്കുന്ന പാണ്ഡവരോട് ഭവതിക്ക് അറിയിക്കാനുള്ള സന്ദേശം എന്താണെന്നറിഞ്ഞാൽ ഞാനത് ഏറ്റവും വേഗത്തിൽ അവരിലേക്ക് കൈമാറാം-"

മുറ്റത്ത് കാറ്റുവീശി. പൊടിപടലങ്ങളുയർന്നു. കുരുക്ഷേത്രത്തിനു മുകളിൽ സൂര്യനെ മറയ്ക്കുന്ന ഭീതിയായി അത് ഉയർന്നു പറന്നു.

ഹസ്തിനപുരിയുടെ അതിരുകൾ കടന്ന് കൃഷ്ണന്റെ രഥം അകലുന്നത് നോക്കി വിദുരർ നിന്നു. അത് അപരാഹ്നത്തിലെ തിളങ്ങുന്ന വെയിലിൽ പ്രകാശിക്കുന്ന ഏതോ നക്ഷത്രഗോളംപോലെ, അകലെ, അകലെ...

ഭാഗം മൂന്ന്

ഏഴ്

ഹസ്തിനപുരിയുടെ അതിരുകൾ കടന്ന്,

അപരാഹ്നത്തിലെ തിളങ്ങുന്ന വെയിലിൽ ഒരു നക്ഷത്രഗോളം പോലെ,

കൃഷ്ണന്റെ രഥം അകലുന്നതും നോക്കി വിദുരർ നിന്നു.

അതിന്റെ പ്രകാശം കൺമുമ്പിൽനിന്നും അകന്ന് അപ്രത്യക്ഷമാകവെ, പരിക്ഷീണനെപ്പോലെ അദ്ദേഹം തൊട്ടടുത്ത വൃക്ഷത്തണലിൽ ഇരുന്നു.

പാഴ്ച്ചുമരിൽ കരികൊണ്ട് വരച്ചിട്ട കോലങ്ങൾപോലെ, പരാജയപ്പെട്ട ഒരു മഹാദൗത്യത്തിന്റെ വികൃതചിത്രങ്ങൾ മനസ്സിൽകിടക്കുന്നു...

വളരെ നിരാശനായിട്ടാണ് കൃഷ്ണൻ മടങ്ങിയത്.

ആ മടക്കയാത്രയിൽ അദ്ദേഹത്തിന്റെ നീലനേത്രങ്ങളിൽ വിഷാദത്തിന്റെ ചുവപ്പുരാശി പടർന്നിരുന്നു.

ഒടുവിൽ തന്റെ വീടിന്റെ പൂമുഖത്തിൽനിന്ന് യാത്രപറഞ്ഞിറങ്ങവെ അദ്ദേഹം അച്ഛൻ പെങ്ങളുടെ കൈകൾ ചേർത്തു പിടിച്ചു:

"ഭവതിയുടെ പുത്രന്മാരെ കണ്ട് വിവരങ്ങൾ കൈമാറിക്കഴിഞ്ഞ ശേഷമേ ഈ ദൂതൻ ദ്വാരകയിലേക്ക് തിരികെ പോവുകയുള്ളൂ-"

അപ്പോൾ ആ ശബ്ദം ഇടറിയിരുന്നു-

അത് കേൾക്കവെ കുന്തിയുടെ മിഴികൾ നിറഞ്ഞു വിങ്ങുന്നത് വിദുരർ നോക്കി നിന്നതാണ്.

ചാഞ്ഞുതുടങ്ങുന്ന വെയിലിലൂടെ വിദുരർ പിന്നെയും നടന്നു..

വൃക്ഷശിഖരങ്ങളിൽ പക്ഷികളും കാണാമറയത്ത് ചെറുകിളികളും ഛായാതലങ്ങളിൽ ഗോക്കളും അദ്ദേഹത്തെ നോക്കിനിന്നു. അകലെ, ജനപദങ്ങളിൽ ആളുകളൊഴിഞ്ഞിരിക്കുന്നു. ഹസ്തിനപുരം ഉത്സാഹമറ്റ ഒരു വലിയ ജലജീവിയെപ്പോലെ..

ഒടുവിൽ വസുദേവപുത്രൻ ഹസ്തിനപുരത്തിൽനിന്നും യാത്രയാകവെ, രഥചക്രങ്ങൾ പതുക്കെ ഉരുണ്ടുതുടങ്ങവെ, അദ്ദേഹം തന്റെ കൈ പിടിച്ച് തന്നെയും രഥത്തിലേറ്റുകയായിരുന്നു.

"വരൂ, ഹസ്തിനപുരിയുടെ അതിർത്തിയിൽ ഇറങ്ങാം"

വളരെ പതുക്കെയാണ് രഥം നീങ്ങിയത്. വിജനമായ ഒരു താവളത്തിൽ എത്തിയപ്പോൾ കൃഷ്ണൻ ദാരുകനോട് നിർത്താൻ പറഞ്ഞു. ശീഘ്രം പറക്കുന്ന ശൈബ്യസുഗ്രീവങ്ങൾക്ക് രഥം നിർത്താൻ മുൻകാലുകൾ ഉയർത്തേണ്ടിവന്നില്ല. ചീറുന്ന സ്വരവും ഉതിർക്കേണ്ടിവന്നില്ല. ഹസ്തിനപുരത്ത് ഉദ്യാനങ്ങളിൽ കുഞ്ഞുകുട്ടികൾ കളിക്കുന്ന കളിവണ്ടി പോലെ അത് പതുക്കെ നിന്നു.

കൃഷ്ണൻ പറഞ്ഞു-

'ഈ യാത്രയിൽ എനിക്കേറ്റവും ദുഖം തോന്നുന്നത് കർണ്ണനെ കുറിച്ചോർക്കുമ്പോഴാണ്'.

നരകാസുരന്റെ കലി ആത്മാവിലകപ്പെട്ടവനാണ് കർണ്ണൻ. അത് അർജ്ജുനനെ കൊന്നേ അടങ്ങൂ, എന്ന പ്രതിജ്ഞയിലാണ്. സൂര്യഭഗവാനുപോലും തടുക്കാനാവാത്ത വാശി..

ഇന്ദ്രൻ കവചകുണ്ഡലങ്ങൾ ദാനം ചോദിക്കാൻ ഇറങ്ങിത്തിരിച്ച നേരം സൂര്യഭഗവാൻ അവന് താക്കീത് കൊടുത്തതായിരുന്നു- നിന്റെ സുരക്ഷയുടെ കവചമാണതെന്ന്.

എന്നിട്ടും ബ്രാഹ്മണൻ ചോദിച്ചു വന്നപ്പോൾ അവനത് വീണ്ടുവിചാരമില്ലാതെ ദാനം ചെയ്തു.

വിഡ്ഢിയാണ് കർണ്ണൻ. ദാനധർമ്മങ്ങൾക്കുവേണ്ടി ജീവൻ പോലും ത്യജിക്കുമെന്നല്ലാതെ അവയുടെ അന്ത:സത്ത അവന് തിരിച്ചറിയാൻ കഴിഞ്ഞിട്ടില്ല...

ദാനം സ്വീകരിക്കുന്ന പാത്രത്തിന്റെ ശുദ്ധി എന്നത് അതിന്റെ അർഹതയാണ്. അത് നോക്കി വേണം ദാനം നല്കാൻ. അതവന് അറിയില്ല.'

കൃഷ്ണൻ അല്പം നിർത്തി, പിന്നെ രഥം പതുക്കെ നീക്കിക്കൊണ്ട് തുടർന്നു:

"ഭൂമിയിൽ, അവനെ സംബന്ധിച്ചിടത്തോളം ഒരേയൊരു ശത്രു അർജ്ജുനനാണ്, അവിടെ വൈജയന്തി പിഴയ്ക്കില്ലെന്ന് അവൻ കരുതുന്നുണ്ടാവാം. എന്നുവച്ച് ഗുരുശാപം പാഴായിപ്പോവുമോ?"

കൃഷ്ണൻ പറഞ്ഞു:

"പകരം അർജ്ജുനനെ നോക്കൂ. മൂന്നുലോകവും ജയിച്ചു പോരാൻ മതിയാകുന്ന പരമശിവന്റെ പാശുപതാസ്ത്രം. ദ്രോണൻ നല്കിയ ബ്രഹ്മശിരാസ്ത്രം.

യമന്റെ ദണ്ഡാസ്ത്രവും സമുദ്രരാജാവായ വരുണൻ കൊടുത്ത വിശ്രുതമായ ഗാണ്ഡീവവും.

പിന്നെ അസ്ത്രമൊഴിയാത്ത ആവനാഴി...

ഹേ, മഹാബാഹോ, ഭവാനറിയുന്നതാണെങ്കിലും ഞാൻ പറയാം.

ഈ ഗാണ്ഡീവം ആയിരംവർഷം ബ്രഹ്മദേവൻ ധരിച്ചതും പിന്നെ മൂവായിരം വർഷം ശുക്രൻ ധരിച്ചതും അഞ്ഞൂറുവർഷം സോമനാഥൻ ധരിച്ചതും പിന്നെ അത് പാർത്ഥനു നല്കിയ വരുണഭഗവാൻ നൂറുവർഷം കൈവിടാതെ കൊണ്ടുനടന്നതുമാണ്.

കൂടാതെ യഥേഷ്ടം പ്രയോഗിക്കുവാൻ പാർത്ഥന്റെ വശം ആഗ്നേയം, വായവം, വൈഷ്ണവം തുടങ്ങിയ മറ്റ് ബാണങ്ങളും ഉണ്ടെന്നറിയാമല്ലോ.

പോരെങ്കിൽ സർവ്വദേവന്മാരുടേയും അനുഗ്രഹവും അവനുണ്ട്, അജയ്യമായ കരവിരുതുമുണ്ട്...

ഇവയെല്ലാം ഒത്തുകൂടിയ അർജ്ജുനനെ, വില്ലാളിവീരനെങ്കിലും നാനാശാപങ്ങളും ശിരസ്സിൽ വഹിക്കുന്ന കർണ്ണനെങ്ങനെ വധിക്കാൻ കഴിയും.."

ഹസ്തിനാപുരിയുടെ അതിർത്തിയിൽ ഗംഗയുടെ കൈവഴിയോട് ചേർന്ന് തേരുനിർത്തി കൃഷ്ണൻ പറഞ്ഞു:

"എങ്കിലും കാത്തിരിക്കുക.

അവസാനത്തെ ഒന്ന് ഇനിയും ബാക്കിയുണ്ട്.

അത് സംഭവിക്കുകയാണെങ്കിൽ, ചന്ദ്രവംശത്തിൽ ധർമ്മാർത്ഥങ്ങളുടെ വേരോട്ടം നിലച്ചിട്ടില്ലെന്ന് നമുക്ക് സമാധാനിക്കാം"

അതെന്താണെന്ന് പറയുന്നതിന് മുമ്പ് മുൻനിശ്ചയംപോലെ കൃഷ്ണന്റെ രഥം നീങ്ങി.. അത് വായുവേഗത്തിൽ അകന്നകന്നു പോയിക്കൊണ്ടിരുന്നു.

അത് പ്രകാശമാനമായ ഒരു നക്ഷത്രഗോളംപോലെ അകന്നു പോകുന്നത് നോക്കി നില്ക്കാനേ വിദുരർക്ക് കഴിഞ്ഞുള്ളൂ...

പടിഞ്ഞാറ് അസ്തമയത്തിന്റെ കോപ്പുകൾ നിവർന്നുകഴിഞ്ഞു. ആകാശം പതിവിലുമേറെ രക്തച്ഛവി പൂണ്ടിരിക്കുന്നു. കാറ്റിന് തണുപ്പ് തട്ടിത്തുടങ്ങിയിട്ടുണ്ട്...

മേയാൻവിട്ട പശുക്കൾ കൂട്ടംവിട്ട് ഒറ്റയൊറ്റയായി തിരികെയെത്തിത്തുടങ്ങി.

വിദുരർക്ക് മുമ്പിൽ കൃഷ്ണൻ ബാക്കിവച്ചുപോയ സമസ്യമാത്രം പൂർത്തിയാവുന്നില്ല. അത് മനസ്സിൽ പ്രതീക്ഷയുടെ ഒരു കിരണം ബാക്കിനിർത്തിയതുപോലെ..

കൗരവക്കൂട്ടം ഗൗരവമായ ആലോചനയിൽ മുഴുകിനില്ക്കുകയാണ്. ഇനി ഏതുനേരത്തും അക്ഷൗഹിണികളെ അണിനിരത്താമെന്ന ചിന്തയിൽ ഓരോന്നിനും ഓരോ സേനാനായകനെ തീരുമാനിക്കാനുള്ള തിടുക്കത്തിലാണവർ.

ജയദ്രഥനും ശകുനിയുമെല്ലാം സേനാധിപരായി നിയോഗിക്കപ്പെട്ടു കഴിഞ്ഞ സന്തോഷത്തിലാണ്. കർണ്ണൻ മാത്രം എല്ലാ ആലോചനകളിൽ നിന്നും മാറി അകന്നു നില്ക്കുന്നു. ഭീഷ്മർക്ക് കീഴിൽ നിന്നുകൊണ്ട് യുദ്ധത്തിൽ പങ്കെടുക്കാൻ അവൻ തയ്യാറല്ലെന്ന്.

കുരുസഭയിൽവെച്ച് പതിവായി തന്നെ താഴ്ത്തിയുള്ള അദ്ദേഹത്തിന്റെ സംസാരത്തിൽ സഹികെട്ട് അവനത് നേരത്തെ തന്നെ പ്രഖ്യാപിച്ചതാണ്:

'വന്ദ്യനും വയോധികനും കുരുകുലത്തിന്റെ അഭിമാനവും അനേകം പോരാട്ടങ്ങൾ തനിയേ ജയിച്ചവനുമായ ഭീഷ്മരോട് മനസ്സിൽ ആദരവും ബഹുമാനവുമില്ലാഞ്ഞിട്ടല്ല, പകരം അവസരങ്ങൾ കിട്ടുമ്പോഴെല്ലാം തന്നെ അപമാനിക്കുക മാത്രംചെയ്യുന്ന അദ്ദേഹത്തിനോട് മനസ്സ് കൊണ്ട് സമരസപ്പെടാൻ കഴിയാത്തതിനാലാണ്. അദ്ദേഹത്തിന്റെ അവഹേളനം നിറഞ്ഞ വാക്കുകൾ കാതുകൾക്ക് ഇനിയും കേട്ടുനില്ക്കാൻ വയ്യാതായി കഴിഞ്ഞിരിക്കുന്നു.

സൂതപുത്രൻ,

ദുരഹങ്കാരി,

കുരുകുലത്തിന്റെ ഉത്തമമായ താല്പര്യങ്ങൾ തിരിച്ചറിയാൻ കഴിയാതെ അർജ്ജുനവധം എന്നു മാത്രമുരുവിട്ട് നടക്കുന്നവൻ,

അസാദ്ധ്യമായ അതിനെക്കുറിച്ച് മാത്രം ചിന്തിച്ച് കാലം കഴിക്കുന്നവൻ...

എങ്കിലും, ഹേ സുയോധനാ, നിനക്ക് ഞാൻ വാക്കുതരുന്നു: എപ്പോൾ ഭീഷ്മാചാര്യർ പടക്കളത്തിൽ നിലയറ്റ് വീഴുന്നുവോ, അപ്പോൾ ഈ സൂതപുത്രൻ അദ്ദേഹത്തിന് പകരക്കാരനായിനിന്ന് യുദ്ധം നയിക്കുന്നതാണ്."

കർണ്ണൻ പുറത്തേക്ക് നടന്നു.

അവന്റെ കാലൊച്ച അകന്നു കഴിയവെ, ധൃതരാഷ്ട്രർ വിദുരരോട് ചോദിക്കുകയാണ്: "ഹേ വിദുരാ,

ഇപ്പോൾ, ഈ സന്ദിഗ്ദ്ധമായ അവസരത്തിൽ നിനക്ക് എന്തെങ്കിലും പറയാനോ, നിർദ്ദേശിക്കാനോ ഉണ്ടോ-?"

വിദുരർ പറഞ്ഞു:

"കൗരവരും പാണ്ഡവരും നാടിന് ഒരുപോലെ വേണ്ടപ്പെട്ടവരായിരിക്കെ, ഇരുപക്ഷത്തിൽനിന്നും തുല്യമായ അകലം പാലിച്ചുകൊണ്ട് യുദ്ധവിരുദ്ധമായ നിശ്ചയത്തിൽ ഉറച്ചു നില്ക്കുക എന്ന ബലഭദ്രന്റെ വഴിയാണ് എനിക്കും അഭികാമ്യമായിട്ടുള്ളത്.

ഒരുവേള, വരാനിരിക്കുന്ന മഹായുദ്ധത്തിന് സാക്ഷ്യം വഹിക്കാൻ പോലും അരുതാതെ വിദുരനും ബലഭദ്രനെപ്പോലെ തീർത്ഥാടനത്തിനായി പുറപ്പെട്ടെന്നുമിരിക്കും."

തീരെ, അപ്രതീക്ഷിതമായ തന്റെ തീരുമാനംകേട്ട് രാജാവ് പല്ലിറുമ്മുന്നത് വിദുരർ നോക്കിനിന്നു,

പിന്നെ പുറത്തിറങ്ങി.

അപ്പോൾ ഉച്ചവെയിലിലൂടെ ഗംഗയുടെ തീരത്തേക്ക് കർണ്ണൻ ഏകനായി നടന്നു പോവുകയാണ്...

അവൻ പോകുന്നത് കാൺകെ വിദുരരുടെ മനസ്സിൽ അവശേഷി

ക്കുന്ന ഒരേയൊരു സാദ്ധ്യത ഉയിർകൊള്ളുകയാണ്:

അതായത്, ദുര്യോധനൻ നിശ്ചയിച്ച സർവ്വസൈന്യാധിപൻ ആണെങ്കിലും, ഭീഷ്മപിതാമഹൻ വധിക്കപ്പെടേണ്ടവനല്ല എന്ന് യുധിഷ്ഠിരൻ ശാഠ്യം പിടിച്ചാൽ പിന്നെ കൗരവ-പാണ്ഡവ യുദ്ധത്തിൽ കർണ്ണനെന്നെങ്കിലും പ്രത്യക്ഷപ്പെടാൻ കഴിയുമോ? അങ്ങനെവന്നാൽ ഫലത്തിൽ അർജ്ജുനനെ വധിക്കാൻ കർണ്ണനോ, തിരിച്ച് കർണ്ണനെ വധിക്കാൻ അർജ്ജുനനോ അവസരം ലഭിക്കാതെ പോവില്ലേ?

കുന്തീദേവിക്ക് ഏറ്റവും ഹിതകരമായ അതായിരിക്കുമോ കൃഷ്ണൻ "അവസാനത്തെ ഒന്ന് ഇനിയും അവശേഷിക്കുന്നുണ്ട്.." എന്ന് അപൂർണ്ണമായി പറഞ്ഞു വച്ചത്...

വിദുരരുടെ മനസ്സിൽ എവിടെയോ പ്രകാശത്തിന്റെ ഒരു രശ്മി തെളിയുന്നപോലെ.

അങ്ങനെയാവുമ്പോൾ, നിറവേറ്റപ്പെടാതെ പോകുന്നത് ശിഖണ്ഡിയുടെ ജന്മനിയോഗമായിരിക്കും. ജനിച്ചാൽ മരണം സുനിശ്ചിതമായിരിക്കെ, അത് യുദ്ധാനന്തരവും സംഭവിക്കാവുന്നതല്ലേയുള്ളൂ. കൊടുംതപസ്സിലൂടെ കാശിരാജാവിന്റെ സീമന്തപുത്രിയായ അംബ നേടിയ വരവും അത് അനുസരിച്ച് നപുംസക ജന്മത്തിനായി അവൾ ജീവൻ വെടിഞ്ഞതും പിന്നെ വരസിദ്ധിയിൽ ശിഖണ്ഡിയായി ദ്രുപദന്റെ കൊട്ടാരത്തിൽ വന്നുപിറന്നതും, ഒന്നും വ്യർത്ഥമാവാനും പാടില്ലല്ലോ.

കത്തിജ്ജ്വലിക്കുന്ന സൂര്യപ്രഭയിൽ വെള്ളിലത്തിളക്കമുള്ള വെൺപ്രാവുകൾ പറന്നു കളിക്കുന്നതും നോക്കി വിദുരർ വേഗം വേഗം നടന്നു.

അകലെനിന്നും കുന്തീദേവി വരുന്നതുകണ്ട് അദ്ദേഹം മുറ്റത്ത് നിന്നു.

ഒരിക്കൽപ്പോലും തനിയെ പുറത്തിറങ്ങി പോയിട്ടില്ലാത്തവർ, ഇപ്പോൾ ഈ നട്ടുച്ചനേരത്ത് ഇങ്ങനെ കത്തിജ്ജ്വലിക്കുന്ന വേനലിൽ...

ആരുമാരുമറിയാതെ, ആരെയുമാരെയും അറിയിക്കാതെ ഈ ജ്യേഷ്ഠപത്നി ഇപ്പോൾ എവിടെപോയി തിരിച്ചു വരുന്നതായിരിക്കാം..

വിദുരർ അക്ഷമയോടെ അവരെത്തുന്നതും നോക്കി നിന്നു-

പകൽനിലാവുപോലെ അവർ വിളറിയിരിക്കുന്നുവല്ലോ.

അവർ പറഞ്ഞു:

"വിദുരാ, എന്നോട് ക്ഷമിക്കുക. ഈ അമ്മമനസ്സിന് മാപ്പുതരിക."

ഭർത്തൃസഹോദരനു മുമ്പിൽ കുന്തി തേങ്ങിക്കരഞ്ഞു-

"ഒരുവിധത്തിലും മനസ്സിനെ കടിഞ്ഞാണിടാൻ കഴിയാതെ, ആത്മഹത്യയെക്കുറിച്ചുപോലും ചിന്തിച്ചുപോയ ഒരു ഘട്ടത്തിൽ അനിയാ- ഈ തീതുപ്പുന്ന വേനലിൽ ഞനെന്റെ മകനെ തിരഞ്ഞ് ഗംഗാതടത്തിലേക്ക് നടന്നതാണ്. അവസാനമായി ഒരു വൈക്കോൽ തുരുമ്പും തേടിയുള്ള ഒരമ്മമനസ്സിന്റെ യാത്ര."

ഒന്നും മനസ്സിലാവാതെ വിദുരർ നില്ക്കുകയാണ്.

അവർ തുടർന്നു:

“ഞാൻ ആവർത്തിച്ചാവർത്തിച്ച് എന്റെ സൂര്യപുത്രനെ ‘മകനേ’ എന്നു വിളിച്ചിട്ടും അവൻ തിരികെ എന്നെ നോക്കി ‘അമ്മേ..’ എന്നൊന്ന് വിളിച്ചില്ല.

ഒടുവിൽ അവൻ പറഞ്ഞു, പാണ്ഡവൻമാർ എന്നും അഞ്ചു പേരുണ്ടാവുമെന്ന്. അതിലൊരുപക്ഷേ, ഞാനുണ്ടാവില്ല, അല്ലെങ്കിൽ അർജ്ജുനൻ...”

കുന്തിയുടെ കണ്ണുനീരിന് മുമ്പിൽ വിദുരരൊരു പ്രതിമ പോലെ നിന്നു.

പിന്നെ പറഞ്ഞു:

“ഭവതിയെ ആർക്കും കുറ്റപ്പെടുത്താൻ കഴിയില്ല.

ആകാശവീഥികളിൽ ദേവദേവന്മാർ ഭവതിയെ പ്രകീർത്തിക്കുന്നുണ്ടാവും.

ഭൂമിയിലെ സർവ്വചരാചരങ്ങളും ഇതറിയുമ്പോൾ ഭവതിയോട് മനസ്സുകൊണ്ട് ദാർഢ്യം പ്രകടിപ്പിക്കും...

ഈ വിദുരന്റെ ഹൃദയം അവിടുത്തേക്ക് ആയിരം പ്രണാമങ്ങൾ അർപ്പിക്കുന്നുണ്ട്.

എന്നിരുന്നാലും ഭവതിയുടെ ശ്രമത്തിന്റെ ഫലമെന്തായി എന്നറിയാൻ എന്റെ മനസ്സ് അക്ഷമയോടെ കാത്തു നില്ക്കുകയാണ്.”

പൊടുന്നനെ കുന്തി പൊട്ടിക്കരഞ്ഞു.

അവർ വസ്ത്രാഞ്ചലം കൊണ്ട് മുഖം മറച്ചു.

“എനിക്കെന്റെ മകനെ ഒന്ന് കെട്ടിപ്പിടിച്ച് കരയാനോ, അവന്റെ മുമ്പിൽ ഹൃദയം പിളർന്ന് മരിച്ചു വീഴാനോ കഴിഞ്ഞില്ലാ, അനിയാ”

കുന്തിയുടെ കണ്ണുനീർ സൂര്യതാപത്തിൽപോലും ബാഷ്പീകൃതമാകാതെ നനഞ്ഞ പാടുകളായി ഭൂതലത്തിൽ വറ്റാതെ കിടന്നു.

അവർ പറഞ്ഞു:

“വിദുരാ, എന്റെ മുഖത്ത് നോക്കി ഞാൻ ചുമന്നുപെറ്റ മകൻ പറയുന്നു അഥവാ ഈ കർണ്ണൻ പടക്കളത്തിൽ മരിച്ചു വീഴുകയാണെങ്കിൽ, എനിക്കായി ഗംഗാതടത്തിൽ ബലികർമ്മം ചെയ്യാൻ എന്റെ അനുജന്മാരോട് പറയുക, എന്ന്.

അതല്ല, യുദ്ധത്തിൽ ഞാൻ ബാക്കിയാവുകയാണെങ്കിൽ ഭവതിയുടെ പാദങ്ങളിൽ പ്രണമിച്ച് അമ്മേ എന്ന് നൂറുവട്ടം വിളിച്ച് ഈ മകൻ ജീവത്യാഗം ചെയ്യാം.”

വിദുരർ തപിച്ചു നിന്നു.

ഘോരമായ വചനങ്ങൾകേട്ട് അമ്മേ, കാതുകൾ അടയുന്നു. സിരകളിൽ രക്തപ്രവാഹം നിലയ്ക്കുന്നപോലെ.

ഇപ്പോൾ വിദുരരോർക്കുന്നു, അവസാനത്തെ ഒന്ന് ഇനിയും അവശേഷിക്കുന്നുണ്ട്.. എന്ന് കൃഷ്ണൻ പറഞ്ഞുവച്ചത് ഇതായിരിക്കുമോ?

ഹസ്തിനപുരത്തിന് മുകളിൽ ദു:ഖശിലകൾ ഉയരുന്നപോലെ വിദുരർക്ക് തോന്നുന്നു.

കാട് കത്തുന്നപോലെ...
വൃക്ഷങ്ങൾ കരിയുന്നപോലെ-
ജലാശയങ്ങൾ വരണ്ടുണങ്ങുന്ന പോലെ-
കല്പാന്തകാലത്തെ കരിമേഘങ്ങൾ ആകാശത്തിൽ അടിഞ്ഞു കൂടുന്നപോലെ...

വിദുരർ ആരോടെന്നില്ലാതെ പറഞ്ഞു:

"കൃഷ്ണൻ പറഞ്ഞുവച്ചുപോയ ആ അവസാനത്തെ ഒന്ന് ഞാനിപ്പോൾ അറിയുന്നു.

ധർമ്മദേവാ, ഈ ഹസ്തിനപുരത്തെ രക്ഷിക്കുക."

അകലെ, കാതങ്ങൾക്കപ്പുറത്ത് പാഞ്ചജന്യം മുഴങ്ങാൻ നേരമായോ-

എട്ട്

ഉദയത്തിന് ഇനിയും ഏറെ നാഴികകൾ ബാക്കിയുണ്ട്.

അതോടെ അനന്തനഷ്ടങ്ങളുടെ യുദ്ധത്തിന് ആരംഭമാവും..

ഉറങ്ങാനാവാതെ വിദുരർ എഴുന്നേറ്റിരുന്നു.

കാർത്തികമാസത്തിലെ തണുപ്പ് ദേഹത്തിൽ സൂചിമുനകൾ പോലെ കുത്തിക്കയറുന്നു. വിദുരർ മേൽമുണ്ട് നിവർത്തി ചുമലിലൂടെ താഴ്ത്തി ചമ്രംപടിഞ്ഞ പാദങ്ങൾവരെ മൂടി.

രാത്രിയുടെ പുണ്യംപോലെ ഇതിനെ സ്വീകരിക്കാറുള്ള ശരീരം ഇപ്പോൾ ഈ മഞ്ഞുകണങ്ങളോടുപോലും അസഹ്യത കാണിക്കുന്നു.

രാത്രിയുടെ വരദാനത്തെ തട്ടിമാറ്റാനെന്നപോലെ അദ്ദേഹം കൈപ്പത്തിവീശി..

സമന്തപഞ്ചകത്തിന് കിഴക്ക് കൗരവരുടെയും പടിഞ്ഞാറ് പാണ്ഡവരുടെയും സൈന്യങ്ങൾ യുദ്ധോത്സുകരായി അണിനിരന്ന് കഴിഞ്ഞിട്ടുണ്ടെന്ന് ഇന്നലെ സഞ്ജയൻ പറയുന്നത് കേട്ടിരുന്നു.

കിഴക്ക് കുരുവീരന്മാർക്കും പാണ്ഡവമാതുലനായ ശല്യനും, കൃതവർമ്മനടക്കമുള്ള സേനാനായകന്മാർക്കുമുള്ള താവളങ്ങളും യുദ്ധപ്പുരകളും ഒരുങ്ങിക്കഴിഞ്ഞത് താൻ നേരത്തെ അറിഞ്ഞിരുന്നു. കേകയൻ, കാംബോജൻ, സുദക്ഷിണൻ. കോസലൻ, ഭഗദത്തൻ, ഭൂരിശ്രവസ്സ് തുടങ്ങിയ രാജാക്കന്മാർക്കും അവരുടേത് അടക്കമുള്ള പതിനൊന്ന് അക്ഷൗഹിണികൾക്കുമുള്ള മറ്റ് സൗകര്യങ്ങളും പടകുടീരങ്ങളും ധാന്യശേഖരങ്ങളും ജലലഭ്യതയും ദുര്യോധനൻ നേരത്തേ ഉറപ്പു വരുത്തിയിട്ടുണ്ടത്രേ..

ഇരുപത്തിയോരായിരത്തി എണ്ണൂറ്റിയെഴുപത് ആനകളാണ് ഒരു അക്ഷൗഹിണിയിലുണ്ടാവുക. അത്രതന്നെ രഥങ്ങളും അതിന്റെ മൂന്നു മടങ്ങ് കുതിരകളും. അതിന് അഞ്ച്മടങ്ങ് സേനാംഗങ്ങളും ഉണ്ടാവണം എന്നാണ് ശാസ്ത്രം. അങ്ങനെയുള്ള പതിനൊന്ന് അക്ഷൗഹിണികളാണ്

കൗരവന്മാർക്കുവേണ്ടി മാത്രം ഇപ്പുറത്തുള്ളതെന്ന്. അതുപോലെ ഏഴെണ്ണം അപ്പുറത്തും.

യമുനാശൈലവും ഗംഗാതീരവുമടക്കം ഏഴ് നദീതടങ്ങളും ഹസ്തിനപുരവും ചേർന്നാൽപോലും ഇത്രയും വലിയ ഒരു സൈനികശേഖരത്തെ ഉൾക്കൊള്ളാൻ കഴിയുമോ?

വിദുരർ ന്യായമായും സംശയിക്കുന്നു.

കൂടാതെ അവർക്കുള്ള താവളങ്ങളും പടകുടീരങ്ങളും പരിചാരകന്മാരും പാചകക്കാരും അലക്കുകാരും ഭിഷഗ്വരന്മാരും ദാസികളും വേശ്യകളും...

കേവലം ഒരു സമവായത്തിലൂടെ പരിഹരിക്കപ്പെടാനുള്ള കാര്യം, അതിന്റെ പേരിൽ കാട്ടുന്ന സാഹസങ്ങൾ. അധികാരസ്ഥാനത്തിരിക്കുന്നവർ ബോധപൂർവ്വം സൃഷ്ടിക്കുന്ന വിപത്താണ് എല്ലാ യുദ്ധങ്ങളും.

യുദ്ധം എന്നത് ക്രൂരമായ ഒരു രാഷ്ട്രീയമാണ്.

ഭരിക്കുന്നവർ അതിലൂടെ ഭരണം ഉറപ്പിക്കാൻ ശ്രമിക്കുന്നു, എതിർപക്ഷം ഭരണം പിടിച്ചെടുക്കാനും. ഇവർക്കിടയിൽ നഷ്ടപ്പെടാനുള്ളത് മുഴുവൻ പ്രജകൾക്കാണ്, അവരുടെ ജീവിതവും അഭിമാനവും.

ശരീരം തുളഞ്ഞുകയറുന്ന തണുപ്പിൽ വിദുരർ പുറത്തേക്കിറങ്ങി, നടന്നു.

അകലെ, കുരുക്ഷേത്രത്തിൽനിന്ന് ദീനരോദനങ്ങൾക്കായുള്ള സിംഹനാദവും ശംഖൊലികളും കേൾക്കാനുണ്ടോ?

ഇന്നലെ വീണ്ടും ധൃതരാഷ്ട്രർ സഞ്ജയനോട് ചോദിക്കുന്നത് കേട്ടു:

നേർക്കുനേർ ഓരോരുത്തരായിട്ടാണ് യുദ്ധം ചെയ്യുന്നതെങ്കിൽ അധികംവരുന്ന നാല് അക്ഷൗഹിണികൾ തന്നെ മതിയല്ലോ- നമ്മുടെ വിജയം ഉറപ്പാക്കാനെന്ന്-

സഞ്ജയൻ കേട്ടഭാവം നടിക്കാതെ നിന്നു.

കേൾക്കാവുന്ന അകലത്ത് നില്ക്കുകയായിരുന്ന താനും ഒന്നും പ്രതികരിച്ചില്ല.

അന്ധരാജാവിന് യുദ്ധത്തെക്കുറിച്ച് ഒന്നുമറിയില്ല. യുദ്ധം വിജയിക്കാനുള്ള ഘടകങ്ങൾ കേവലം സൈനിക ബലവും എണ്ണവും മാത്രമല്ലെന്നും രാജാവിനറിയില്ല.

എല്ലാം അറിയാവുന്ന ഭീഷ്മപിതാവും ബാൽഹീകനും ദ്രോണനും പക്ഷംപിടിച്ച് പടച്ചട്ടയണിഞ്ഞു എന്നു കേട്ടപ്പോഴേ ജ്യേഷ്ഠൻ വിജയം ഉറപ്പിച്ചു കഴിഞ്ഞതു പോലെയുണ്ട്.

ഓരോരുത്തരും ഓരോ പക്ഷം പിടിച്ചുകഴിഞ്ഞു. ഒരുപക്ഷേ, താൻ മാത്രമായിരിക്കാം എവിടെയും പക്ഷം ചേരാതെ നില്ക്കുന്നുണ്ടാവുക. ആർക്കുവേണ്ടിയും ധർമ്മമാർഗ്ഗം കൈവിട്ട് സംസാരിക്കാതെ, എന്നുമെന്നപോലെ ഇന്നും യുദ്ധത്തെ എതിർത്തും അകന്നും നില്ക്കുന്നത്.

എങ്ങും തൊടാതെ നിന്ന ഒരാൾ ബലഭദ്രൻ ആയിരുന്നു. അദ്ദേഹം

തീർത്ഥാടനത്തിനെന്നും പറഞ്ഞുപോയി.

ഒടുവിൽ കുന്തീദേവിയും ചോദിച്ചു-

എതിർദിശയിൽ യുധിഷ്ഠിരന്റെ വജ്രവ്യൂഹം ചമച്ചുകഴിഞ്ഞുവോ-? എന്ന്.

പടിഞ്ഞാറ് കേന്ദ്രീകരിച്ച പാണ്ഡവപ്പടയിൽനിന്ന് കൃഷ്ണന്റെ പാഞ്ചജന്യവും പാർത്ഥന്റെ ദേവദത്തവും മുഴങ്ങാൻ നേരമായിരിക്കുന്നുവോ- എന്ന്.

ഭീമസേനനും, ശിഖണ്ഡിയും ദ്രുപദനും വിരാടനും പാഞ്ചാലനും മാദ്രീപുത്രന്മാരും ദൃഷ്ടദ്യുമ്നനും അഭിമന്യുവുമെല്ലാം പടക്കളത്തിൽ നിലയുറപ്പിച്ചു കഴിഞ്ഞുവോ- എന്ന്.

ഒടുവിൽ, അളമുട്ടിയ കാലത്ത് ഈ ജ്യേഷ്ഠപത്നി അവസാനത്തെ അവസ്ഥയെക്കുറിച്ച് അന്വേഷിച്ചതാവാം.

ജ്യേഷ്ഠൻ, അന്ധനായ കൗരവപിതാവ് മക്കളുടെ വിജയത്തിൽ അമിതമായ ഉൽക്കണ്ഠ പ്രകടിപ്പിക്കുന്നതും ഒരുപക്ഷേ, അതേ വികാരത്തിന്റെ പേരിലായിരിക്കില്ലേ. രണ്ടും ഒരേ നാണയത്തിന്റെ രണ്ട് പുറങ്ങൾ എന്ന വ്യത്യാസം മാത്രം.

'അതാണ്, യുദ്ധം.' വിദുരർ നിരൂപിക്കുന്നു. 'അത് നഷ്ടപ്പെടുത്താൻ മാത്രമുള്ളതാണെന്ന് അറിയുമ്പോഴും അദൃശ്യമായ കയറുകൊണ്ട് അറിയാതെ ബന്ധിച്ച് അതിന്റെ കയങ്ങളിലേക്ക് പ്രജകളെന്നോ പ്രിയപ്പെട്ടവരെന്നോ വ്യത്യാസമില്ലാതെ താഴ്ത്തിവിടുന്നു.'

അത്, അതിന്റെ ശരിയായ അർത്ഥത്തിൽ തിരിച്ചറിഞ്ഞതിനാലാവാം പിതാവായ വ്യാസഭഗവാൻ ജ്യേഷ്ഠനോട് ഇങ്ങനെ പറഞ്ഞത്:

"ഹേ ധൃതരാഷ്ട്രാ, ഏത് യുദ്ധത്തിലുമെന്നപോലെ അന്തിമമായി ധർമ്മത്തിന്റേയും നീതിയുടേയും ന്യായത്തിന്റെയുംമാത്രം വിജയം സംഭവിക്കാനിരിക്കുന്ന ഇതിലും അധർമ്മത്തിന്റയും ലോഭത്തിന്റെയും സാമ്രാജ്യ മോഹത്തിന്റെയും പേരിൽ അണിനിരക്കുന്നവർക്ക് നാശമുണ്ടാവുമെന്നത് സുനിശ്ചിതമാണ്. രണഭൂമിയിൽ സംഭവിക്കാൻ പോകുന്ന മഹാദുരന്തങ്ങൾ നിനക്ക് നിന്റെ മിഴികൾകൊണ്ട് കാണണമെന്നുണ്ടോ? ഒരു ദുരന്തപര്യവസാനത്തിന് നിനക്ക് സാക്ഷ്യപ്പെടണമെന്നുണ്ടോ? എങ്കിൽ അതിനായി നിനക്ക് ഞാനെന്റെ തപശ:ക്തിയാൽ ദിവ്യമായ കാഴ്ചയ്ക്കുള്ള വരം നല്കാം.'

വേണമെന്നോ, വേണ്ടെന്നോ പറയാൻ കഴിയാതെനിന്ന ജ്യേഷ്ഠൻ. അദ്ദേഹം അപ്പോൾ ഓർത്തിട്ടുണ്ടാവുക കൗരവസഭയിൽ ദൂതനായിവന്ന കൃഷ്ണൻ അന്ധനായ തനിക്ക് വിശ്വരൂപം കാണിച്ചുതന്ന ആ നിമിഷത്തെക്കുറിച്ചായിരിക്കാം.

'ശതകോടി സൂര്യപ്രകാശം ഒരു നിമിഷാർദ്ധത്തിൽ തന്റെ അടഞ്ഞ മിഴികളിൽ ജ്വലിച്ചമർന്നു-' എന്നാണ് അതേക്കുറിച്ച് ജ്യേഷ്ഠൻ പിന്നീട് പറഞ്ഞത്. അതിൽ അന്ധരാജാവിന്റെ ശരീരം പുളഞ്ഞുവത്രേ. താൻ എന്താണ് കണ്ടുകൊണ്ടിരിക്കുന്നത് എന്ന് തിരിച്ചറിയാൻ കഴിയാതെ

അപ്പോൾ ജ്യേഷ്ഠൻ അലറി വിളിച്ചു:

"ഈ പ്രകാശം എന്റെ കണ്ണുകളിൽനിന്ന് എടുത്തു മാറ്റൂ. എനിക്കെന്റെ കണ്ണിലെ കൂരിരുട്ട് തിരിച്ചു തരൂ..."

വിദുരർ ഓർക്കുന്നു, കൗരവരുടെ സിംഹനാദംപോലും തോറ്റു പോകുന്ന വിധം അന്ന് വലിയവായിൽ ജ്യേഷ്ഠൻ വിലപിച്ചത്.

പിന്നെ, താങ്ങാനാവാത്ത ഏതോ വികാരത്തള്ളിച്ചയിൽ നിലത്തു കിടന്നുരുണ്ട്, "കൃഷ്ണാ, സകലർക്കും ഹിതം ചെയ്യുന്നവനായ നീ എന്നിൽ പ്രസാദിക്കേണേ-" എന്ന് ആർത്തു കരഞ്ഞത്..

അതിന്റെ ഓർമ്മയിലാവാം, ഒടുവിൽ ജ്യേഷ്ഠൻ പിതാവിന്റെ വരദാനസന്നദ്ധതയിൽ "വേണ്ടാ, വേണ്ടാ-" എന്നു തറപ്പിച്ചു പറഞ്ഞത്.

അനന്തകോടി നക്ഷത്രങ്ങളുടെ പ്രഭാസഞ്ചയത്തിൽ കൗരവസഭാമന്ദിരം അസ്പഷ്ടമായി കണ്ടതും, കാഴ്ചയുടെ പഥങ്ങളിൽ മിന്നൽപ്പിണറുകൾ പുളഞ്ഞു പറന്നതും, ജന്മത്തിലാദ്യമായി വെളിച്ചത്തിന്റെ തീക്ഷ്ണത അറിഞ്ഞതും, ഒന്നും ഇനി ആവർത്തിക്കാൻ ഇടവരരുത് എന്ന് അദ്ദേഹം തീരുമാനിച്ചതും അന്നായിരിക്കാം.

അന്നായിരുന്നു, ദുശ്ശാസനന്റെയും മാതുലനായ ശകുനിയുടേയും വാക്കുകൾ വിശ്വസിച്ച് ഹസ്തിനപുരത്തിൽവെച്ച് കൃഷ്ണനെ ബന്ധിക്കാൻ ദുര്യോധനൻ തീരുമാനിച്ചത്. അതറിഞ്ഞാണ് സഞ്ജയൻ പറഞ്ഞത്: ഹസ്തിനപുരം കത്തിയെരിയാൻ ഇതിൽ കൂടുതൽ മറ്റെന്തു വേണം- എന്ന്.

അന്നാണ്, മറ്റാരും സഭയിലില്ലാത്ത നേരത്ത്, താൻ ജ്യേഷ്ഠരാജാവിനോട് സ്വകാര്യമായി, ദുര്യോധനനെ വിളിച്ചു വരുത്തി കാര്യങ്ങളുടെ ഗൗരവം പറഞ്ഞു ബോദ്ധ്യപ്പടുത്തിക്കൊടുക്കണം എന്ന് ഉപദേശിച്ചത്.

അതിൻ പ്രകാരം രാജാവ് പറഞ്ഞു: "മകനേ, സുയോധനാ-

അജ്ഞരും ഭോഷ്കരുമായ ദുശ്ശാസനന്റെയും ശകുനിയുടേയും അല്പമനസ്സിൽ തെളിയുന്ന വികലമായ ബുദ്ധിയെ നീ തിരിച്ചറിയുക. കൃഷ്ണനെ ബന്ധിക്കുവാനുള്ള നിശ്ചയത്തിൽനിന്നും നീ പിന്തിരിയുക.

അതിനുമുമ്പ്, കൃഷ്ണനാരെന്ന് നീ അറിയുക-"

മഹാഭാഗ്യമെന്ന പോലെ സുയോധനൻ തിരിഞ്ഞ് ആക്രോശിച്ചില്ല. അസഹിഷ്ണുതയും പ്രകടിപ്പിച്ചില്ല. അവൻ അലയടങ്ങിയ സരസ്സ് പോലെ ക്ഷമാപൂർവ്വം കേട്ടുനിന്നു. അതിനിടയിൽ തന്നെ നോക്കി. കിട്ടിയ അവസരം പൂർണ്ണമായി ഉപയോഗിക്കുവാൻ നിശ്ചയിച്ചപോലെ ജ്യേഷ്ഠൻ പറഞ്ഞതിന്റെ ബാക്കി താൻ ഏറ്റെടുത്തു പറയുകയായിരുന്നു.:

"പണ്ട് ദ്വിവിദൻ എന്ന കപീന്ദ്രൻ കൃഷ്ണനെ പിടിക്കുവാൻ മഹാപ്രയത്നം ചെയ്തിരുന്നു.

അവൻ അനേകം പാറകൾ വർഷിച്ച് കൃഷ്ണനെ തളർത്തി ബന്ധിക്കുവാൻ ഉദ്യമിച്ചു. അവന്റെ ശ്രമം അവന്റെ തന്നെ നാശത്തിൽ അവസാനിച്ചു.

അതിനും മുമ്പ്, മാതൃസഹോദരനായ കംസൻ ശിശുവായ കൃഷ

ണനെ കൊല്ലുവാൻ പൂതനയെന്ന രാക്ഷസിയെ അമ്പാടിയിൽ വിട്ടിരുന്നു. അവളുടെ കഥയും നിനക്ക് അറിവുള്ളതാണല്ലോ-

പ്രാക്ജ്യോതിഷത്തിൽവെച്ച് ധരകൻ ദൈത്യരോടു കൂടിയും, പിന്നെ നിർമ്മോചനത്തിൽ പതിനായിരം പോരുന്ന ദൈത്യന്മാർ ഒത്തുചേർന്നും അവനെ പിടിക്കുവാൻ ശ്രമിച്ചിരുന്നു.

അവൻ ഗോവർദ്ധനത്തെ കൈകൊണ്ട് പൊക്കിയവൻ-

ഭൂരിയുഗായുസ്സായ നരകനെ വീഴ്ത്തിയവൻ-

അരിഷ്ടൻ, ധേനുകൻ മുതൽ കംസൻ വരെയുള്ള മഹാബല വാൻമാരെ വധിച്ചവൻ.. ജരാസന്ധനും ശിശുപാലനും ഉൾപ്പടെ അനേകമനേകം രാജാക്കന്മാർ ഇവനാൽ യമലോകം പ്രാപിച്ചവരാണ്.

ഹേ, സുയോധനാ-

ഒരുപക്ഷേ, വിചാരിക്കുന്നുണ്ടാവാം- ഇപ്പോൾ ഇവിടെ കൃഷ്ണൻ തനിച്ചാണല്ലോ, എന്ന്. അവനെ ബന്ധിക്കുവാൻ ഇതിനേക്കാൾ പറ്റിയ ഒരു അവസരം ഇനി ലഭിക്കുകയില്ല, എന്നും.

നീ വിചാരിക്കുന്ന പ്രകാരം അവനെ ബന്ധിക്കുവാൻ കഴിഞ്ഞാൽ അതോടെ പാണ്ഡവരുടെ വീര്യം കെടുമെന്നും അവർ അടിയറവ് പറയുമെന്നും അവർ നിന്നെ വിശ്വസിപ്പിച്ചിട്ടുണ്ടാവാം.

എന്നാൽ നീ അറിയുക- കൃഷ്ണൻ ഇവിടെയെന്നല്ല, ഒരിടത്തും തനിച്ചല്ല.

അവൻ എവിടെയുണ്ടോ, അവിടെ വൃഷ്ണികളും ആദിത്യവസുക്കളും രുദ്രന്മാരും ഉണ്ട്. അവിടെ മനീഷികളും മഹർഷിമാരുമുണ്ട്. അവന്റെ രക്ഷയ്ക്കായി ദേവദേവന്മാർ കാവലുണ്ട്.

അവനൊന്ന് മനസ്സിൽ നിരൂപിച്ചാൽ മതി, ഞൊടിയിടയിൽ പാണ്ഡവന്മാർ അവന്റെ രക്ഷയ്ക്കായി ഇവിടെ വന്നെത്തും..

ആകയാൽ, സുയോധനാ, നീ അബദ്ധങ്ങളിലേക്ക് അറിയാതെയെങ്കിലും വീഴാതിരിക്കുക.. രാജോചിതമായ തീരുമാനങ്ങൾമാത്രം കൈക്കൊള്ളുക."

പറഞ്ഞുതീരുംവരെ അവൻ ശ്രദ്ധയോടെ ശ്രവിച്ചുനിന്നു. പിന്നെ സാവധാനം ഇറങ്ങി നടന്നു. അവന്റെ ഉള്ളിൽ കൂരിരുളിന്റെ കൊട്ടാരം തകർന്നു വീഴുന്നുണ്ടെന്ന് വിദുരർ തിരിച്ചറിഞ്ഞു.

അപ്പോഴാണ് ജ്യേഷ്ഠൻ കൃഷ്ണന്റെ രൂപം കാണുവാനുള്ള ആഗ്രഹം അറിയിച്ചത്. അത് ഈവിധം ഭയാനകവും ഈരേഴ് പതിനാല് ലോകങ്ങളും വ്യാപിച്ചു നില്ക്കുന്നതും മനുഷ്യന്റെ ആന്തര ചോദനകളുടെ സമ്പൂർണ്ണതയും പഞ്ചഭൂതങ്ങളുടെ ആകത്തുകയുമാണെന്ന് രാജാവ് ധരിച്ചതേയില്ലായിരുന്നു. അതുകൊണ്ടാണ് ഞൊടിയിടയിൽ അദ്ദേഹം മോഹാലസ്യപ്പെട്ടുപോയത്.

പിന്നെ മൂർച്ഛിച്ചുകിടന്ന രാജാവിന്റെ നെറ്റിയിൽ വജ്രപ്രഭയോലുന്ന വെളിച്ചത്തിന്റെ കിരണസഞ്ചയങ്ങളയച്ച് കൃഷ്ണൻ പറഞ്ഞു:

"മിഴി തുറക്കൂ-"

കൗരവരാജാവിന്റെ മുമ്പിൽ കൃഷ്ണൻ ചിരിതൂകിനിന്നു. രാജാവ് പറഞ്ഞു:

"മതിയായിരിക്കുന്നു...

മതിയായിരിക്കുന്നു, കൃഷ്ണാ - മതിയായിരിക്കുന്നു"

ഒരുപക്ഷേ, അതോടെയാവാം ഏത് അന്ധനും ജീവിതത്തിൽ മറ്റെന്തിനേക്കാളും ആഗ്രഹിക്കുന്ന കാഴ്ചയെന്ന മഹാസിദ്ധിയെ ജ്യേഷ്ഠൻ ഭയന്നു തുടങ്ങിയത്.

അതുകൊണ്ടാവാം, കുരുക്ഷേത്രത്തിൽ സംഭവിക്കുന്നത് കാണാനുള്ള ദിവ്യദൃഷ്ടി തന്റെ തപോബലത്താൽ വ്യാസഭഗവാൻ നല്കാം എന്ന വരദാനസന്നദ്ധതയിൽ ജ്യേഷ്ഠൻ "വേണ്ടാ, വേണ്ടാ-" എന്ന് നിലവിളിച്ചത്..

ഇനിയുമെനിക്ക് കാഴ്ചകൾ കാണാനുള്ള ദിവ്യമായ ദൃഷ്ടി നല്കാതിരിക്കുക.'

രാജാവിന്റെ വേപഥു പർവ്വതസമാനം വ്യാസനുമുമ്പിൽ തടസ്സമായി നിലകൊണ്ടു.

"ഒരിക്കൽ, ക്ഷത്രിയരക്തം ഒഴുക്കി പരശുരാമൻ നിറച്ച അഞ്ച് കുളങ്ങളെ ചിത്തത്തിൽപേറുന്ന സമന്തപഞ്ചകത്തിൽ എന്റെ മക്കളും എനിക്കേറെ പ്രിയപ്പെട്ടവരും പിടഞ്ഞുവീഴുന്ന കാഴ്ചകൾ കാണാനായി ഇനിയുമീ ജന്മത്തിൽ അശനിപാതം പോലെയൊരു കാഴ്ചശക്തി വേണ്ട പിതാവേ.."

സഞ്ജയനോടൊപ്പം നിശ്ശബ്ദനായ മറ്റൊരു സാക്ഷിയായി വിദുരരും നിന്നു.

ഒടുവിൽ രാജാവ് പറഞ്ഞു-

"അങ്ങ് വാഗ്ദത്തം ചെയ്ത വരം സ്വീകരിച്ചില്ലെന്ന അപരാധം സംഭവിക്കാതിരിക്കാൻ-

അതിനുവേണ്ടി മാത്രം- പിതാവേ, സംഭവങ്ങൾ അറിയാനുള്ള സൗകര്യം മാത്രം എനിക്ക് ചെയ്തുതരിക."

വ്യാസഭഗവാൻ മകനെ അനുഗ്രഹിച്ചു-

"നിനക്ക് കുരുക്ഷേത്രത്തിലും പുറത്തും സംഭവിച്ചുകൊണ്ടിരിക്കുന്നത് അപ്പപ്പോൾ കണ്ടറിഞ്ഞ് പറഞ്ഞുതരാനുള്ള ദിവ്യസിദ്ധിയും വൈഭവവും ഞാനിതാ സഞ്ജയന് നല്കുന്നു. അവൻ, നിത്യസഹായിയായി യുദ്ധാവസാനംവരെ നിന്നോടൊപ്പമുണ്ടാവും-"

വിദുരർ പതുക്കെ കൈപ്പത്തി നിവർത്തി മുഖം തുടച്ചു. പിന്നെ മഞ്ഞുകണങ്ങൾ പാറിവീഴുന്ന കാറ്റിൽ വസ്ത്രാഞ്ചലം വലിച്ച് തലയിലിട്ടു..

ഇനി, ഉദയത്തിന്റെ കിരണങ്ങൾ ഹസ്തിനപുരിയിലെ മണ്ണിൽ പതിക്കവെ,

കുരുക്ഷേത്രഭൂമിയിൽ സിംഹനാദവും പാഞ്ചജന്യവും കാഹളങ്ങളും മുഴങ്ങിത്തുടങ്ങവെ,

സർവ്വ ചരാചരങ്ങളും വിജൃംഭിച്ചു നില്ക്കവെ അന്ധനായ ജ്യേഷ്ഠൻ സഞ്ജയനോട് ചോദിക്കും: ധർമ്മക്ഷേത്രമായ കുരുക്ഷേത്രത്തിൽ യുദ്ധത്തിന് തയ്യാറായി നില്ക്കുന്ന എന്റെയും പാണ്ഡവരുടേയും സേനകൾ എന്തു ചെയ്യുകയാണ്, സഞ്ജയാ- എന്ന്.

ഉമ്മറത്തിണ്ണയിലെ ഉയർന്ന പീഠത്തിൽ വിദുരരും പടിവാതിലിനപ്പുറത്ത് കുന്തീദേവിയും നിശ്ശബ്ദരായി.

പരാജിതമായ ദൂതിന്റെ അവസാനത്തിൽ യാത്രപറഞ്ഞ് ഉപപ്ലാവ്യത്തിലേക്ക് തിരികെപോയ കൃഷ്ണന്റെ മുഖവും ഹൃദയം പിളരുന്ന കർണ്ണന്റെ വാക്കുകളും ഈ ജ്യേഷ്ഠപത്നിയെ തളർത്തിയിരിക്കുന്നു. അതുമുതൽ അവർ ഉറങ്ങിയിട്ടില്ലത്രേ. ജലപാനംപോലും കഷ്ടിയാണെന്ന് പാർഷതി പറയുന്നു.

വിദുരരും അത്യന്തം വ്യാകുലചിത്തനാണെന്ന് കുന്തിയും അറിയുന്നുണ്ട്.

ഒരുപക്ഷേ, ഹസ്തിനപുരത്തിൽ മറ്റാരേക്കാളും ദു:ഖിതൻ ഈ ഭർത്തൃസഹോദരൻ ആയിരിക്കുമെന്ന് അവർ മനസ്സിലാക്കിയിട്ടുണ്ട്. എല്ലാം അറിയാവുന്നവൻ എന്നറിഞ്ഞിട്ടും, പിഴവുകളും തെറ്റുകളും ധർമ്മമാർഗ്ഗത്തിൽനിന്നുള്ള വ്യതിചലനങ്ങളും അപ്പോഴപ്പോൾ ചൂണ്ടിപ്പറഞ്ഞിട്ടും അധികാരസ്ഥാനങ്ങൾ നിസ്സാരമാക്കി തള്ളിയവൻ;

കേവലം ഒരു ശല്യക്കാരനെപ്പോലെ തിരസ്കരിക്കപ്പെട്ടവൻ.

ഇവനെ ആരുമാരും അറിഞ്ഞില്ല, അനുസരിച്ചുമില്ല. അറിയാവുന്നവർ എന്റെ മക്കളും സഹോദരപുത്രനായ കൃഷ്ണനും മാത്രമായിരുന്നു.

കുന്തീദേവി മിഴികളമർത്തിത്തുടച്ചു.

പിന്നെ മുകിൽമാലയിൽ മറയുന്ന നിലാവെളിച്ചംപോലെ മുഖം താഴ്ത്തി നിന്നു.

"മഹാനഷ്ടങ്ങളുടെ പോർവിളിക്ക് കാലമായിരിക്കുന്നു."

വിദുരർ പറഞ്ഞു:

ഈ യുദ്ധത്തിൽ അധർമ്മത്തിന്റെ പക്ഷത്തിനുമാത്രമേ അന്തിമമായി പരാജയം സംഭവിക്കുകയുള്ളൂ, എന്ന്

ഞാൻ അറിയുന്നുണ്ട്. അദ്ദേഹം തുടർന്നു:

"കുരുകുലകുമാരന്മാരും അനേകമനേകം സൈന്യങ്ങളും ബലിമൃഗങ്ങളെപ്പോലെ മരണത്തെ സ്വീകരിക്കാൻ കാത്തുനില്ക്കുമ്പോൾ അനർത്ഥങ്ങളുടെ കേവലനായ ഒരു സാക്ഷിയായി, കാഴ്ചക്കാരനായി നില്ക്കാൻ ഈ വിദുരന് കഴിയുകയില്ല.

അതുകൊണ്ട്, പാണ്ഡവമാതാവായ ദേവീ- അവിടുന്ന് എന്നോട് പൊറുക്കുക."

അല്പനേരം ഇരുവരും ഒന്നും പറഞ്ഞില്ല. പിന്നെയും മൗനമുടച്ചത് വിദുരർ തന്നെയായിരുന്നു. അയാൾ പറഞ്ഞു:

"എന്നിട്ടും ഞാൻ പരാജിതനായിപ്പോയി.

സൂതപുത്രനെന്ന് വിളിച്ചവഹേളിക്കപ്പെട്ട കർണ്ണനെ അംഗരാജാവായി വാഴിക്കാൻ ഒരു ദുര്യോധനൻ ഉണ്ടായിരുന്നു.

കള്ളച്ചൂതിൽ സർവ്വവും നഷ്ടപ്പെട്ട് അപമാനിതനായി ഇറങ്ങിയ യുധിഷ്ഠിരനൊപ്പം വനവാസത്തിനു പോകാൻ പ്രബലരായ സഹോദരന്മാരുടെ വൻനിരയുണ്ടായിരുന്നു.

സഭാതലത്തിൽ ദുശ്ശാസനൻ പാഞ്ചാലിയുടെ വസ്ത്രാക്ഷപത്തിന് തുനിഞ്ഞ നേരത്ത് അവളുടെ രക്ഷയ്ക്കായി അനന്തമായ മേഘമാലകൾപോലെ ഉടയാടകൾ നല്കിക്കൊണ്ടേയിരിക്കുവാൻ കൃഷ്ണന്റെ കരുണയുണ്ടായിരുന്നു.

ദൂതിൽ പരാജയപ്പെട്ടവന് അഭിമാനം സംരക്ഷിക്കാൻ യുദ്ധവീരന്മാരായ പാർത്ഥരുടെ ബലവും മനസ്സുമുണ്ട്.

ഇവിടെ, ഈ ഹസ്തിനപുരിയിൽ വിദുരർ തനിച്ചാണ്. ആരുടെയും ആരുടെയും പിൻബലമില്ല

ജന്മംകൊണ്ടും ചിന്തകൾകൊണ്ടും ചെയ്തികൾകൊണ്ടും വിദുരൻ ഏകനാണ്. ദു:ഖിതനാണ്.

ആകയാൽ, ദേവീ എന്നോട് പൊറുക്കുക."

വിദുരർ പിന്നെയും അല്പനേരം നിശ്ശബ്ദനായി നിന്നു.

"ഹസ്തിനപുരിയിൽ അന്ധനായ ജ്യേഷ്ഠൻ അസ്വസ്ഥനായി കഴിഞ്ഞുകൂടുന്നുണ്ട്.. ഞാൻ അദ്ദേഹത്തിന്റെ കൂടെത്തന്നെ ഉണ്ടാവും.

യുദ്ധവും പകയുമൊഴിഞ്ഞ ഒരു പ്രഭാതത്തിനുവേണ്ടി ഈ വിദുരൻ പ്രാർത്ഥനയോടെ കാത്തുനില്ക്കും."

വിദുരർ മുറ്റത്തിറങ്ങി നിന്നു.

പ്രഭാതത്തിലെ ആദ്യരശ്മികൾ വകഞ്ഞ് അദ്ദേഹം നടന്നകലുന്നത് കുന്തീദേവിയും പാർഷതിയും നിറമിഴികളോടെ നോക്കിനിന്നു...

അകലെ,

കുരുക്ഷേത്രത്തിൽ പാഞ്ചജന്യവും ദേവദത്തവും മുഴങ്ങുന്നു. രണഭേരി മുഴങ്ങുന്നു.

പരസ്സഹസ്രം ശംഖനാദങ്ങളാൽ വിണ്ടലം പിളരുന്നപോലെ.

ഭാഗം നാല്
ഒൻപത്

വളരെ മന്ദഗതിയിൽ തുടങ്ങിയതായിരുന്നു യുദ്ധം-

സഞ്ജയൻ ധൃതരാഷ്ട്രർക്ക് വിവരിച്ചുകൊടുക്കുന്നത് കേട്ടപ്പോൾ തോന്നിയതാണ്.

'ഒരു വനവാസംകൊണ്ട് ഒഴിവായിപ്പോകുമെങ്കിൽ അതാണ് അഭികാമ്യം എന്ന യുധിഷ്ഠിരന്റെ പഴയ നിലപാട് സാധൂകരിച്ച് നീങ്ങുന്നപോലെ..'

അതിനിടയിൽ അർജ്ജുനന്റെ മനംമാറ്റം.

യുദ്ധസന്നദ്ധരായി നില്ക്കുന്ന രണ്ട് സേനാവിഭാഗങ്ങൾക്കും മദ്ധ്യേ കൃഷ്ണനോട് തേര് നയിക്കാൻ അർജ്ജുനൻ ആവശ്യപ്പെട്ടത് കൗരവപ്പടയുടെ നിലകണ്ട് യുക്തമായ തന്ത്രം മെനയുന്നതിനു വേണ്ടിയായിരുന്നുവത്രേ. എന്നാൽ സംഭവിച്ചത് മറ്റൊന്നാണ്.

മുൻനിരയിൽ ശുഭ്രവസ്ത്രംധരിച്ച് വെളുത്ത പഞ്ഞിക്കെട്ടുപോലുള്ള നാല് കുതിരകളെ പൂട്ടിയ വെള്ളരഥത്തിൽ ആയുധധാരിയായ ഭീഷ്മപിതാവ്. പിന്നെ അമ്മാവനായ ശല്യർ, തൊട്ടുചേർന്ന് വന്ദ്യഗുരുവായ ദ്രോണർ, കൃപർ.. വന്ദ്യവയോധികനായ ബാൽഹീകൻ. അവർക്ക് പിറകിലായി ആദരണീയരായ അനേകം ബന്ധുക്കളുടെ നീണ്ടനിര.

അവരെ വധിച്ചാണ് യുദ്ധം ജയിക്കാനുള്ളതെന്ന അറിവ് അർജ്ജുനന്റെ മനസ്സിനെ തളർത്തിക്കളഞ്ഞു, എന്ന്.

ഗാണ്ഡീവം കൈകളിൽനിന്ന് വഴുതിപ്പോയി.. തേർത്തട്ടിൽ നിസ്സംഗനായി ഇരുന്നുപോയത്രേ വില്ലാളിവീരനായ ആ പാണ്ഡവമദ്ധ്യമൻ.

അർജ്ജുനന്റെ ആ അവസ്ഥ അറിഞ്ഞപ്പോൾ അന്ധരാജാവ് ആശ്വാസംകൊണ്ടത് വിദുരർ ശ്രദ്ധിച്ചു. അപ്പോൾ ജ്യേഷ്ഠനിൽ തെളിഞ്ഞുകണ്ടത് സമ്പൂർണ്ണമായ വിജയപ്രതീക്ഷയായിരുന്നു.

പിന്നീടായിരുന്നു കൃഷ്ണന്റെ സുദീർഘമായ ഗീതോപദേശം.

ഒടുവിൽ ക്ഷത്രധർമ്മം തിരിച്ചറിഞ്ഞ ധനഞ്ജയൻ കർമ്മനിരതനായി അസ്ത്ര-ശസ്ത്രാദികൾ തിരികെയേന്തി തേരേറിയപ്പോൾ;

അപ്പോഴാണ് യുധിഷ്ഠിരൻ പടച്ചട്ടയഴിച്ച് തേരിറങ്ങുന്നത്.

അതറിഞ്ഞ് അത്യാഹ്ലാദപൂർവ്വം 'നമ്മുടെ പക്ഷം വിജയം കണ്ടുതുടങ്ങിയിരിക്കുന്നു, സഞ്ജയാ-' എന്ന് വിളിച്ച് സന്തോഷിച്ചതായിരുന്നു ജ്യേഷ്ഠൻ. ജ്യേഷ്ഠന്റെ ആഹ്ളാദസ്വരം കേട്ട് അന്തഃപുരത്തിലെ സ്ത്രീകൾ കിളിവാതിലുകളിലൂടെ സഭാമണ്ഡപത്തിലേക്ക് പാളി നോക്കി.

പിന്നെ നിരായുധനായി ശത്രുപക്ഷത്തേക്ക് നടന്നുനീങ്ങുന്ന ധർമ്മപുത്രന്റെ ഓരോ കാലടിയിലും ജ്യേഷ്ഠൻ നിനച്ചു കൊണ്ടിരുന്നത് ഏകപക്ഷീയമായ കീഴടങ്ങലായിരുന്നു.

“അല്ലെങ്കിലും, ഭയം ജനിപ്പിക്കുന്നതല്ലേ, സഞ്ജയാ, നമ്മുടെ സേനാവ്യൂഹം.” അതിനിടയിൽ ജ്യേഷ്ഠൻ പറയുന്നുണ്ടായിരുന്നു- “സേനാധിപനായി നില്ക്കുന്നത് അവധ്യനായ ഭീഷ്മപിതാവ്. തൊട്ടടുത്ത് ധനുർവിദ്യാവിശാരദന്മാർ, ഗുരുനാഥന്മാർ..

അവർക്ക് പിറകിൽ ആർത്തിരമ്പി പതിനൊന്ന് അക്ഷൗഹിണികൾ.

പടയണികൾക്കപ്പുറത്ത് ഊഴം കാത്ത് ഉത്സാഹിയായി അജയ്യനായ കർണ്ണൻ...

ആർക്കായാലും ഇതിൽപ്പരമെന്തുവേണം ആത്മവിശ്വാസം തകരാൻ?”

ആത്മഹർഷം തുടിക്കുന്ന ധൃതരാഷ്ട്രന്റെ വാക്കുകൾ, പക്ഷേ,

അല്പംപോലും വികാരഭേദമില്ലാതെ കേട്ടുനില്ക്കുകയായിരുന്നു, സഞ്ജയൻ.

കൂട്ടത്തിൽ എല്ലാം കേൾക്കാനും അറിയാനുമായുള്ള ജന്മനിയോഗങ്ങളുമായി ഈ വിദുരനും.

ഒടുവിൽ യുധിഷ്ഠിരൻ കുനിഞ്ഞ് പിതാമഹന്റെ പാദങ്ങളിൽതൊട്ട് അനുഗ്രഹത്തിനായി കുമ്പിടുകയാണെന്ന് അറിഞ്ഞപ്പോഴും, പിന്നെ ഗുരുക്കളെയും ശല്യരെയും വണങ്ങി അനുഗ്രഹം തേടുകയാണെന്ന് അറിഞ്ഞപ്പോഴും അന്ധരാജാവിന്റെ അടഞ്ഞ കൺപോളകൾ വെറുതെ വിറച്ചുകൊണ്ടിരുന്നു.

വിദുരർ ഓർക്കുന്നു.

ഒടുവിൽ കൃഷ്ണന്റെ പാഞ്ചജന്യവും അർജ്ജുനന്റെ ദേവദത്തവും ഭീമസേനന്റെ പൗണ്ഡ്രവും നകുലസഹദേവന്മാരുടെ സുഘോഷവും മണിപുഷ്പവും ഒന്നോന്നായി മുഴങ്ങിക്കേൾക്കവെ ജ്യേഷ്ഠൻ സഞ്ജയനോട് ചോദിച്ചു:

ആരാണ് ആദ്യം അസ്ത്രം തൊടുത്തത്, സഞ്ജയാ-എന്ന്.

അത് സുയോധനനാണെന്ന് കേൾക്കാൻ അദ്ദേഹം പ്രകടിപ്പിച്ച അക്ഷമ.

പിന്നീടും യുദ്ധം വളരെ മന്ദഗതിയിലായിരുന്നു.

അപ്പോഴാണ് യുധിഷ്ഠിരൻ കൃഷ്ണനോട് പറഞ്ഞത്:

'ഇതിന്റെ ഗതി കണ്ടിട്ട് ഈ യുദ്ധം ഒരു നൂറ്റാണ്ട് നീണ്ടുപോകുമെന്ന് തോന്നുന്നു-'

പറഞ്ഞത് യുധിഷ്ഠിരനും കേട്ടത് കൃഷ്ണനുമായതുകൊണ്ട് അതവിടെ അവസാനിച്ചു എന്നായിരുന്നു വിദുരർ വിചാരിച്ചത്. പക്ഷേ, ജ്യേഷ്ഠൻ അതിനെ വ്യാഖ്യാനിച്ചത് മറ്റൊരു രീതിയിലായിരുന്നു-

"രാജ്യമോഹം അസ്ഥിയിൽ ബാധിച്ചുകഴിഞ്ഞു പാണ്ഡവമുഖ്യന്" അധികാരം കൈയാളാൻ ധൃതിയായിരിക്കുന്നു- എന്നായിരുന്നു, അത്.

യുദ്ധം ആരംഭിച്ചതോടെ എല്ലാവരും പക്ഷം പിരിഞ്ഞു കഴിഞ്ഞു.

അതിന് കുന്തിയെന്നും ധൃതരാഷ്ട്രരെന്നുമുള്ള ഭേദമില്ല.

ശേഷാരനെന്നും മാതുലനെന്നുമില്ല. സുഹൃത്തെന്നും ബന്ധുവെന്നുമില്ല.

ഒടുവിൽ ജ്യേഷ്ഠൻ വ്യാഖ്യാനിച്ച 'രാജ്യമോഹം-' എന്ന വിശ്വാസത്തെ തിരുത്തിക്കൊടുക്കുവാൻ താൻ തന്നെ വേണ്ടിവന്നു:

രാജ്യത്തിന്റെ നിലനില്പിനെ ബാധിക്കുന്ന ഏറ്റവുംവലിയ ഭീഷണികളിൽ ഒന്നാണ് അനന്തമായി നീണ്ടുപോകുന്ന യുദ്ധം. അതുവച്ചായിരിക്കണം യുധിഷ്ഠിരൻ അങ്ങനെ പറഞ്ഞത്- എന്ന്.

"കാലിയായിപ്പോകുന്ന ഖജനാവും പൊലിഞ്ഞുപോകുന്ന വിലപ്പെട്ട ജീവനുകളും തളരുന്ന ശക്തിയും കൈവിട്ടു പോകുന്ന സ്വാസ്ഥ്യവും ശിഥിലമാവുന്ന രക്തബന്ധങ്ങളും അവനെയും അസ്വസ്ഥനാക്കുന്നുണ്ടാവാം."

താൻ പറഞ്ഞത് ഉൾക്കൊണ്ടിട്ടോ, അതോ പതിവായി പാണ്ഡവ പക്ഷത്തെ ന്യായീകരിച്ച് സംസാരിക്കുന്നവൻ എന്ന വിചാരത്തിലോ, എന്തോ - ഒരു വാക്കുതർക്കത്തിന് നില്ക്കാതെ അന്ധരാജാവ് വെറുതെ തലയാട്ടികൊണ്ടിരുന്നു.

അന്നായിരുന്നു, അദ്ദേഹം സുയോധനനും ദുശ്ശാസനനുമടക്കം തന്റെ നൂറുപുത്രന്മാരും യുദ്ധഭൂമിയിൽ മരിച്ചു കിടക്കുന്നത് സ്വപ്നംകണ്ട് അട്ടഹസിച്ച് പിടഞ്ഞെഴുന്നേറ്റത്.

അത് യുദ്ധഭൂമിയിലെ വിശേഷങ്ങൾ വർണ്ണിച്ച് പറഞ്ഞുകൊണ്ടിരുന്ന സഞ്ജയനെ നിർബ്ബന്ധപൂർവ്വം പറഞ്ഞയച്ച് വിശ്രമത്തിനായി ജ്യേഷ്ഠൻ അകത്തേക്ക് കടന്നശേഷമായിരുന്നു. പുറത്തൊരുക്കിയ പീഠത്തിൽ അല്പനേരം ധ്യനത്തിൽ മുഴുകിയതായിരുന്നു, വിദുരരപ്പോൾ...

ആരംഭത്തിൽ പ്രതീക്ഷകളുണർത്തിയ കൗരവപ്പടയ്ക്ക് ഇപ്പോൾ എന്താണ് സംഭവിച്ചുകൊണ്ടിരുന്നത് സഞ്ജയാ, എന്ന ചോദ്യത്തിന് മറുപടിയില്ലാതെ സഞ്ജയൻ നിന്നു. പലപ്പോഴും തന്റെ മക്കൾ പിന്തിരിഞ്ഞും ചിതറിയും പോർമുഖത്തിൽനിന്നും പിൻവലിയുന്ന വിവരമറിഞ്ഞ് അദ്ദേഹം അസ്വസ്ഥനായിരുന്നു. ഒരുവേള ദുര്യോധനൻ സർവ്വസൈന്യാധിപനായ ഭീഷ്മരെ ശകാരിക്കുന്നതും കേൾക്കേണ്ടിവന്നു, അദ്ദേഹത്തിന്.

അപ്പോഴും സന്തതസഹചാരിയായി സഞ്ജയനോടു കൂടെ താനും ഉണ്ടായിരുന്നു.

നിർണ്ണായകഘട്ടങ്ങളിൽ പാണ്ഡുപുത്രരെ നേരിടാതെ പ്രതിയോഗികൾക്ക് ഗുണകരമായ രീതിയിൽ യുദ്ധത്തിന്റെ ഗതി തിരിച്ചു വിടുകയാണത്രേ, ഭീഷ്മപിതാവ്..

"അങ്ങ് പാണ്ഡവരോടുള്ള പ്രതിപത്തി യുദ്ധത്തിലും പ്രകടിപ്പിക്കുകയാണ്"

അവരുടെനേർക്ക് താൻ അസ്ത്രബാണങ്ങൾ പ്രയോഗിക്കില്ലെന്ന് പറഞ്ഞ നേരത്ത് പിതാമഹനെ മാറ്റി പകരം ഊർജ്ജസ്വലനായ കർണ്ണനെ സൈന്യാധിപനായി നിയോഗിക്കാതിരുന്നത് തെറ്റായിപ്പോയെന്ന് പിന്നീട് ദുര്യോധനൻ കർണ്ണനോടുതന്നെ പറയുന്നത് വിദുരൻ കേട്ടിട്ടുണ്ട്..

പക്ഷേ, ഭീഷ്മാചാര്യർ ഇരിക്കുന്ന കാലത്ത് അദ്ദേഹത്തെ ഒഴിവാക്കി മറ്റാരെ സർവ്വസൈന്യാധിപനായി വാഴിക്കുന്നതിനും ചന്ദ്രവംശത്തിലെ മുതിർന്നവരെല്ലാം എതിരായിരുന്നു-

"കുരുകുലത്തിലെ ഏറ്റവും മുതിർന്നവൻ.

കാശിരാജാവിന്റെ കൊട്ടാരത്തിൽ കന്യകകളെ മോഹിച്ചെത്തിയ മുഴുവൻ രാജാക്കന്മാരെയും അവരുടെ സൈന്യങ്ങളെയും തനിയേ നേരിട്ട് പരാജയപ്പെടുത്തിയവൻ.

അംബയുടെ അവസ്ഥയറിഞ്ഞ് അവളെ സ്വീകരിക്കണമെന്നുള്ള പരശുരാമന്റെ ശുപാർശ തള്ളിക്കളഞ്ഞവൻ.

തുടർന്ന് അദ്ദേഹത്തോട് ആറു ദിവസം നിവർന്നുനിന്ന് പൊരുതിയവൻ.”

ആകാശവിതാനത്തിൽ ദേവന്മാരും വസുക്കളും അത്യത്ഭുതത്തോടെ കണ്ടുനിന്നതായിരുന്നുവത്രേ, ആ കാഴ്ച.. അഷ്ടവസുക്കളിൽ എട്ടാമന്റെ മനുഷ്യാവതാരമായ ഗംഗാപുത്രൻ.

അദ്ദേഹത്തിന്റെ പരാക്രമംകണ്ട് സന്തുഷ്ടരായ സഹോദരവസുക്കൾ ഭീഷ്മപിതാവിന് വിശേഷമായ പ്രസ്വാപനാസ്ത്രം ദാനം ചെയ്തു. ദേവകളും മാതാവായ ഗംഗാദേവിയും അഭ്യർത്ഥിച്ചു, പരശുരാമനുമായുള്ള യുദ്ധം നിർത്താൻ.

അങ്ങനെ പരശുരാമൻ തനിക്ക് തുല്യത സമ്മതിച്ച് അനുഗ്രഹിച്ചു അയച്ചവനാണ് ഭീഷ്മർ.

അദ്ദേഹം ഇരിക്കുമ്പോൾ മറ്റൊരു സേനാനായകനെക്കുറിച്ച് ചിന്തിക്കുന്നതെങ്ങനെ?

വേണമെങ്കിൽ ഒറ്റയ്ക്കുതന്നെ പാണ്ഡവപക്ഷത്തെ ഏഴ് അക്ഷൗഹിണികളേയും തകർത്ത് തരിപ്പണമാക്കാൻ അവനൊരുത്തൻ മതിയെന്ന്..

പോരെങ്കിൽ പിതാമഹൻ അവധ്യനുമാണ്.

തന്നെ വധിക്കാൻ ആണിനും പെണ്ണിനും കഴിയില്ലെന്ന വരസിദ്ധിയുള്ളവൻ.

സർവ്വസൈന്യാധിപനെ വധിക്കാൻ കഴിയില്ലെന്നതിൽപ്പരം വിജയത്തിന് മറ്റെന്ത് ഉറപ്പാണ് വേണ്ടത്? എന്നാണ് അന്ന് ജ്യേഷ്ഠൻ ചോദിച്ചത്.

അവരുടെ പിൻബലത്തിലാണ്, കൗരവപ്പടയുടെ പ്രതീക്ഷയായ കർണ്ണനെ താൻ സേനാധിപതിയായി നില്ക്കുന്ന കാലംവരെ യുദ്ധത്തിൽ പങ്കെടുപ്പിക്കില്ലെന്ന് പിതാമഹൻ ശഠിച്ചത്.

പക്ഷേ, സംഭവിച്ചുകൊണ്ടിരുന്നത് അദ്ദേഹത്തിന്റെ പ്രതീക്ഷകൾക്കൊത്തവണ്ണമല്ല, എന്നറിയുമ്പോൾ ജ്യേഷ്ഠന്റെ മനസ്സ് പതറുന്നു.

അന്തിമമായ വിശകലനത്തിൽ ഒരു യുദ്ധവും വിജയിക്കുന്നില്ല എന്ന പരമാർത്ഥം ഒരിക്കലും അംഗീകരിക്കാൻ കൂട്ടാക്കാതിരുന്നവൻ.

രാജമന്ദിരത്തിലെ മിനുമിനുത്ത ശിലാസനങ്ങൾ മുമ്പൊരിക്കലുമില്ലാത്ത വണ്ണം പൊടിപിടിച്ചിരിക്കുന്നു.

പതിവായി മൂന്നുനേരവും തുടച്ച് വൃത്തിയാക്കാറുള്ള ദാസികൾക്ക് പോലും ആരെയും ഭയപ്പെടാനില്ലാത്തപോലെ. അകത്തളങ്ങളിലെ മരവിപ്പ് ഹസ്തിനപുരത്തെ അച്ചടക്കത്തിന്റെ അടിവേരുകൾവരെ ബാധിച്ചു കഴിഞ്ഞുവോ?

കൽവിളക്കുകളിൽ തിരികൾ തെളിയുന്നില്ല;

സഭാമന്ദിരത്തിലെ കിളിവാതിലുകളിൽ പ്രാവുകളുടെ കാഷ്ഠം ഉണങ്ങിപ്പിടിച്ചിരിക്കുന്നു;

ഓരോ മാറ്റവും വിദുരർ ശ്രദ്ധിച്ചുകൊണ്ടേയിരിക്കുന്നു. അവയോരോന്നും അദ്ദേഹത്തിന്റെ മനസ്സിനെ അസ്വസ്ഥമാക്കുന്നുണ്ട്..

യുദ്ധം തുടങ്ങിയത് മുതൽ ഹസ്തിനപുരത്തിലെ കാര്യങ്ങൾ ഒന്നൊന്നായി തകിടം മറയുകയാണ്. ആർക്കും ആരെയും അധിക്ഷേപിക്കാവുന്ന സ്ഥിതി.

ആർക്കും ആരെക്കുറിച്ചും എന്തും പറയാമെന്ന അവസ്ഥ.

കുരുകുലത്തിലെ വയോധികൻമാർക്കുപോലും മറുത്തൊന്ന് പറയാൻ കഴിയുന്നില്ല.

അത്, പിതാമഹൻ പാണ്ഡവരുടെ വിജയത്തിനായിട്ടാണ് പോരാടുന്നതെന്ന ദുര്യോധനന്റെ ആ പ്രസ്താവനയോളം അധഃപതിച്ചുപോയിരിക്കുന്നു- പിതാമഹൻ പാണ്ഡവരുടെ വിജയത്തിനാണ് പോരാടുന്നതെന്ന്.

അതുകേൾക്കവെ, ആ കുരുവന്ദ്യന്റെ മുഖം വിളർത്തുപോയെന്ന് പറഞ്ഞത് സഞ്ജയനാണ്.

ഒന്നാം ദിവസം വിരാടപുത്രനായ ശാലൻ മുതൽ എട്ടാം ദിവസം വിരാടസേനാധിപനായ ശ്വേതൻവരെയുള്ള പ്രമുഖൻമാരെ വ്യവസ്ഥകൾ മറികടന്ന് വധിക്കേണ്ടിവന്നതിൽ, അപ്പോൾ ഭീഷ്മപിതാവ് പശ്ചാത്താപം പ്രകടിപ്പിച്ചുവെന്ന്. തേർത്തട്ടിൽ നിന്നിറങ്ങി നില്ക്കുന്നവനെ വധിക്കുന്നത് ധർമ്മയുദ്ധത്തിന്റെ നീതിശാസ്ത്രത്തിന് നിരക്കുന്നതല്ല എന്ന് അറിയാത്തവനല്ല, ഭീഷ്മപിതാവ്. എന്നിട്ടും ആരെയോ തൃപ്തിപ്പെടുത്താൻ വേണ്ടിയെന്നപോലെ...

അത് സൂചിപ്പിച്ചപ്പോൾ ജ്യേഷ്ഠൻ തട്ടിക്കയറിയതാണ്:

ഭീഷ്മപിതാവ് ആയുധമെടുക്കുന്ന യുദ്ധം ഇതാദ്യത്തേതല്ലെന്ന്.

യുദ്ധത്തിൽ പിന്തുടരാനുള്ള രീതികളും വ്യവസ്ഥകളും ധർമ്മവും ഭീഷ്മരെ പഠിപ്പിക്കാൻമാത്രം ഇവിടെയാരും വലുതായിട്ടില്ലെന്ന്...

അവിടം മുതൽ തുടങ്ങിയതാണ് വ്യവസ്ഥകളുടെ ലംഘനങ്ങൾ.

ഇതൊന്നും ആരോടും പറയാനാവാതെ നീറുകയാണ് വിദുരരുടെ മനസ്സ്.

അധികാരദുർമ്മോഹത്തിന് അധികാരമെന്നതല്ലാതെ മറ്റൊരു ചിന്തയുമില്ല.

ജ്യേഷ്ഠന്റെ മനസ്സാകട്ടെ, ഓരോ സംഭവത്തിലും ഓരോ രീതിയിലാണ് പ്രതികരിക്കുന്നത്..

ചിലപ്പോൾ അത് ധർമ്മത്തിന്റെ മാർഗ്ഗംതേടും, മറ്റുചിലപ്പോൾ കേവലമായ പുത്രസ്നേഹത്തിന്റേത്. പലപ്പോഴും അന്ധമായ ദുരാഗ്രഹത്തിന്റേത്. അത് അനുനിമിഷം ദിശ മാറിക്കൊണ്ടിരിക്കുന്ന ഒരു കളിയോടം പോലെ-

ആകാശത്ത് ചന്ദ്രിക പൂർണ്ണമായും മുക്തമായിട്ടില്ല. കുരുക്ഷേത്രത്തിൽ നിന്നുയർന്ന ധൂളികളും ധൂമപാളികളും ഇപ്പോഴും അടങ്ങിയിട്ടില്ല.

അർജ്ജുനപുത്രനായ ഇരാവന്റെ വധത്തോടെയാണ് യുദ്ധത്തിന്റെ ഭാവം മാറിയത്; യുദ്ധമുഖം തീക്ഷ്ണമായത്.

നിബന്ധന തെറ്റിച്ച് ജ്യേഷ്ഠന്റെ മുറിയിൽ കടന്നുചെന്നതിനുള്ള

പ്രായശ്ചിത്തമായി ഒരുവർഷം വനത്തിൽ കഴിഞ്ഞ കാലത്ത് ഉലൂപിയെന്ന നാഗരാജപുത്രിയിലുണ്ടായ മകനായിരുന്നു ഇരാവാൻ.

അവൻ അച്ഛനു കൊടുത്ത വാക്കുപാലിക്കുവാൻ സ്വമേധയാ യുദ്ധത്തിനു ചേർന്നവനായിരുന്നു. അവനെ വധിക്കുവാൻ ഘോരരാക്ഷസരിലൊരുവനെ വിട്ടത് ദുര്യോധനനാണ്. അതിന്റെ പകയിൽ കൗരവപ്പടയെ നാമാവശേഷമാക്കാനുള്ള അർജ്ജുനന്റെ പുറപ്പാടിൽ അഭിമന്യുവും ധൃഷ്ടദ്യുമ്നനുമുണ്ടായിരുന്നു.

അസ്തമയത്തോടെ അവസാനിച്ച അതിഘോരമായ യുദ്ധത്തിൽ അസംഖ്യം പടയാളികളും ഗജവീരന്മാരും കുതിരകളും ചത്തൊടുങ്ങി..

മുറിവേറ്റുവീണ അനേകം സൈനികരും കുതിരകളും ആനകളും രണഭൂമിയിൽ അർദ്ധപ്രാണരായി മരണം കാത്തു കിടന്നു.

തൊട്ടടുത്ത് ചിതറിക്കിടന്ന സ്വന്തം അവയവങ്ങൾ കഴുകന്മാരും ഹിംസ്രജന്തുക്കളും കൊത്തിവലിക്കുന്നതും കടിച്ചെടുത്ത് ഓടുന്നതും അവർ ആ കിടപ്പിൽ നിസ്സഹായരായി നോക്കിക്കണ്ടു. തകർന്ന തേരുകളും ഒടിഞ്ഞ ശസ്ത്രങ്ങളും ധ്വജങ്ങളുംകൊണ്ട് കുരുക്ഷേത്രം നിറഞ്ഞു.

അതോടൊപ്പം ധൃഷ്ടദ്യുമ്നന് ദ്രോണരോടുള്ള കുടിപ്പക തീർക്കാനുള്ള ജന്മനിയോഗവും ഉണ്ടായിരുന്നു.. കൗമാരകാലത്തെ കളിക്കൂട്ടുകാരനായ ദ്രോണനെ രാജാവായപ്പോൾ അവഗണിച്ചുവത്രേ ദ്രുപദൻ. അതിന് പകരംവീട്ടാൻ അർജ്ജുനനോട് ഗുരുനാഥൻ ആവശ്യപ്പെട്ട ദക്ഷിണ ദ്രുപദരാജാവിനെ പിടിച്ചുകെട്ടി ജീവനോടെ തന്റെ മുമ്പിലെത്തിക്കുക എന്നതായിരുന്നു.

ശിഷ്യൻ വാക്കുപാലിച്ചു,

രാജാവിനെ തോല്പിച്ച് പിടിച്ചുകെട്ടി ഗുരുദക്ഷിണയായി ദ്രോണനു മുമ്പിൽ സമർപ്പിച്ചു.

അപമാനിതനായ അച്ഛന്റെ വൈരം തീർക്കാൻ ഹവിസ്സുരുകിത്തിളച്ച ഹോമാഗ്നിയിൽ ജന്മം കൊണ്ടവനാണ് ധൃഷ്ടദ്യുമ്നൻ.

എന്നിട്ടും അവന്റെ ശ്രമം വിജയിച്ചില്ല.

കൗരവപ്രമുഖന്മാരായ യോദ്ധാക്കൾ ആചാര്യശ്രേഷ്ഠനെ വലയം ചെയ്തു കളഞ്ഞു.. ദുര്യോധനന്റെ പട വിരാടപുത്രനെയും അവന്റെ അക്ഷൗഹിണികളെയും തുരത്തിയോടിച്ചു.

ഒടുവിൽ അസ്തമയത്തിനു മുമ്പേ അർജ്ജുനൻ ദേവദത്തം മുഴക്കി പടയെ തിരികെ വിളിച്ചുവത്രേ.

രഥചക്രഘോഷങ്ങളും കുളമ്പടിയൊച്ചകളും ഞാണൊലികളും അതോടെ നിലച്ചു. ആർത്തനാദങ്ങളും ദീനദീനമായ വിലാപങ്ങളും മാത്രം കുരുക്ഷേത്രത്തിൽ അവശേഷിച്ചു.

ആ പോരാട്ടത്തിൽ ആകാശം കുമിഞ്ഞു നിറഞ്ഞ ധൂമപടലങ്ങളും ധൂളികളും ഇനിയും അടങ്ങിയിട്ടില്ല.

അവ നിലാവിനു മുമ്പിൽ തീർത്ത തിരശ്ശീല നീങ്ങിക്കഴിഞ്ഞിട്ടില്ല.

കുരുക്ഷേത്രത്തിലെ ചോരപ്പുഴ വരണ്ടുണങ്ങിയിട്ടില്ല. മുറിവേറ്റ ശരീരങ്ങളും ശവങ്ങളും ഇനിയും മാറ്റിക്കഴിഞ്ഞിട്ടുമില്ല.

വിദുരർ പതുക്കെ എഴുന്നേറ്റു...

അപ്പുറത്ത് യുദ്ധവിശേഷങ്ങൾ കൈമാറിക്കഴിഞ്ഞ സഞ്ജയൻ നിർവ്വികാരനായി നില്ക്കുന്നു.

സമന്തപഞ്ചകത്തിനോട് ചേർന്ന് പണിതുവച്ച ശിബിരങ്ങളിൽ കൗരവപ്രവരരും ഗംഗാതടത്തിനോട് ചേർന്ന താവളങ്ങളിൽ പാണ്ഡവ -സോമകന്മാരും ഇനിയങ്ങോട്ടേക്കുള്ള യുദ്ധതന്ത്രങ്ങൾ രൂപപ്പെടുത്തുകയാവാം.

പത്ത്

കുരുക്ഷേത്രത്തിൽ അർജ്ജുനന്റെ ശരമേറ്റ് ഭീഷ്മാചാര്യർ തേർത്തട്ടിൽ നിന്ന് വീണിരിക്കുന്നു...

ആചാര്യന്റെ ശുഭ്രമായ വസ്ത്രം രക്തത്തിൽ കുതിർന്ന് അസ്തമയം ഗ്രസിച്ച ചക്രവാളംപോലെ.

കുരുകുലവന്ദ്യന് മുമ്പിൽ സൂര്യരശ്മികൾ കൈകൂപ്പി അകലുന്നു.

കുരുക്ഷേത്രഭൂമിയിൽ ഇരുസൈന്യങ്ങളും ശോകമൂകരായി ആയുധം വച്ച് നിശ്ചേതനമായി നില്ക്കുന്നു..

പറഞ്ഞുതീരാതെ സഞ്ജയന്റെ വാക്കുകൾ എവിടെയോ തപ്പിയും തടഞ്ഞും..

കേട്ടപാതിയിൽ ധൃതരാഷ്ട്രർ അലറിക്കരഞ്ഞു, പിന്നെ മോഹാലസ്യപ്പെട്ടു വീണു.

അബോധത്തിൽ മഹാരാജാവ് വെറും നിലത്ത് കിടന്നുരുണ്ടു..

അന്ത:പുരത്തിൽനിന്ന് അട്ടഹാസങ്ങളും ആർത്തനാദങ്ങളുമുയർന്നു.

ഞൊടിയിടയിൽ സൂര്യൻ മറഞ്ഞു, ചുറ്റും ഇരുളിന്റെ തിരശ്ശീല താണു..

സമന്തപഞ്ചകത്തിനരികിൽ കുറുക്കന്മാർ ഓലിയിട്ടു. ആകാശത്തിൽ നിന്ന് അഗ്നിശലാകകൾ വാൾമുനകൾ എറിഞ്ഞു.

രക്തം മഴത്തുള്ളികളായി പെയ്തിറങ്ങി.

അത് വീണ് ഹസ്തിനപുരിയിലെ മട്ടുപ്പാവുകൾ ചുവന്നു...

പോർക്കളത്തിൽ കഴുകന്മാരും പരുന്തുകളും ഹിംസ്രജന്തുക്കളും പരസ്പരം നോക്കിനിന്നു.

നേർക്കുനേർ ശിഖണ്ഡിയായിരുന്നു.

സാല്വനും ഭീഷ്മനും കൈവിട്ട അംബയുടെ പുനർജ്ജന്മം. പെണ്ണായി ജീവൻ വെടിഞ്ഞ് പെണ്ണായിത്തന്നെ പിറന്നവൾ.

ജന്മനിയോഗം അസ്ഥികളിൽ അഗ്നിയായി കൊണ്ടുനടന്നവൾ.

അവൾ ദ്രുപദന്റെ കൊട്ടാരത്തിൽ ഭീഷ്മവധത്തിനുവേണ്ടി പുനർ

ജനിച്ചവളാണ്. പിന്നെ സ്ഥൂലകർണ്ണന്റെ ദയാവായ്പാൽ പുരുഷനായി.

ആണും‌പെണ്ണും കെട്ടജന്മം.

അതിനെ നേരിടാൻ തയ്യാറാവാതെ ദിവ്യാസ്ത്രം താഴ്ത്തിനിന്നു, ഭീഷ്മർ.

ആജന്മശത്രുവിനെ നേർക്കുനേർ കിട്ടിയ ആവേശത്തിലായിരുന്നു പോലും, ശിഖണ്ഡി.

തന്റെ ജന്മത്തിന് വിരാമമിടാനുള്ള തിരിച്ചറിവിൽ ചിരിച്ചുനിന്നു ഭീഷ്മപിതാവ്.

'നിജ ജന്മ ധർമ്മങ്ങൾ അവസാനിപ്പിച്ച് തിരികെയുള്ള യാത്ര ആരംഭിക്കാൻ സമയമായിരിക്കുന്നു. വരാനിരിക്കുന്ന ഉത്തരായണം തനിക്കുള്ളതാണ്...'

ശിഖണ്ഡിയുടെ ശസ്ത്രമഴയിൽ ഒരുമഹാപർവ്വതംപോലെ അനക്കമില്ലാതെ നിന്നുകൊടുത്തു, പിതാവ്.

ആ നില്പിൽ നപുംസകത്തിന്റെ ബാണശരങ്ങളെ പിതാവ് ചിരിച്ചു തോല്പിച്ചു. പിന്നെ പുഷ്പസായകങ്ങൾപോലെ അവയെ ശരീരത്തിൽ ഏറ്റെടുത്ത് നറുനിലാവുപോലെ പ്രകാശം ചൊരിഞ്ഞു.

'അമ്മേ, അവിടുന്ന് നല്കിയ നരജന്മം ഈ ദേവവ്രതനിതാ തിരികെയേല്പിക്കാൻ തയ്യാറെടുക്കുന്നു.

ഇന്നേക്ക് അൻപത്തിയെട്ടാംനാൾ സൂര്യസഞ്ചാരം ഉത്തരാർദ്ധത്തിലേക്ക് പ്രവേശിക്കവേ ഈ ജന്മനിയോഗം പൂർത്തിയാകുവാൻ ഇതാണ് മുഹൂർത്തം എന്നു ഞാനറിയുന്നു.

ഇനിയും പൂർത്തിയാകുവാനുള്ളത് കേവലമായ ചില ധർമ്മോപദേശങ്ങൾ മാത്രമാണ്. അതിനായി അപ്പപ്പോൾ ഈ മകനെ ഉണർത്തുക...

മനസ്സിൽ ഗംഗാദേവി ഉണരുന്നത് പിതാവറിയുന്നു.

അമ്മേ, ഒരു നപുംസകത്തിന്റെ ശസ്ത്രമുനയിൽ അവസാനിപ്പിക്കാൻ പാടുള്ളതല്ല ഈ ജന്മമെന്ന് ഞാനറിയുന്നു. അത് വീരനായ യോദ്ധാവിനാൽ ക്ഷത്രിയോചിതമായി സംഭവിക്കേണ്ടതാണ്. എന്നാൽ കാശിരാജാവിന്റെ പുത്രിക്ക് കഠിനമായ തപോവ്രതത്താൽ ലഭിച്ച ജന്മലക്ഷ്യം പൂർത്തിയാകാതിരിക്കപ്പെടാനും വയ്യ..'

ആകാശത്ത് ദേവദുന്ദുഭികൾ മുഴങ്ങട്ടെ.

ശകുനിയെ മറഞ്ഞു നില്ക്കുന്ന അർജ്ജുനന്റെ ഗാണ്ഡീവത്തിൽ നിന്നും ആകാശം പിളരുന്ന ഞാണൊലികൾ ഉയരട്ടെ.

അഭിമന്യുവും ദ്രൗപദീപുത്രന്മാരും ഭീഷ്മരെക്കുറിച്ചുള്ള ഭയമുപേക്ഷിച്ച് പ്രത്യക്ഷത്തിലേക്ക് പ്രവേശിക്കട്ടെ–

ഭീഷ്മദൃഷ്ടിയിൽപെട്ടാൽ ജീവനുംകൊണ്ട് തിരികെപ്പോവാൻ കഴിയില്ലെന്നറിയാവുന്ന സാധുസൈനികരേ, നിങ്ങൾ പോർക്കളത്തിൽ ചിതറി ഓടി അകലാൻ ശ്രമിക്കുന്നത് അവസാനിപ്പിക്കുക.

ഭീഷ്മയുഗത്തിന്റെ അന്ത്യത്തിന് കാഴ്ചക്കാരാവുക.

കൃഷ്ണൻ പറഞ്ഞു:

"കുരുകുലാധിപതിയുടെ നേരമായിരിക്കുന്നു, ധനഞ്ജയാ. ഇനി വൈകിക്കുന്നത് പാപമാണ്."

എന്നിട്ടും വില്ലുയർത്താതെനിന്നു സവ്യസാചി.

"ഹേ, പാണ്ഡവാ-"

കൃഷ്ണൻ തുടർന്നു:

"ഇന്നേക്ക് പത്തുദിവസം മുമ്പ് ഞാൻ നിനക്ക് പകർന്നേകിയ ഗീതയുടെ അന്തസ്സത്ത നീ മറന്നുവോ.

ദേവാസുരയുദ്ധത്തിൽ ദേവഗുരുവായ ബൃഹസ്പതി പറഞ്ഞുവച്ച യുദ്ധത്തിന്റെ നീതിശാസ്ത്രവും നീ മറന്നുപോകുന്നുവോ- അർജ്ജുനാ.

ഹേ, ധനഞ്ജയാ. ഭീഷ്മപിതാമഹന്റെമേൽ അദ്ദേഹം സ്വയം നിശ്ച യിക്കുമ്പോഴല്ലാതെ മരണത്തിന് കടന്നു കയറാനാവില്ല, ആധിപത്യ വുമില്ല.

അതിനാൽ പിതാമഹനെ വധിച്ചുവെന്ന പാപം നിന്നിലേശുന്നതു മില്ലെന്ന് നീ അറിയുക."

സായന്തനത്തിലെ പോക്കുവെയിലിൽ സ്വർണ്ണവർണ്ണമുള്ള ഗാണ്ഡീവമുയർന്നു, വിളങ്ങി.

വലതുവശം ചേർന്നു ഭീമസേനന്റെ തേര് നിർത്തി. ധ്വജത്തിൽ കപി കുലോത്തമന്റെ അടയാളമുള്ള കൊടിക്കുറ നിവർന്നാടി. ഭീമനരികെ അഭിമന്യുവും സ്ഥാനമുറപ്പിച്ചു...

ആകാശത്തിലുയർന്നുവിളങ്ങിയ ഗാണ്ഡീവത്തിന്റെ ഞാണൊ ലിയിൽ കൃഷ്ണന്റെ തേരുപൂട്ടിയ ശൈബ്യ-സുഗ്രീവാദികളായ അശ്വ ങ്ങൾ മുൻകാലുകൾ ഉയർത്തി ഫൂൽക്കരിച്ചു.

കുരുക്ഷേത്രത്തിൽ കൊടുങ്കാറ്റ് ഉയർന്നു.

ശുഭ്രവസ്ത്ര ധാരിയും കുരുകുലശ്രേഷ്ഠനും മഹാത്മാവുമായ നരാ ധിപതി വെള്ള കൊടിമരം ചാർത്തിയ വെളുത്ത തേർത്തട്ടിൽനിന്ന് ചോര പുരണ്ട കുരുക്ഷേത്രഭൂമിയിലെ മണ്ണിലേക്ക് പതുക്കെ വീണു. പുഷ്പ ബാണങ്ങൾപോലെ ദേഹം നിറയെ കുത്തിനിന്ന പരഃശതം ശരങ്ങളിൽ പിതാമഹൻ ചരിഞ്ഞു കിടന്നു.

അതുനോക്കി നില്ക്കവെ ഇടനെഞ്ച് പൊട്ടി അർജ്ജുനൻ അലറിക്കരഞ്ഞു: "കൃഷ്ണാ-"

അർജ്ജുനന്റെ ദീനമായ രോദനത്തിൽ ഒരു നിമിഷം യാദവകുല ദേവനായ മഹാസാരഥി തരിച്ച് നിന്നു. അപ്രതീക്ഷിതമായ എതോ അശ നിപാതത്തിൽ അകപ്പെട്ടപോലെ കൃഷ്ണന്റെ മനസ്സ് തല്ക്കാലം ഒന്നു പിടഞ്ഞു. പിന്നെ പെട്ടെന്ന് അതിനെ സമനിലയിലേക്ക് തിരികെ ബന്ധിച്ചു..

"കൃഷ്ണാ.."

ആകാശത്ത് പൊടുന്നനെ അസ്തമയമുണ്ടായി. ദേവദുന്ദുഭികൾ അത്യുഗ്രമായ ശബ്ദത്തിൽ ഭീകരമായി വിറകൊണ്ടു. ശരശയ്യയിൽ

ഭീഷ്മപിതാമഹന്റെ തല ഒരുവശം താഴ്ന്ന് കിടന്നു.

പിതാവ് പറഞ്ഞു: "എനിക്ക് സ്വച്ഛമായി തലനിവർത്തി ശയിക്കുന്ന തിന്, ഹേ, പാർത്ഥാ, ഉചിതമായ ഒരുപധാനം തീർത്തുതരിക."

ഒരിക്കൽകൂടി ഗാണ്ഡീവമുണരുന്നു.

അത് നേർത്ത ഞാണൊലികളോടെ, അനേകം മൃദുശരങ്ങൾ ഉതിർത്ത് പിതാമഹന്റെ താഴ്ന്നു തൂങ്ങിയ ശിരസ്സ് പുഷ്പഹാരം നിവർ ത്തിപ്പിടിച്ച മൃദുകരങ്ങളാൽ എന്നപോലെ പതുക്കെ ഉയർത്തിനിർത്തി.

പിന്നെ കേണു പറഞ്ഞു:

"പിതാമഹനായ മഹാശയാ, അങ്ങ് സ്വന്തം ഹൃദയത്തിന് തുല്യ മായി സ്നേഹിച്ച പാണ്ഡുവിന്റെ ഈ മദ്ധ്യമ പുത്രന് ഈ പാപഭാരം ഒരു വിധത്തിലും താങ്ങാനാവുന്നില്ലല്ലോ."

പിതാവ് ചിരിച്ചു, നിശ്ശബ്ദമായ നിലാവലപോലെ-

പിന്നെ പറഞ്ഞു: "മകനേ, എനിക്ക് ദാഹിക്കുന്നു..."

അർജ്ജുനന്റെ വിറയാർന്ന കരങ്ങൾ പിന്നെയും ചലിച്ചു. പർജന്യാ സ്ത്രം പിളർന്നുകീറിയ ഭൂമിയുടെ അഗാധഗർത്തങ്ങളിൽനിന്ന് അമൃത സമാനമായ ജലധാര ഉയർന്നുവന്നു. അത് കുരുപുംഗവന്റെ വരണ്ട ചുണ്ടുകളിൽ ദിവ്യരസമായി പടർന്നിറങ്ങി.

അർജ്ജുനൻ പറഞ്ഞു:

"ഈ മടിത്തട്ടിൽ കയറി ഇരുന്നുകൊണ്ടാണ്, കൃഷ്ണാ, ഞാൻ സ്നേഹത്തിന്റെ സ്വരമാധുര്യം എന്താണെന്ന് അറിഞ്ഞത്.

അച്ഛൻ മരിച്ചുപോയ ഞങ്ങൾ ഈ കണ്ണുകളിൽ നോക്കിയാണ്, 'അച്ഛാ-' എന്ന് വിളിച്ചത്.

വളർന്നുകൊണ്ടിരിക്കവേ ഈ നനവാർന്ന ചുണ്ടുകളാണ്, അത് തിരുത്തി പിതാമഹനെന്നു വിളിക്കാൻ പഠിപ്പിച്ചത്.

അസ്ത്രവിദ്യയും ധർമ്മശാസ്ത്രവും ക്ഷമാശീലവും എന്താണെന്ന് ഞങ്ങളെ പഠിപ്പിച്ചു തന്നത് ഈ മനസ്സാണ്, കൃഷ്ണാ"

കൃഷ്ണൻ പറഞ്ഞു:

"ഒരു നപുംസകത്തിന്റെ ശരമേറ്റ് അവസാനിക്കാനുള്ളതല്ല, ഈ മഹദ്ജന്മമെന്ന് നീ അറിയുക.

ഒരു ക്ഷത്രിയന്റെ മരണം വീരനായ മറ്റൊരു ക്ഷത്രിയന്റെ കൈ കളാൽ സംഭവിക്കാനുള്ളതാണ്.

അതുകൊണ്ട്, ഹേ പാർത്ഥാ, നിന്നിലൂടെ നിർവ്വഹിക്കപ്പെട്ടത് പിതാ മഹന്റെ ആഗ്രഹനിവൃത്തിയാണ്. അതും അദ്ദേഹം നിശ്ചയിച്ച ഉത്തമ മായ മുഹൂർത്തത്തിലാണെന്നും നീ അറിയുക.

ഹേ- അർജ്ജുനാ, അതറിയുന്നവൻ നിന്റെ ജ്യേഷ്ഠസഹോദരനായ യുധിഷ്ഠിരൻ മാത്രമാണ്."

കൃഷ്ണൻ പറഞ്ഞു:

"അതിനാൽ, നീ സുകൃതനായിരിക്കുന്നു."

പിതാമഹനെ വലംവച്ച് അർജ്ജുനൻ പാദങ്ങളിൽ കുമ്പിട്ടു.

അസ്ത്രശതങ്ങളാൽ തീർക്കപ്പെട്ട ശയ്യയിൽ ആയിരം പൂക്കൾ വിരിഞ്ഞു. അവയ്ക്കിടയിലൂടെ കാട്ടുചോലയുടെ കുളിരുള്ള കാറ്റ് വീശി. അതിന്റെ നിർവൃതിയിൽ പിതാമഹൻ ഒരുമഹാവിഗ്രഹംപോലെ കിടന്നു...

അർജ്ജുനന് പിറകെ യുധിഷ്ഠിരനും ഭീമസേനനും നകുലസഹദേവന്മാരും അഭിമന്യുവും ദ്രൗപദീസഹോദരനായ ധൃഷ്ടദ്യുമ്നനനും പാഞ്ചാലീപുത്രന്മാരും വിരാടനും യുയുത്സുവും നമസ്കരിച്ചു.

പാണ്ഡവന്മാർക്ക് പിറകെ സുയോധനനും മറ്റ് ധാർത്തരാഷ്ട്രന്മാരും വന്നു.

ഭീഷ്മർ പറഞ്ഞു:

"രാജാക്കന്മാരേ, നിങ്ങൾ യുദ്ധം നിർത്തുവിൻ. പരസ്പരമുള്ള വൈര്യമുപേക്ഷിപ്പിൻ. ചന്ദ്രവംശത്തിന്റെ യശസ്സുയർത്താൻ ഒന്നിച്ചു നിലകൊള്ളുവിൻ.."

ഭീഷ്മപിതാവ് പതുക്കെ കൺപോളകൾ അടച്ചു. അപ്പോൾ അദ്ദേഹം ഒരു മഹാധ്യാനത്തിലെന്നപോലെ-

ഒടുവിലെത്തിയത് കർണ്ണനായിരുന്നു.

പിതാമഹന് മുമ്പിൽ ഏറ്റവും വികാരാധീനനായതും അവനായിരുന്നു. അവൻ പറഞ്ഞു:

"കുരുകുലത്തിന്റെ അഭിമാനഗോപുരമായ മഹാപ്രഭോ, അങ്ങയുടെ കാല്ക്കൽ സർവ്വമാന ദുരഭിമാനങ്ങളും ത്യജിച്ച്, രാധേയനായ കർണ്ണൻ, ഇതാ- പരിശുദ്ധമായ മനസ്സോടെ നമസ്കരിക്കുവാൻ എത്തിയിരിക്കുന്നു."

കർണ്ണന്റെ കണ്ണുകൾ നിറയുന്നത് ഇതാദ്യമായി വിദുരർ കണ്ടു. അത് അർഘ്യം പോലെ, കരതലത്തിലെ പുണ്യതീർത്ഥം പോലെ..

കർണ്ണൻ തുടർന്നു:

"എന്നും അവജ്ഞയോടെമാത്രം അങ്ങ് കണ്ടിട്ടുള്ള, അങ്ങയിൽ നിന്നും അനേകം അപമാനശരങ്ങൾ ഏറ്റുവാങ്ങിയിട്ടുള്ള ഈ സൂതപുത്രൻ അവിടുത്തെ അനുഗ്രഹത്തിനായി ഇതാ കാത്തുനില്ക്കുന്നു.."

അടച്ചുചേർത്ത മിഴികൾ പതുക്കെ തുറന്ന് പിതാമഹൻ കർണ്ണനെ നോക്കി. പിന്നെ തളർന്നകൈകൾ നിവർത്തി അവനെ ചേർത്തു പിടിച്ചു.

"എന്റെ ഹൃദയം നിന്നെ തിരയുകയായിരുന്നു, കർണ്ണാ.

എനിക്ക് സമാധാനമായിരിക്കുന്നു.."

നേർത്തു നേർത്ത ശബ്ദത്തിൽ പിതാവ് തുടർന്നു:

'നിന്റെ ശൗര്യവും ബലവും ശത്രുക്കൾക്കുപോലും മതിപ്പുളവാക്കുന്നതാണ്, ദാനശീലത്തിൽ നിന്നേക്കാൾ സമർപ്പിതനായ മറ്റൊരുവൻ ഇനി ജനിക്കേണ്ടിയിരിക്കുന്നു.

നീ സൂതപുത്രനല്ല, കുന്തീദേവിയിലൂടെ ജന്മമെടുത്ത സൂര്യപുത്രനാണ്."

കർണ്ണൻ പറഞ്ഞു: "എനിക്ക് ജന്മം നല്കിയ കുന്തീദേവി, എന്നോട് നേരിട്ട് ഈ ജന്മരഹസ്യം പറഞ്ഞിട്ടുണ്ട്. അത് ഇന്നേക്ക് പത്തു

ദിവസംമുമ്പ് ഒരു മദ്ധ്യാഹ്നവേനലിൽ ഗംഗാതീരത്ത് വെച്ചായിരുന്നു.”

ഒരുവേള കർണ്ണൻ കണ്ണടച്ചു നിന്നു. പിന്നെ പതുക്കെ തുടർന്നു.

“പാണ്ഡവരെ ജയിക്കാനും അർജ്ജുനനെ വധിക്കാനും ഇവിടെയാർക്കും സാദ്ധ്യമല്ലെന്ന് എനിക്കറിയാം. എന്റെ രക്ഷയ്ക്കായി പിറവിയിൽ എനിക്ക് ചാർത്തപ്പെട്ട കവചകുണ്ഡലങ്ങൾ ബ്രാഹ്മണവേഷത്തിൽ ദാനം ചോദിച്ചുവന്ന ഇന്ദ്രന് അരിഞ്ഞറുത്ത് കൊടുത്തപ്പോൾ ഞാനെന്റെ മരണമുഖം മുമ്പിൽ കണ്ടുകഴിഞ്ഞതാണ്.

പകരം ഒരേയൊരു ശത്രുവിന്റെ വധത്തിനു മാത്രം പ്രയോഗിക്കാനുള്ള വൈജയന്തി എന്ന വേൽ അദ്ദേഹത്തിൽ നിന്ന് സ്വീകരിച്ചപ്പോഴും എനിക്കറിയാമായിരുന്നു, സ്വന്തം മകനായ അർജ്ജുനനെ വധിക്കുവാൻ തന്റെ ദിവ്യമായ അത്തരമൊരു ആയുധം ശത്രുവിന്റെ കൈയിൽവച്ചു കൊടുക്കാൻ മാത്രം വിഡ്ഢിയായ ഒരു പിതാവല്ല, ദേവേന്ദ്രനെന്ന്.

പിഴവുപറ്റിയതല്ല കർണ്ണന്, അതിലെനിക്ക് ലവലേശം ദു:ഖവുമില്ല.

അർജ്ജുനനെ വധിക്കുക എന്നത് എന്നിലാവേശിച്ചു കയറിപ്പറ്റിയ നീചമായ ഒരു അസുരാഭിനിവേശം മാത്രമായിരുന്നു. അത് കുന്തീദേവിയെ കണ്ടു പിരിഞ്ഞതോടെ എന്നെ വിട്ടകന്നു പോയിക്കഴിഞ്ഞു.

എന്നിൽ അവശേഷിക്കുന്ന ജന്മനിയോഗം, ഇനി സ്വന്തം ജീവൻ നല്കിയും ആത്മമിത്രമായ സുയോധനനെ സഹായിക്കുക എന്നത് മാത്രമാണ്. അതിനായി ഇനി ഈ കർണ്ണന്റെ ജീവിതത്തിലുള്ളത് ഇതാ, ഈ കൈവിരലുകളിൽ എണ്ണിത്തീർക്കാവുന്ന ദിവസങ്ങൾ മാത്രമാണെന്നും ഞാനറിയുന്നു, മഹാശയാ– ”

പിതാമഹനു മുമ്പിൽ കർണ്ണൻ ഒരു നിമിഷം നിശ്ശബ്ദനായി നിന്നു.

“ജന്മംകൊണ്ടും കർമ്മംകൊണ്ടും അസ്പൃശ്യനായ കർണ്ണന്റെ മരണം ഉറപ്പാക്കാൻ വില്ലാളിയായ അർജ്ജുനന് വിശേഷപ്പെട്ട അനേകം ദിവ്യാസ്ത്രങ്ങളും അമ്പൊഴിയാത്ത ആവനാഴിയും സർവ്വതാ കൃഷ്ണന്റെ സഹായവും ഉണ്ട്. അങ്ങനെയുള്ള അവനെ യുദ്ധത്തിൽ ജയിക്കാമെന്ന മൗഢ്യമൊന്നും എനിക്കില്ല, പിതാവേ.

പക്ഷേ, അങ്ങ് വിചാരിച്ചപോലെ ഞാൻ കേവലം വിഡ്ഢിയായ ഒരു അനുചരനല്ല. എന്റെ ജന്മം കാരണവശാൽ ഞാൻ ദുര്യോധനന് അടിയറവച്ചു കഴിഞ്ഞുപോയതാണ്.

ഒരിക്കൽ സ്വമനസ്സാലെ പറഞ്ഞ വാക്കുകൾ, കൊടുത്തുപോയ ഉറപ്പുകൾ മരണത്തിന്റെ വക്രതത്തിൽ നിന്നായാൽപ്പോലും കർണ്ണൻ തിരുത്തിപ്പറയില്ല, തിരിച്ചെടുക്കുകയുമില്ല...”

പിതാമഹന്റെ കരം കർണ്ണന്റെ ശിരസ്സിനു മുകളിൽ ഒരു വൻമരത്തിന്റെ തണലുപോലെ ഉയർന്നുനിന്നു.. കർണ്ണൻ ശിരസ്സ് കുനിച്ചു, പിന്നെ പറഞ്ഞു:

“എന്നെ യുദ്ധത്തിൽ പങ്കുചേരുവാൻ അനുവദിക്കുക.

അങ്ങനെ എന്നെ വധിക്കുവാനുള്ള അർജ്ജുനനിയോഗത്തിന് അവ

സരമൊരുക്കുക. ഈ കർണ്ണനെ അനുഗ്രഹിക്കുക.. അതിനായി ഇതാ, ഈ ദാസൻ സർവ്വാപരാധങ്ങളും ഏറ്റുപറഞ്ഞ് ശിരസ്സ് നമിക്കുന്നു."

പതിയെ പിതാമഹന്റെ വിറയാർന്ന കൈത്തലം കർണ്ണന്റെ ശിരസ്സിൽ പതിഞ്ഞു.

രാജാവിനൊപ്പം വിദുരരുടെ കണ്ണുകളും നിറഞ്ഞു. ധൃതരാഷ്ട്രർ പറഞ്ഞു:

"എനിക്ക് ഭീഷ്മപിതാവിനെ കാണുവാൻ ധൃതിയായിരിക്കുന്നു, സഞ്ജയാ. എന്നെ കുരുക്ഷേത്രത്തിലേക്ക് കൊണ്ടുപോകൂ"

എന്തുവേണമെന്നറിയാതെ സഞ്ജയൻ വിദുരരെ നോക്കി. വിദുരർ പറഞ്ഞു:

'സമയമായിട്ടില്ല. നമുക്ക് കുരുക്ഷേത്രത്തിലേക്ക് പ്രവേശിക്കാൻ സമയമായിട്ടില്ല, രാജാവേ'

നനഞ്ഞ മിഴികൾ വസ്ത്രാഞ്ചലമുയർത്തി തുടച്ച് വിദുരർ തുടർന്നു: "ഉത്തരായണത്തിന് ഇനിയും ദിവസങ്ങൾ ഉണ്ട്. അതിനുമുമ്പേ ജീവൻ വെടിയാൻ ഭീഷ്മപിതാവ് ഒരുമ്പെടുകയില്ല.

അതിനുമുമ്പ് യുദ്ധം അവസാനിച്ചാലും ഇല്ലെങ്കിലും ഞാൻ തിരികെയെത്തും.. ഉത്തരായണത്തിലെ സൂര്യോദയത്തിൽ ഭീഷ്മപിതാവിന്റെ സന്നിധിയിൽ ഈ വിദുരനുണ്ടാവും. വിദുരൻ എത്തിയിരിക്കും. അതുവരെ അവിടെ ആർക്കും ഒന്നും ചെയ്യാനുമില്ല."

ഇരുളിന്റെ തിരശ്ശീല വകഞ്ഞ്, മിഴികളിൽ ഒതുങ്ങാത്ത ദു:ഖത്തെ ഹൃദയത്തിൽ കുടിയിരുത്തി വിദുരർ ഇറങ്ങി.

"എവിടെപ്പോകുന്നു," എന്ന് ആരും ചോദിച്ചില്ല. എവിടേക്കാണെന്ന് പറയാൻ തനിക്കും അറിയില്ല.

അകലെ ഗംഗാതടവും അപ്പുറം കാമ്യകവനവും ദ്വൈതവനവും പിന്നെ പ്രഭാസക്ഷേത്രവും...

മനസ്സിൽ ഒരു ലക്ഷ്യവുമില്ലാതെ വിദുരർ നടക്കുകയാണ്.

മുമ്പിൽ അനന്തമായ വഴിത്താര.

മനസ്സിലടിഞ്ഞ് വീർപ്പുമുട്ടിക്കുന്ന കൂരിരുളിനെ മിഴികളിൽ ഏറ്റുവാങ്ങി വിദുരർ നടക്കുകയാണ്.

പതിനൊന്ന്

ഒരിക്കലും അടുക്കാൻ സാദ്ധ്യതയില്ലാത്ത വിദൂരസ്ഥങ്ങളായ രണ്ട് നിയോഗങ്ങളുടെ ഒത്തുചേരലാണ് ഭീഷ്മരും കർണ്ണനുമെന്ന് നടത്തയിൽ വിദുരരോർക്കുന്നു.

സത്യത്തിൽ അവർ തമ്മിൽ എന്തായിരുന്നു ബന്ധം? ഒരു ബന്ധവും ഇല്ലായിരുന്നു എന്നതാണ് ശരി.

രാജസഭാമന്ദിരത്തിൽവച്ച് വല്ലപ്പോഴും സുയോധനനൊത്ത് കണ്ടുമുട്ടുന്നു; പിരിയുന്നു..

ഏതോ ഒരു കാലത്ത്, ധൃതരാഷ്ടർക്ക് എങ്ങനെയോ ഒരു പരിചയമുണ്ടായിരുന്ന അധിരഥനെന്ന സൂതന് സ്വന്തം ഭാര്യ രാധയിൽ പിറന്ന പുത്രൻ എന്നായിരുന്നു ആദ്യം കേട്ടത്. പിന്നെ കേട്ടു, അവൻ ദുര്യോധനന്റെ ആത്മമിത്രമാണെന്ന്. അസ്ത്രാഭ്യാസത്തിൽ അവൻ അർജ്ജുനനെ വെല്ലുമെന്ന്.

ഒടുവിൽ അത്യന്തം ഗോപ്യമായി അവൻ കന്യകയായിരുന്ന കുന്തീദേവിക്ക് സൂര്യഭഗവാനിൽ പിറന്ന പുത്രനാണെന്ന് ഭീഷ്മപിതാവിന്റെ അറിവിലെത്തി, അപ്പോഴേക്കും വിരോധത്തിന്റെയും വിദ്വേഷത്തിന്റെയും അഴിഞ്ഞാട്ടം ഏറക്കുറെ പൂർത്തിയായിരുന്നു.

എന്നിട്ടും ഭീഷ്മപിതാവ് ശഠിച്ചു:

ഞാൻ സേനാനായകനായിരിക്കുമ്പോൾ അവനെ യുദ്ധത്തിൽ പങ്കെടുപ്പിക്കുകയില്ലെന്ന്.

പാവം കർണ്ണൻ, അവന് അവനെ സംബന്ധിക്കുന്ന ജന്മരഹസ്യം അറിയില്ലായിരുന്നു. എന്നിട്ടും ആ യോദ്ധാവ് കൗരവശ്രേഷ്ഠനെ നിന്ദിച്ചില്ല. പരശുരാമൻവരെ നീളുന്ന താപസശ്രേഷ്ഠന്മാരിൽനിന്നും ഏറ്റുവാങ്ങിയ ശാപഭാരങ്ങളുടെ ഒഴിയാത്ത ഭാണ്ഡവുമായി അവൻ ഹസ്തിനപുരത്തിൽത്തന്നെ കഴിഞ്ഞുവന്നു..

അല്ലെങ്കിലും ജന്മം നല്കുന്ന ഗർഭപാത്രവും വംശവും അവനവനല്ല നിശ്ചയിക്കുന്നതെന്ന് കുരുശ്രേഷ്ഠന് നന്നായി അറിയാവുന്നതല്ലേ?

വ്യക്തിയുടെ മാഹാത്മ്യം അവന്റെ കഴിവിലും വാക്കിലും പ്രവൃത്തിയിലുമാണ്.

വളർത്തച്ഛൻ ഒരു അലക്കുകാരനായിപ്പോയി എന്നതാണ് കർണ്ണന്റെ കുറ്റമെങ്കിൽ, ഗംഗാപുത്രനായി പിറന്ന ദേവവ്രതൻ മുപ്പത് വർഷം വനത്തിൽ കഴിഞ്ഞത് മുക്കുവന്റെ പേരക്കിടാവെന്ന സംരക്ഷണയിൽ ആയിരുന്നുവല്ലോ?

ചിന്തിച്ചുകൊണ്ടിരിക്കുമ്പോൾ ഒന്നിനും ഒരു രൂപവും ലഭിക്കാത്തപോലെ.

ഒന്നിനും ഒരു ന്യായവും കണ്ടെത്താൻ കഴിയാത്തപോലെ-

അനേകമനേകം നിയോഗങ്ങളാൽ ബന്ധിതമായ കർമ്മപഥങ്ങൾ. അവയിൽ തന്റെ സ്വന്തം വഴിത്താരപോലും തിരിച്ചറിയാൻ കഴിയാതെ വിദുരർ നില്ക്കുന്നു.

അപ്പോഴും കഴിഞ്ഞ പത്ത് ദിവസമായി തന്നെ അസ്വസ്ഥമാക്കിക്കൊണ്ടിരുന്ന അതേ ചോദ്യം മനസ്സിൽ തികട്ടി വരുന്നു-

“വൃദ്ധനായ ഭീഷ്മപിതാവ് എന്തിനായിരുന്നു കൗരവപ്പടയുടെ സർവ്വസൈന്യാധിപത്യം ഏറ്റെടുത്തത്?”

അന്ധകാരമയമായ വനാന്തരത്തിൽ, ഉത്തരം കിട്ടാതെ കിടക്കുന്ന ചോദ്യങ്ങൾക്ക് നടുവിൽ, അയാൾ ഏതോ പെരുമരത്തിന്റെ കീഴിൽ ഇരുന്നു. ചുറ്റും ഇലകൾ വകഞ്ഞെത്തുന്ന നിലാപ്പൊട്ടുകൾ .

യൗവ്വനത്തിന്റെ വീര്യവും പ്രതാപവും ശരീരം കൈവിട്ടുകഴിഞ്ഞി

രിക്കുന്നു എന്ന ഒറ്റക്കാരണം പറഞ്ഞുകൊണ്ട് അദ്ദേഹത്തിന് ആ ഉത്തരവാദിത്വത്തിൽനിന്ന് അന്ന് ഭംഗിയായി ഒഴിഞ്ഞുമാറാമായിരുന്നു.

വിദുരർ ഓർക്കുന്നു-

ആറ് രാപ്പകലുകൾ പരശുരാമനോട് പിടിച്ചുനിന്നു, എന്നതും നിരവധി പോരാട്ടങ്ങളിൽ ഏകനായി നിന്ന് വിജയം വരിച്ചു എന്നതുമെല്ലാം പണ്ടായിരുന്നില്ലേ; പഴങ്കഥകൾ.

കുരുവൃദ്ധനായ പിതാവിന് ഒരു വിധത്തിലും ചേർന്നതായിരുന്നില്ല, ആ സർവ്വസൈന്യാധിപനെന്ന സ്ഥാനം...

വിദുരർ വെറുതെ തലയിളക്കിക്കൊണ്ടിരുന്നു.

അപ്പോഴും ഭീഷ്മപിതാവിനെ വെറുക്കാൻ കഴിയാത്ത മഹത്ത്വം; അത് സ്വർഗ്ഗരാജ്യത്തെ നിലാവെളിച്ചംപോലെ മനസ്സിൽ പ്രശോഭിക്കുന്നുണ്ട്. അവഗണിക്കാൻ കഴിയാത്ത ധീരത. തള്ളിക്കളയാൻ കഴിയാത്ത വ്യക്തിത്വം. കുരുവംശത്തിന്റെ ചരിത്രത്തിൽ എക്കാലവും നിലനില്ക്കുന്ന നിതാന്തമായ ചൈതന്യം, ചരിത്രഗോപുരം..

വിദുരർ പതുക്കെ എഴുന്നേറ്റു.

എങ്ങോട്ട് പോകണം.

ഇരുളിൽ ദിശകൾപോലും തിട്ടപ്പെടുത്താൻ ആവുന്നില്ലല്ലോ-

ദ്രോണാചാര്യരുടെ മരണത്തെക്കുറിച്ച് വിദുരർ അറിയുന്നത് പ്രഭാസക്ഷേത്രത്തിൽ വന്നെത്തിയ ബ്രാഹ്മണന്മാർ പറഞ്ഞുകേട്ടിട്ടാണ്.

ഭീഷ്മപതനത്തിനുശേഷം യുദ്ധത്തിൽ പങ്കുചേർന്ന കർണ്ണനെ സൈന്യാധിപനായി വാഴിക്കണം എന്നതായിരുന്നുവത്രേ, സുയോധനന്റെ താല്പര്യം. പക്ഷേ, കർണ്ണൻ നിർദ്ദേശിച്ചത് ദ്രോണരെയായിരുന്നുവത്രേ.

'ദ്രോണനും അത് ആഗ്രഹിച്ചിരുന്നു.'

പദവികളുടെ പിന്നാമ്പുറങ്ങളിൽ എത്രവലിയ അപകടങ്ങൾ പതിയിരുന്നാലും സ്ഥാനമാനങ്ങളെ മോഹിക്കുന്ന മനസ്സുകൾ അതൊന്നും ഗൗനിക്കാതെ ഈയാംപാറ്റകൾ അഗ്നിയിലേക്കെന്നപോലെ എടുത്തുചാടുന്നു.

ഭീഷ്മപിതാവിനെപ്പോലെ, ഒരുപക്ഷേ, അതിനേക്കാൾ സൗകര്യമായിട്ട്, ദ്രോണന് ബ്രാഹ്മണവൃദ്ധൻ എന്ന ഒറ്റകാരണം പറഞ്ഞ് സ്വയമേവ ആ സ്ഥാനം നിരസിക്കാമായിരുന്നു.

യുദ്ധത്തിൽ നിന്നുതന്നെ മാറിനില്ക്കാമായിരുന്നു.

വിദുരർ ആരോടെന്നില്ലാതെ പരിഭവംപോലെ പറഞ്ഞു.

കുരുരാജകുമാരന്മാരുടെ വന്ദ്യനായ ഗുരുവിന്, അല്ലെങ്കിലും ഒരു പക്ഷം ചേർന്ന് യുദ്ധത്തിൽ പങ്കുകൊള്ളേണ്ടുന്ന കാര്യവുമുണ്ടായിരുന്നില്ല-

പക്ഷേ, അതിന് ദുര്യോധനാജ്ഞയെ മറികടക്കാനുള്ള മനസ്സ് വേണം. എന്തിനെയും നേരിടാൻ കഴിയുന്ന ഈ ധീരവീരപരാക്രമികൾ, പക്ഷേ, ദുര്യോധനനു മുമ്പിൽ ആജ്ഞാനുവർത്തികളെപ്പോലെ ചെറു

താവുന്നു.

ഒടുവിൽ കേവലം അഞ്ച് പകലുകൾകൊണ്ട് അവസാനിച്ചുപോയ സ്ഥാനമാനങ്ങൾ..

കണ്ണിലുണ്ണിയെപ്പോലെ സ്നേഹിച്ച പാർത്ഥൻ നോക്കിനില്ക്കവെ ദ്രുപദപുത്രനായ ധൃഷ്ടദ്യുമ്നന്റെ ശരമേറ്റ് മരിച്ചുവീഴാനുള്ളതായിരുന്നു, ദ്രോണന്റെ നിയോഗം..

ദ്രോണവധത്തിനായി അഗ്നിയിൽ ജന്മംകൊണ്ടവനാണ് ധൃഷ്ടദ്യുമ്നൻ.

തന്റെ പിതാവിനോട് കാണിച്ച അധിക്ഷേപത്തിന് പ്രതികാരം ചെയ്യാൻ കാലം പാർത്തിരുന്നവനാണ്, അവൻ.

അവൻ കൊന്നു. പകരം വീട്ടി.

വളരെ നീചമായിട്ടാണ് ധൃഷ്ടദ്യുമ്നൻ ദ്രോണനെ വധിച്ചതത്രേ.

പടക്കളത്തിൽ വലിയൊരു കള്ളം പ്രചരിപ്പിച്ചുകൊണ്ട് ആദ്യം ആചാര്യനെ തളർത്തി. പിന്നെ കൃഷ്ണോപദേശം അനുസരിച്ച് ജന്മലക്ഷ്യം സാധിച്ചു-

"കാത്തുനില്ക്കരുത്. നേരം കളയരുത്...

ഹേ, ദ്രുപദപുത്രാ, ഇതിൽ കൂടിയ ഒരവസരം നിനക്ക് നിന്റെ ജന്മലക്ഷ്യം നിറവേറ്റാൻ ഇനിയൊരിക്കൽ ലഭിക്കുമെന്ന് കരുതരുത്."

കൃഷ്ണന്റെ വാക്കുകളിൽ ധൃഷ്ടദ്യുമ്നന്റെ ശരങ്ങൾ തുരുതുരാ ദ്രോണരെ ലക്ഷ്യംവച്ച് കുതിച്ചുവത്രേ..

അപ്പോൾ, അതിസാഹസികമായി അർജ്ജുനനാൽ ബന്ധിക്കപ്പെട്ട് ഗുരുവിന് മുമ്പിൽ ദക്ഷിണയായി സമർപ്പിക്കപ്പെട്ട ദ്രുപദന്റെ അപമാനിതമായ മുഖം ദ്രോണർക്ക് മുമ്പിൽ നിശ്ചയമായും തെളിഞ്ഞു നിന്നിട്ടുണ്ടാവാം. കൗമാരത്തിലെ കൂട്ടുകാരായിരുന്ന ദ്രുപദൻ രാജാവായിക്കഴിഞ്ഞപ്പോൾ തന്നെ യഥായോഗ്യം സ്വീകരിച്ചില്ലെന്നതായിരുന്നുവത്രേ, സുഹൃത്തിന്റെ പരാതി. അതിനുള്ള പ്രതികാരമാണ് അന്ന് ദ്രോണൻ പ്രിയശിഷ്യനെക്കൊണ്ട് ചെയ്യിച്ചത്.

പക കനലുപോലെ മനസ്സിൽ കൊണ്ടുനടന്നവനായിരുന്നു, ദ്രോണർ.

ഒടുവിൽ, ശിരച്ഛേദം ചെയ്തുകൊണ്ട് പുത്രൻ പകരംവീട്ടി. ചന്ദ്രവംശത്തിലെ അതികായനായ ഗുരുശ്രേഷ്ഠന്റെ ശിരസ്സ് അവൻ കാലുകൊണ്ട് പലതവണ തട്ടിത്തെറിപ്പിച്ചുവത്രേ-

കുരുക്ഷേത്രത്തിലെ പൊടിമണ്ണിൽ അത് കാല്പന്തു പോലെ ഉരുണ്ടുകളിച്ചുവെന്ന്-

അപ്പോൾ, പെരുവിരൽ ഇല്ലാത്ത ഒരു യോദ്ധാവ് ഏറ്റം പിറകിലായി മനസ്സുതുറന്ന് സന്തോഷിക്കാൻ ഉണ്ടായിരുന്നു, ഏകലവ്യൻ.

പഥികർക്ക് യുദ്ധവിശേഷങ്ങൾ വർണ്ണിക്കാൻ ഏറെ ഉത്സാഹമായിരുന്നു. കേട്ടുകേൾവികൾക്കും അപ്പുറത്തേക്ക് പ്രവഹിക്കുന്ന വാഗ്സരണികൾ. അത് കേൾക്കാനിരുന്നവർക്കും തേൻതുള്ളികൾപോലെപ്രിയ

മാണ്.

വിദുരരുടെ മനസ്സ്മാത്രം കേഴുന്നു..

അയാൾ നനവാർന്ന മിഴികൾ ഒരിക്കൽകൂടി അമർത്തിത്തുടച്ചു.

നായാട്ടിനു കൊണ്ടുപോയ ശുനകന്റെ വായിൽ ഒറ്റ ഞാണൊലിയിൽ ഏഴു ശരങ്ങൾ എയ്തുവിട്ട യുവാവിനോട് ദ്രോണാചാര്യർ ചോദിച്ചുവത്രേ:

"നിന്റെ കുലമേതാണ്?"

"നിഷാദകുലം"

കടലലറുന്നപോലെ, കാറ്റ് ചൂളംകുത്തി ഉയരുന്നപോലെ ചുറ്റും ചിരിപടർന്നു.

"നിഷാദന് അസ്ത്രവിദ്യയോ.

ആട്ടെ, ആരാണ് നിന്റെ ഗുരു?"

നിഷാദൻ മുമ്പിലിരിക്കുന്ന ദ്രോണാചാര്യരെ വിരലുനീട്ടി ചൂണ്ടിക്കാണിച്ചു.

പൊടുന്നനെ കടലിന്റെ ചിരിയടങ്ങി. കാറ്റിന്റെ ചൂളംവിളി നിലച്ചു.

പിന്നെ നിഷാദയുവാവ് കളിമണ്ണിൽ തീർത്ത ഗുരുവിന്റെ ശില്പം കാണിച്ചുകൊടുത്തു, തല്സ്വരൂപം.

"ഈ പ്രതിമയെ നിത്യം തൊഴുതിട്ടാണ് ഞാൻ അമ്പെയ്ത്ത് പഠിച്ചത്."

ഗുരു അവന്റെ വേഷം നോക്കി, പിന്നെ കിളിന്നുതുടങ്ങിയ ചെമ്പിച്ചതാടിമീശയിൽ നോക്കി.

"നിന്റെ പേരെന്താണ്?"

ദക്ഷിണ വയ്ക്കാൻ പറഞ്ഞു

വലതുകൈയിലെ പെരുവിരൽ...

അനുഗ്രഹിക്കാൻ ഗുരുവിന് കൈപൊങ്ങിയില്ല. മുമ്പിൽ നാക്കിലയിൽ നിവർന്നുയർന്ന് ഫണം വിടർത്തി ആടുകയാണ്, ശിഷ്യന്റെ പെരുവിരൽ. അത് ആകാശത്തോളം വളരുന്ന കാഴ്ചയ്ക്ക് മുമ്പിൽ ഗുരുവിന്റെ സർവ്വ ധാർഷ്ട്യങ്ങളും പത്തിമടക്കി.

പ്രഭാസക്ഷേത്രത്തിലെ കൊച്ചുകൊച്ചു വള്ളിക്കുടിലുകളിൽ ചമ്രം പടിഞ്ഞിരിക്കുന്ന ബ്രാഹ്മണർക്ക് സംസാരിച്ചിരിക്കാൻ ഇതിൽപ്പരം വിശേഷപ്പെട്ട വിഷയമെന്തിരിക്കുന്നു..

അവർക്ക് യുദ്ധത്തിന്റെ വിവരങ്ങളറിയാം, അത് വർണ്ണിച്ച് പറയാനുമറിയാം.

അവർ ഒടുവിൽ കേട്ടത് അഭിമന്യുവിന്റെയും ജയദ്രഥന്റെയും അന്ത്യത്തെക്കുറിച്ചായിരുന്നുവത്രേ.

ദ്രോണർ തീർത്ത അനേകം സൈനികവ്യൂഹങ്ങളിൽ ഏറെപ്രമുഖമായ പത്മവ്യൂഹത്തിൽ പ്രവേശിക്കാൻ അറിയുന്നവൻ അഭിമന്യു മാത്രം. പക്ഷേ, അവന് തിരികെവരാനുള്ള വിദ്യ വശമില്ലായിരുന്നു.

അതറിയാവുന്ന അർജ്ജുനന് പുത്രനത് ഉപദേശിച്ചു കൊടുക്കാ

നുള്ള സാവകാശവും ലഭിച്ചില്ല.

അഭിമന്യുവിന്റെ തേരോട്ടത്തിൽ അനേകം രഥങ്ങളും ഗജങ്ങളും സേനാംഗങ്ങളും നിലംപരിശായിക്കൊണ്ടിരുന്ന കാഴ്ച കണ്ട് അവനെ കുരുവീരൻമാർ സംഘം ചേർന്നാണ് വളഞ്ഞത്. എന്നിട്ടും അവൻ കൊന്നൊടുക്കിക്കൊണ്ടിരുന്നു. അതിനിടയിലെപ്പോഴോ അവൻ വ്യൂഹം വിട്ട് പുറത്തേക്ക് കടക്കാനുള്ള മാർഗ്ഗത്തെക്കുറിച്ച് ചിന്തിച്ചിട്ടുണ്ടാവണം.

ആ അവസ്ഥയിലാണ് ദുശ്ശാസനപുത്രൻ അവന്റെ തലയടിച്ചു തകർത്തത്.

തന്റെ പ്രിയപത്നിയായ സുഭദ്രയിൽ പിറന്ന പരാക്രമിയായ പുത്രനെ ഇവ്വിധം കീഴ്പ്പെടുത്തുന്ന നേരത്ത് അവന്റെ രക്ഷയ്ക്കായി പാഞ്ഞടുത്ത പിതാവിനെ തടഞ്ഞ ജയദ്രഥനോടായിരുന്നു, പിന്നീട് പാർത്ഥന് വൈരാഗ്യം. അവന്റെ ശിരസ്സറുത്ത് നിലത്തു വീഴ്ത്തുന്നവന്റെ തല നൂറായി ചിതറിത്തെറിക്കുമെന്ന ഭയത്താൽ ആരും അവനോടടുത്തിരുന്നില്ല. അജയ്യനായി വിലസുകയായിരുന്നു, ജയദ്രഥൻ.

അതൊന്നും ഓർക്കാതെയും ചിന്തിക്കാതെയും ഏറ്റവും കുറഞ്ഞത് കൃഷ്ണനുമായൊന്ന് ആലോചിക്കുകപോലും ചെയ്യാതെയാണ് അർജ്ജുനൻ അവിചാരിതമായി പ്രതിജ്ഞ ചെയ്തു കളഞ്ഞത്, നാളെ സൂര്യാസ്തമയത്തിനു മുമ്പ് അവൻ ജയദ്രഥന്റെ തലകൊയ്യുമെന്ന്.

'അതിനു കഴിഞ്ഞില്ലെങ്കിൽ ഈ അർജ്ജുനൻ ജീവിച്ചിരിക്കുന്നതല്ല.'

കേട്ടപാതി കൃഷ്ണനാണ് വിറച്ചുപോയത്.

നാഗരാജപുത്രിയായ ഉലൂപിക്ക് അർജ്ജുനനിൽ ജനിച്ച പുത്രനായ ഇരാവനെ ധർമ്മമാർഗ്ഗംവിട്ട് വധിച്ചതറിഞ്ഞപ്പോൾ തോന്നാതിരുന്ന വാശി അഭിമന്യുവിന്റെ മരണത്തിൽ തോന്നാനുണ്ടായ കാരണം പൊടുന്നനെ കൃഷ്ണൻ മനസ്സിലാക്കുന്നു.

അത്, അഭിമന്യു കൃഷ്ണസഹോദരിയായ സുഭദ്രയിലുണ്ടായ മകനായത് കൊണ്ടുമാത്രമായിരുന്നില്ല, പകരം അവനെ രക്ഷിക്കാൻ കഴിയാതെ പോയ വില്ലാളിവീരന്റെ വീഴ്ചയെ ഓർത്താണ്.

ബ്രാഹ്മണന്മാരുടെ അടക്കിയും ആവർത്തിച്ചുമുള്ള ചിരി വിദുരന് അസഹ്യമാവുകയാണ്. അയാൾ കണ്ണടച്ചു ധ്യാനത്തിനായി ശ്രമിച്ചു. കഴിയുന്നില്ലല്ലോ.

അവർ ആഹ്ലാദത്തോടെ പറഞ്ഞുകേൾക്കുന്ന കൃഷ്ണന്റെ ചെയ്തികളിൽ പിന്നെയും മനസ്സ് കുരുങ്ങുകയാണ്:

ദ്രോണന്റെ ചക്രവ്യൂഹം തകർത്ത് അകത്തുചെന്നിട്ടും ജയദ്രഥനെ കിട്ടാത്തതിലുള്ള ആശങ്കയിലായിരുന്നുവത്രേ, കൃഷ്ണൻ.... കൃഷ്ണന് അർജ്ജുനന്റെ പ്രതിജ്ഞ നിറവേറ്റിക്കൊടുക്കാനുള്ള ബാദ്ധ്യതയുമുണ്ട്. അർജ്ജുനനില്ലെങ്കിൽ പാണ്ഡവരില്ല, വിജയമില്ല. ദുശ്ശാസനനേയും ദുര്യോധനനേയും കർണ്ണനേയും ജയിക്കാൻ കഴിയില്ല. അല്ലായ്കിൽ പാണ്ഡവർ ഇന്നോളം ക്ഷമിച്ചതിനും അനുഭവിച്ചതിനും കഷ്ടതകളെ അതിജീവിച്ചതിനുമൊന്നും ഒരു ഫലപ്രാപ്തിയുണ്ടാവില്ല.

അങ്ങനെയാണ് അവൻ സൂര്യനെ മറച്ച് കുരുക്ഷേത്രത്തിൽ അസ്തമയം സൃഷ്ടിച്ചത്.

അസ്തമയം കണ്ട് അന്നത്തെ യുദ്ധം അവസാനിച്ചെന്ന് കരുതി ആയുധം വച്ച് ശിബിരത്തിലേക്ക് തിരികെപോകാൻ ഇറങ്ങിയതായിരുന്നുവത്രേ, ജയദ്രഥൻ.

അപ്പോൾ കൃഷ്ണന്റെ ഉപദേശമനുസരിച്ചാണ് അർജ്ജുനൻ അമ്പെയ്ത് അവന്റെ തലയറുത്ത് തെറിപ്പിച്ചത്. അത് നേരെ ചെന്നു വീണത് സമന്തപഞ്ചകത്തിനപ്പുറത്ത് ധ്യാനനിഷ്ഠനായിരിക്കുന്ന ജയദ്രഥന്റെ തന്നെ പിതാവിന്റെ മടിയിലേക്കായിരുന്നു.

എന്തോ ഒന്ന് മടിയിൽ വീണതറിഞ്ഞ വെപ്രാളത്തിൽ ഉടുവസ്ത്രം കുടഞ്ഞ പിതാവിന്റെ ശിരസ്സ് ഉടൻ നൂറായി ചിതറിത്തെറിച്ചുപോലും. അച്ഛന്റെയും മകന്റെയും ശിരസ്സുകൾ മണ്ണിൽ പലയാവർത്തി കുത്തി മറിഞ്ഞ് ഭയം ജനിപ്പിച്ച് നിശ്ചലമായി.

അതിശയം കൂറിയ കണ്ണുകൾക്കിടയിൽനിന്നും വിദുരർ എഴുന്നേറ്റു.

എല്ലാം യുദ്ധമര്യാദകളുടെ ലംഘനങ്ങളാണ്. ധർമ്മയുദ്ധം എന്നത് കേൾക്കാൻ മാത്രമുള്ള ഒരു പദമായി ചുരുങ്ങി, ചെറുതായി സമൂഹത്തിൽ നിന്ന് കാലക്രമത്തിൽ ഇല്ലാതായിപ്പോവുകയാണ്..

അതിനുമപ്പുറം അത് ഒരു ചതിയായി പല്ലിളിക്കുന്നു.

ഹേ, ബ്രാഹ്മണന്മാരേ, കഥകൾ പറഞ്ഞും കേട്ടുരസിച്ചുംകൊണ്ട് നിങ്ങൾ ഇരിക്കുവിൻ.

വിദുരന്, ഇത് ആത്മാവ് പറിച്ചെറിയുന്ന ദു:ഖമാണ്.

മനസ്സിന് താങ്ങാനാവാത്ത സങ്കടമാണ്.

പന്ത്രണ്ട്

പ്രഭാസക്ഷേത്രത്തിൽ പിന്നെയും ബ്രാഹ്മണന്മാർ വന്നുംപോയും കൊണ്ടിരുന്നു. അത് ഒരു വഴിയമ്പലംപോലെ തോന്നി വിദുരർക്ക്.

വരുന്നവർ പലരും ഒന്നും രണ്ടും ദിവസം താമസിച്ച് കുളിയും പൂജാദികർമ്മങ്ങളും വേദപാരായണവും വെടിപറച്ചിലും മറ്റുമായി സന്തോഷപൂർവ്വം കഴിച്ചുകൂട്ടി മറ്റെവിടേക്കോ പുറപ്പെട്ടു പോകുന്നു. അപൂർവ്വമായിമാത്രം അവരിൽ ആരൊക്കെയോ അധികനാൾ തങ്ങുന്നുണ്ട്. അപ്പോഴേക്കും മറ്റൊരു പറ്റം ബ്രാഹ്മണർ വന്നെത്തുന്നു. അങ്ങനെ വരുന്നവരിൽനിന്ന് യുദ്ധത്തിന്റെ വിശേഷം അറിയാൻ മറ്റുള്ളവർ കാത്തു നില്ക്കുന്നു.

അവർക്കെല്ലാം പറയാനുണ്ടായിരുന്നത് ദ്രോണന്റെ അവസാനദിവസങ്ങളെക്കുറിച്ചായിരുന്നു..

വധിക്കപ്പെടുന്നതിന് ഒരു പകൽ മുമ്പായിരുന്നുവത്രേ, ദ്രോണരുടെ ശിബിരത്തിൽചെന്ന് ദുര്യോധനൻ അദ്ദേഹത്തെ ശകാരിച്ചത്.

ജയദ്രഥനെ വധിക്കുവാൻ ദ്രോണർ കൂട്ടുനിന്നതാണത്രേ. അല്ലാ

യ്കിൽ ദ്രോണൻ തീർത്ത അർദ്ധപത്മവ്യൂഹത്തിന്റെ മദ്ധ്യകർണ്ണികയിൽ സുരക്ഷിതനായിരുന്ന ജയദ്രഥനെ വധിക്കുവാൻ പോയിട്ട്, അതിലേക്ക് പ്രവേശിക്കാൻപോലും അർജ്ജുനന് കഴിയില്ലായിരുന്നുവെന്ന്.

അതിന് കഴിഞ്ഞത് ഗുരുവിന്റെ അതിരുകടന്ന പാണ്ഡവപ്രിയം മൂലമാണെന്ന്.

ഈ ബ്രാഹ്മണഗുരു പാണ്ഡവരുടെ വിജയമാണ് ആഗ്രഹിക്കുന്നത്. പാർത്ഥനെതിരായി ഒരു ചെറുഞാണൊലി ഉയർത്താൻപോലും അദ്ദേഹം തയ്യാറല്ല.

വളരെ കഠിനമായ പദപ്രയോഗങ്ങളായിരുന്നു ദുര്യോധനൻ ദ്രോണർക്കെതിരെ നടത്തിയതത്രേ. ഒരുതരത്തിൽ ഭീഷ്മപിതാവിനോട് പറഞ്ഞതിന്റെ ആവർത്തനം.

ദ്രോണരെല്ലാം കേട്ടുനിന്നു. പിന്നെ മനസ്സ് നൊന്തു പറഞ്ഞു:

“ദുര്യോധനാ, നിന്റെ ആഗ്രഹം പാണ്ഡവരാജാവായ യുധിഷ്ഠിരനെ ബന്ധനസ്ഥനാക്കി നിന്റെ മുമ്പിൽ കൊണ്ടുവന്ന് നിർത്തുക എന്നതല്ലേ- അത് ഞാൻ സാധിച്ചു തരാം. രണ്ട് ദിവസത്തിനകം എങ്ങനെയും പാണ്ഡവമുഖ്യനായ ആ ധർമ്മാത്മജനെ ഞാൻ നിന്റെ മുമ്പിൽ എത്തിച്ചു തന്നേക്കാം.”

അപ്പോഴാണ് ശകുനി ‘പാണ്ഡവമുക്യൻ’ എന്നു വികലമായി ഉച്ചരിച്ച് ഗുരുവിനെ പരിഹസിച്ചത്. അത് കേൾക്കവെ, കർണ്ണന്റെ കണ്ണുകളിൽ ശകുനിയോടുള്ള രോഷം ജ്വലിച്ചു. ദുര്യോധനൻ ചോദിച്ചു:

“കർണ്ണാ, നീയെന്താണ് പതിവില്ലാതെ മാതുലനോട് രോഷാകുലനാവുന്നത്”

കർണ്ണൻ മറുപടി പറയാതെ തിരിഞ്ഞുനടന്നു.

എന്തു പറ്റിയിരിക്കുന്നു, പ്രാണപ്രിയനായ എന്റെ മിത്രത്തിന് എന്ന ചിന്തയിൽ പിറകെ ദുര്യോധനനും ഏറ്റവും പിറകിലായി ശകുനിയും ദ്രോണന്റെ ശിബിരമിറങ്ങി. അവർ രാത്രിയുടെ കനത്തു കറുത്ത വഴിയിലൂടെ നടന്നകലുന്നത് വൃദ്ധനായ ബ്രാഹ്മണഗുരു നോക്കിനിന്നു പോലും...

യുധിഷ്ഠിരനെ ബന്ധനസ്ഥനാക്കാൻ കഴിഞ്ഞാൽ അതോടെ യുദ്ധം അവസാനിക്കുമെന്ന കണക്കുകൂട്ടലിൽ ആയിരുന്നുവത്രേ, ദുര്യോധനൻ. അത് ശകുനിയുടെ ദുർബ്ബുദ്ധിയിൽ പിറന്ന തന്ത്രമാവാനേ തരമുള്ളു എന്ന് ദ്രോണരും മനസ്സിലാക്കിയിരുന്നു. എന്നിട്ടും രണ്ട് പകലുകൾ അതിനായി ശ്രമം തുടർന്നതാണ്. അനേകം അടവുകളും തന്ത്രങ്ങളും പ്രയോഗിച്ചു നോക്കി.

മഹാവ്യൂഹങ്ങൾ ചമച്ചു. ചക്രവ്യൂഹം, ശകടവ്യൂഹം, അർദ്ധപത്മവ്യൂഹം, പത്മവ്യൂഹം, ഗർഭവ്യൂഹം...

പ്രതിവ്യൂഹങ്ങൾ ചമച്ച് ഓരോന്നിനെയും തകർത്തുകൊണ്ടിരുന്നു, കൃഷ്ണാർജ്ജുനസഖ്യം.

പാണ്ഡവപ്പട അജയ്യമാണെന്ന് നന്നായറിയാവുന്ന ഗുരു, ഓരോ

വ്യൂഹവും തകർക്കപ്പെടുമ്പോൾ ഉള്ളാലെ ചിരിച്ചു. അർജ്ജുനനും കൃഷ്ണനുമിരിക്കുമ്പോൾ യുധിഷ്ഠിരനെ ബന്ധിക്കാൻ കഴിയില്ലെന്ന് നല്ല ബോദ്ധ്യമുള്ള ദ്രോണർക്ക് പ്രിയശിഷ്യന്റെ യുദ്ധപാടവം കണ്ടാസ്വദിക്കുന്നതിലായിരുന്നുവത്രേ കൂടുതൽ രസം.

ഒടുവിൽ ആചാര്യൻ പറഞ്ഞു: അർജ്ജുനനേയും കൃഷ്ണനേയും നിങ്ങൾ അകറ്റിത്തന്നാൽ മതി, യുധിഷ്ഠിരനെ ഞാൻ ബന്ധിച്ചു നല്കാം, എന്ന്.

ആര് വിചാരിച്ചാലും നടക്കാത്ത കാര്യം. അതുപറഞ്ഞ് ഗുരു പിന്നെയും മനസ്സുകൊണ്ട് ചിരിച്ചിട്ടുണ്ടാവണം.

അതിനിടയിൽ എത്രയെത്ര പരാക്രമങ്ങൾ; ശിരശ്ഛേദങ്ങൾ; എത്രയെത്ര വ്യവസ്ഥാലംഘനങ്ങൾ..

അഭിമന്യു, ജയദ്രഥൻ, സോമദത്തൻ, ബാൽഹീകൻ, ഘടോൽക്കചൻ.

ഒടുവിലിതാ, ധനുർശസ്ത്രവിശാരദനും ആചാര്യനുമായ ദ്രോണനും....

വയ്യ. ഒന്നുമേ കേൾക്കാൻ വയ്യ.

വിദുരർ ഒരിക്കൽകൂടി കൈപ്പത്തി നിവർത്തി മുഖം തുടച്ചു.

പിന്നെ പതുക്കെ ധ്യാനത്തിലേക്ക് തിരിഞ്ഞു.

അപ്പോൾ ആരോ പറയുന്നു, ഇപ്പോൾ യുദ്ധം നയിക്കുന്നത് കർണ്ണനാണ്, എന്ന്- 'ഇനിയാണ് യുദ്ധം.'

പൊടുന്നനെ കുന്തിയെക്കുറിച്ച് ഓർത്തുപോവുകയാണ് വിദുരർ.

വസുദേവസഹോദരിയായി ജനിച്ച പൃഥ. അവൾ ജന്മം നല്കിയ കർണ്ണൻ.

ഇനിയുള്ള ഊഴം അവനെ ലക്ഷ്യാ വച്ചുകൊണ്ടുള്ളതാണ്.

ഒരുവേള വിദുരന്റെ മനസ്സ് പിടഞ്ഞു.

ഒരബദ്ധത്തെ അതിനേക്കാൾ വലിയ മറ്റൊരബദ്ധംകൊണ്ട് ഒളിപ്പിക്കാൻ ശ്രമിച്ച പാവം കന്യക.

നിലാവിന്റെ മുഖത്തുനിന്ന് ഒരിക്കലും മാഞ്ഞുതീർന്നിട്ടില്ലാത്ത കണ്ണുനീർ.

ഒടുവിലാപുത്രൻ, ദുര്യോധന മിത്രമായതും അംഗരാജ്യത്തിന്റെ അധിപനായതുമെല്ലാം ഏതോ അജ്ഞാത നിയോഗം. ആ കുന്തീപുത്രൻ ഇപ്പോൾ കൗരവപ്പടയുടെ സർവ്വസൈന്യാധിപനായി വാഴിക്കപ്പെട്ടിരിക്കുന്നു. അവനിപ്പോൾ ജന്മലക്ഷ്യം നിറവേറ്റാനെന്നപോലെ മനസ്സിൽ കൊണ്ടുനടക്കുന്നത് സഹോദരന്മാരുടെ പതനമാണ്.. അതിൽ മദ്ധ്യമനായ പാർത്ഥനെ സ്വന്തം കൈകളാൽ വധിക്കണം. അല്ലെങ്കിൽ ഈ രണഭൂമിയിൽ ബ്രാഹ്മണശാപം നടപ്പാകണം.

'നിന്റെ രഥചക്രം മണ്ണിൽ പൂഴ്ന്നു കിടക്കുമ്പോൾ, നീ ചതിയാൽ വധിക്കപ്പെട്ടു പോകട്ടെ-'

കർണ്ണന്റെ കാതുകളിൽ എന്നും പ്രതിദ്ധ്വനിച്ചുകൊണ്ടിരുന്ന

ശാപവചനം- ബ്രാഹ്മണന്റെ തീപാറുന്ന കണ്ണുകൾ.

ഹസ്തിനപുരി ഇപ്പോൾ അവന് സ്തുതിഗീതങ്ങൾ ചമയ്ക്കുകയാവാം. കുടിലുകളും രാജകൊട്ടാരങ്ങളും അവന്റെ വിജയത്തിനു വേണ്ടി പ്രാർത്ഥിക്കുന്നുണ്ടാവാം.

കുന്തീദേവിയുടെ മനസ്സ് മാത്രം അന്തമില്ലാത്ത ദുഃഖത്തിൽ 'എന്റെ മകൻ-എന്റെ മകൻ...' എന്ന് നിശ്ശബ്ദമായി വിലപിക്കുകയുമാവാം.

'എന്തിനു വേണ്ടിയായിരിക്കണം, മഹാമുനി ആ കന്യകാരത്നത്തിന് അങ്ങനെയൊരു വരം നല്കിയത്.'

വിദുരർ ചിന്തിച്ചുപോകുന്നു.

കൂടപ്പിറപ്പുകളാൽ വെറുക്കപ്പെട്ട്, ചതിയാൽ വധിക്കപ്പെടുന്ന സഹോദരന്റെ കഥ മണ്ണിലൊരു ഇതിഹാസം കണക്ക് നിത്യമായി ഉദാഹരിക്കപ്പെടുന്നതിനു വേണ്ടിയോ? അതോ, നിത്യവും പേറുവാൻ വിധിക്കപ്പെടുന്ന ദുഃഖത്തിനൊരു മാതൃക ചമയ്ക്കുന്നതിനോ-?

സംഭവങ്ങൾ എങ്ങനെയൊക്കെയാണ് മാറിയും തിരിഞ്ഞും വരുന്നത്. ഒന്നിനുമൊരു അടിസ്ഥാനവും കണ്ടെത്താൻ കഴിയാതെ വിദുരമനസ്സ് കുഴയുന്നു.

ശന്തനുവിന് ഗംഗാദേവിയിൽ പിറന്നവനാണ് ഭീഷ്മർ. ഭീഷ്മരെന്ന ദേവവ്രതൻ.

അദ്ദേഹം വ്യാസനെന്ന കൃഷ്ണദ്വൈപായനന്റെ സഹോദരനായി വന്നത് ഏറെക്കുറേ സമാനമായ മറ്റൊരു നിയോഗമായിരുന്നു. യാദൃച്ഛികമെന്ന് മുദ്രകുത്തി തള്ളിക്കളയാൻ കഴിയാത്ത സംഭവങ്ങളിലൂടെ വിദുരമനസ്സ് കരകാണാനാവാത്ത കുഞ്ഞോടംപോലെ അലയുകയാണ്.

മുപ്പത്തിരണ്ടുവർഷം ഗംഗാദേവിയും വസിഷ്ഠനും ചേർന്ന് വനത്തിൽ വളർത്തി വലുതാക്കിയവനാണ്, പിന്നീട് കുരുരാജപ്രവരനായ ഭീഷ്മരായത്.

വ്യാസഭഗവാനോ-?

പരാശരമുനിക്ക് കാളിയെന്ന മുക്കുവസ്ത്രീയിൽ ജനിച്ച മകൻ.

മുനിക്ക് അവളുടെ കന്യകാത്വം തിരികെ നല്കാനും മത്സ്യഗന്ധത്തിനു പകരം കർപ്പൂരത്തിന്റെ സുഗന്ധം പകരാനും മാത്രമേ കഴിഞ്ഞിരുന്നുള്ളു... പിന്നെ കാഴ്ചയിൽ വിരൂപനായ ഒരു പുത്രനെ സമ്മാനിക്കാനും.

കുലം വേരറ്റു പോകുമെന്നായപ്പോൾ ഭീഷ്മന് അവനെ വേണ്ടിവന്നു കൊട്ടാരത്തിലേക്ക് വരുത്താൻ.

അത് മറ്റൊരു നിയോഗം..

അങ്ങനെ നിയോഗങ്ങളുടെ നിലയ്ക്കാത്ത ആവർത്തനത്തിൽ സംഭവിക്കാവുന്നതും സംഭവിക്കാൻ പാടില്ലാത്തതും ചേർന്ന സങ്കീർണ്ണമായ അവസ്ഥയാണ്, കുരുവംശത്തിന്റെ വർത്തമാന ചരിതം.

ദീർഘബാഹുക്കൾ വീശി വിദുരർ നടന്നു.

അകലെയെങ്ങും കാടാണ്. കാടിന്റെ അനന്തത.

കാട്ടുമൃഗങ്ങളേക്കാൾ ഭയപ്പെടാനുള്ളത് മനഷ്യമനസ്സുകളിൽ വളർന്നുകയറുന്ന ശത്രുതയാണെന്ന അറിവിൽ അയാൾ മരച്ചുവട്ടിൽ ഇരുന്നു...

പ്രഭാസക്ഷേത്രത്തിൽ യുദ്ധത്തിന്റെ പുതിയപുതിയ വൃത്താന്തങ്ങൾ അറിയാനുള്ള ഔത്സുക്യവുമായി ബ്രാഹ്മണന്മാർ ഒറ്റയായും കൂട്ടായും കാത്തിരിക്കുകയാവാം..

ഒടുവിൽ വന്നെത്തിയവരാണ് കർണ്ണൻ വധിക്കപ്പെട്ടെന്ന വിവരം പറഞ്ഞത്.

ഇന്നല്ലെങ്കിൽ നാളെ സംഭവിക്കാനിരുന്ന ഒരു മഹാദുരന്തം.

അത് ആയിരം തിരമാലകൾ ഒന്നിച്ചലറിയടുത്ത് പൊടുന്നനെ നിലയ്ക്കുന്ന, കുന്തിയുടെ വിലാപംപോലെ-

പരശ്ശതം മടങ്ങ് വീശിയടിച്ച കൊടുങ്കാറ്റ് തളർന്നുറഞ്ഞുപോയ, ധൃതരാഷ്ട്രരോദനം പോലെ-

പതിനെട്ട് അക്ഷൗഹിണികളും ഒന്നിച്ച് പാഞ്ഞടുത്ത് നിമിഷാർദ്ധം കൊണ്ട് നിശ്ചേതനമായ പോലെ

വിദുരരെ തളർത്തുന്നു. ശരീരം ഉലയുന്നു. കാലടികൾ വഴുതിവഴുതി എതോ അഗാധമായ ഗർത്തത്തിൽ പതിക്കാൻ തുടങ്ങുന്നപോലെ-

'അമ്മേ-

വിദുരന് ഈ ദുഃഖവൃത്താന്തങ്ങൾ കേട്ടു മതിയായിരിക്കുന്നു..

പ്രപഞ്ചനായകാ, കുരുക്ഷേത്രത്തിലൊരു പ്രളയം സൃഷ്ടിക്കൂ- അതിലൊഴുകി അവസാനിക്കട്ടേ, ഈ പാപപങ്കിലമായ ധർമ്മച്യുതിയുടെ ഗാഥകൾ-'

വിദുരർ ആശ്രമത്തിലേക്ക് തിരിഞ്ഞു;

അപ്പോൾ ആരോ പറയുന്ന കേട്ടു: ഭീമൻ ദുശ്ശാസനനെ വധിച്ചെന്ന്.

അവന്റെ മാറ് പിളർന്നു രക്തം ഊറ്റിക്കുടിച്ച് അവൻ അടർക്കളത്തിൽ അലറി വിളിച്ചുവത്രേ:

"ഇതാ, ഭീമസേനൻ കൗരവസഭയിൽ വച്ചു പാഞ്ചാലിയോട് ചെയ്ത പ്രതിജ്ഞ പാലിച്ചിരിക്കുന്നു."

കുടവയർ നിറഞ്ഞ് കടവായിലൂടെ ഒഴുകിയിറങ്ങിയ ചുടുരക്തത്തിന്റെ നനവാർന്ന പത ചുണ്ടുകളിൽ വസൂരിപ്പോളകൾപോലെ വീർത്തു കിടന്നു. അതുമായി രാക്ഷസനെപ്പോലെ ദ്രൗപദിയുടെ അരികിലേക്ക് ഓടിയെത്തിയ ഭീമസേനന്റെ ഭീകരരൂപം കണ്ട് അവൾ ഭയം പൂണ്ട് അട്ടഹസിച്ചുവത്രേ.

അവന്റെ മഞ്ഞപ്പല്ലുകളിൽ കുരുങ്ങിയാടിയ കുടൽമാലകളും നാവിൽനിന്ന് ഇറ്റിവീഴുന്ന ചോരത്തുള്ളികളും കണ്ട് അവൾ കണ്ണുകൾ അമർത്തി അടച്ച് പിന്തിരിഞ്ഞു വിളിച്ചുവത്രേ-

കൃഷ്ണാ, ഞാനെന്തൊരു കാഴ്ചയാണീ കാണുന്നതെന്ന്.

ഷഡ്കർമ്മങ്ങൾക്ക് വിധിക്കപ്പെട്ട വിപ്രൻമാർക്ക്, അനുബന്ധമായി കഥകൾ മെനഞ്ഞു ചേർക്കാനറിയാം.

'ഇതെന്ത് രൂപം. എന്തൊരു ഭീകരമായ ഭാവം.

ഭൂമുഖത്ത് കുലശ്രേഷ്ഠയായ ഒരു പത്നിയും ഒരിക്കലും കാണാൻ ആഗ്രഹിക്കാത്ത ഭർത്തൃരൂപമാണിത്.

ഇതാരാണ്-?

യക്ഷിയോ, പിശാചോ...

അതോ വനജീവികളേക്കാൾ ഭീകരനായ, പർവ്വതസമാനനായ നിഷാദനോ-'

ബ്രാഹ്മണർ ആവേശപൂർവ്വം ഇളകിയിരിക്കുന്നത് വിദുരർ നോക്കി നിന്നു.

ഇനി കൗരവരിൽ ആരാണ് ബാക്കിയുള്ളത്..

പെട്ടെന്ന് പൊട്ടിക്കരയണമെന്ന് തോന്നി, വിദുരർക്ക്...

അടക്കിനിർത്താൻ കഴിയാത്ത എത്രയെത്ര മഹാദുഃഖങ്ങൾ.

അവ ഒന്നിനു പിറകെ മറ്റൊന്നായി ആർത്തലച്ചുവന്ന് മനസ്സിന്റെ തീരങ്ങളെ തകർക്കുന്നപോലെ.

ഒരുജന്മം മുഴുവനുമെന്നപോലെ ധൃതരാഷ്ട്രരെയും ധാർത്തരാഷ്ട്ര ന്മാരെയും ഉപദേശിച്ചു നടന്നു. തെറ്റായത് തെറ്റാണെന്നു തന്നെ വിളിച്ചു പറഞ്ഞു.

യോജിക്കാൻ കഴിയാത്തതിനോട് വിയോജിച്ചു തന്നെ നിന്നു.

എല്ലാ പരിവേഷങ്ങളും നന്നായിരിക്കുമ്പോൾമാത്രം പ്രയോഗി ക്കാനും പറയാനുമുള്ള ഒരാഭരണമായി ധർമ്മമെന്ന സത്യം ശുഷ്കിച്ച് ചെറുതായിപ്പോയിരിക്കുന്നു- എന്ന് വിദുരർ തിരിച്ചറിയുന്നു.

അന്യായമായ ദ്രോണവധത്തിന് ധർമ്മപുത്രനുവരെ കൂട്ടുനില് ക്കേണ്ടി വന്നിരിക്കുന്നുവത്രേ. യുധിഷ്ഠിരൻ സത്യമല്ലാതെ പറയില്ല എന്ന ഗുരുവിന്റെ വിശ്വാസമായിരുന്നു, അവസാനമായി അവൻ തകർ ത്തുകളഞ്ഞത്.

"സത്യമായും അശ്വത്ഥാമാവ് വധിക്കപ്പെട്ടു പോയോ, മകനേ" എന്ന ഗുരുവിന്റെ നിഷ്കളങ്കമായ ചോദ്യത്തിന് സത്യമാണെന്ന് തലയാട്ടി ക്കൊടുക്കേണ്ടിവന്നില്ലേ, യുധിഷ്ഠിരന്.

കൊന്നത് ഇന്ദ്രവർമ്മരാജാവിന്റെ ആനയെ ആണെന്ന സത്യം മറച്ചുവച്ചു അവൻ.

ഗുരുവിനെ തെറ്റിദ്ധരിപ്പിക്കുവാനായി ആനയ്ക്ക് നേരത്തേകൂട്ടി അശ്വത്ഥാമാവ് എന്ന് പേര് കൊടുപ്പിച്ചതാണെന്നും കൊന്നത് അതിനെ യാണെന്നും പറഞ്ഞില്ല, ധർമ്മപുത്രൻ.

'ഗുരുവിനെ വഞ്ചിച്ച പാപഭാരം ഇനിയെത്ര തലമുറകൾ ചുമന്നാ ലാണ്, കുരുകുലത്തിൽനിന്ന് അകന്നു തീരുക.'

വിദുരരുടെ മനസ്സ് നോവുന്നു.

ഗുരുഹത്യയ്ക്ക് സ്വീകരിച്ച എല്ലാ മാർഗ്ഗങ്ങളും തെറ്റായിരുന്നു എന്ന് പറയാനുള്ള ചങ്കൂറ്റം കാണിച്ചത് അർജ്ജുനൻ മാത്രമായിരുന്നുവെന്ന് വിപ്രഭാഷണങ്ങളിൽനിന്ന് വിദുരർ തിരിച്ചറിയുന്നുണ്ട്.കൂടെ സാത്യ കിയും പാർത്ഥനോട് ചേർന്നുവെന്ന്.

ധർമ്മയുദ്ധം എന്ന് ലോകം ശ്രവിച്ച ഈ കൗരവ-പാണ്ഡവയുദ്ധത്തിൽ ഇരുപക്ഷവും നിരന്തരമായി ധർമ്മവ്യവസ്ഥകൾ ലംഘിച്ചു തുടങ്ങിയത് എന്നു മുതലായിരുന്നു?

അതിന് തുടക്കം കുറിച്ചത് കൗരവവൃദ്ധനായ ഭീഷ്മപിതാവ് തന്നെയുമായിരുന്നില്ലേ-.

തേർത്തട്ടിൽ നിന്നിറങ്ങിയ വിരാടപുത്രനായ ശ്വേതനെ ധർമ്മയുദ്ധത്തിന്റെ നിർദ്ദിഷ്ടമായ മാനദണ്ഡങ്ങൾ ലംഘിച്ചുകൊണ്ടായിരുന്നു ഭീഷ്മർ വധിച്ചത്, എന്ന് ചൂണ്ടിക്കാണിച്ചപ്പോൾ തന്റെ നേർക്ക് ആഭാസവചനങ്ങൾ ചൊരിഞ്ഞതാണ്, ധൃതരാഷ്ട്രർ.

ഭീഷ്മപിതാവിനെ യുദ്ധമുറകൾ പഠിപ്പിക്കാൻമാത്രം ഇവിടെ ആരും വളർന്നിട്ടില്ലെന്ന്. 'അല്ലെങ്കിലും അദ്ദേഹം ആദ്യമായിട്ടല്ലല്ലോ, യുദ്ധം ചെയ്യുന്നത്?'

അവിടെ തുടങ്ങിയ ധർമ്മച്യുതികൾ, കേട്ടറിഞ്ഞിടത്തോളം, ജയദ്രഥനേയും കർണ്ണനേയും വധിച്ചതുവരെ നിർല്ലോഭം ആവർത്തിച്ചുകൊണ്ടിരുന്നു.

വിദുരർ ചുറ്റും നോക്കി. വനസ്ഥലികൾ മരവിച്ചപോലെ-

ഇലകൾപോലും ചലനമില്ലാതെ നില്ക്കുന്നു. തെളിനീരരുവികൾ മഞ്ഞിലുറഞ്ഞപോലെ-

പക്ഷിമൃഗാദികൾ വെറുതെ, തളർന്ന് മുഖംകുത്തി...

കാറ്റനങ്ങുന്നില്ല. നദികൾ ഒഴുകുന്നില്ല. ആകാശത്ത് മേഘങ്ങൾ പോലും സഞ്ചരിക്കുന്നില്ല.

വിദുരർ ആരോടെന്നില്ലാതെ പറഞ്ഞു:

'ഞാൻ പോവുകയാണ്. ഹസ്തിനപുരം എന്നെ വിളിക്കുന്നു: 'വിദുരാ, നീ വരിക.'

ധൃതരാഷ്ട്രർ വിളിക്കുന്നു: "വിദുരാ, നീ വരിക."

അപ്പുറത്ത്, കുതിരലായങ്ങൾക്കുമപ്പുറത്ത് പശുക്കൾ മേഞ്ഞു നടക്കുന്ന പച്ചപ്പുൽത്തകിടികളോട്ചേർന്ന വിശാലമായ മൈതാനഭൂവിലെ വീടിന്റെ പൂമുഖത്ത്നിന്ന് പുത്രതാപത്താൽ ഉരുകുന്ന കുന്തീദേവി വിളിക്കുന്നു: 'വിദുരാ, നീ വരിക.'

ഗാന്ധാരിയമ്മയും അന്ത:പുരവാസികളും വിളിക്കുന്നു:

'വിദുരാ, വരിക, വരിക-"

അവരെല്ലാവരും ഒന്നുപോലെ പറയുന്നു: "വിദുരാ, നീയാണ് ശരിയെന്ന് ഞങ്ങളറിയുന്നു. നീ വരിക"

വിദുരർ നടന്നു.

ദിവസങ്ങൾ താണ്ടി താൻ തിരികെ എത്തുമ്പോഴേക്കും ഒരുപക്ഷേ, കുരുക്ഷേത്രം ആളൊഴിഞ്ഞ, ആർപ്പും ആരവവും നിലച്ച വെറുമൊരു ശ്മശാനഭൂമി മാത്രമായി മാറിയേക്കാം.

അപ്പോഴും അവിടെ നിലയ്ക്കാത്ത അനേകമനേകം തേങ്ങലുകൾ ഉയർന്നുകൊണ്ടേയിരിക്കും.

ഭാഗം അഞ്ച്

പതിമൂന്ന്

കുരുക്ഷേത്രത്തിൽ ഞാണൊലികൾ നിലച്ചിരിക്കുന്നു. കഴുകന്മാരുടെ ചിറകടിയൊച്ചയും അകന്നുകഴിഞ്ഞു.

ഹസ്തിനപുരിയിൽ വിധവകളുടെ അടക്കിപ്പിടിച്ച രോദനങ്ങൾ മാത്രം.

ആളൊഴിഞ്ഞ ശവപ്പറമ്പിലേക്കെന്നപോലെ വിദുരർ രാജകൊട്ടാരത്തിലേക്ക് കടന്നു. പതിവായി കാണാറുള്ള പരിചാരകവൃന്ദമെവിടെ-

അകത്തളങ്ങളിലെ പതിവ് സംഗീതമന്ത്രധ്വനിയെവിടെ..

പ്രകാശം പരത്തുന്ന കൽവിളക്കുകളിൽ തിരിനാളങ്ങൾ അണഞ്ഞു കിടക്കുന്നു. ഇരിപ്പിടങ്ങളിൽ പൊടി പിടിച്ചിരിക്കുന്നു.

കനകമയമായ ലോഹച്ചട്ടകൾ ക്ലാവ് കയറി കറുത്തിട്ടുണ്ട്.

മഹാരാജാവിന്റെ സ്വർണ്ണക്കട്ടിലിൽ കസവുവിരിയിട്ട കിടക്കവിരികൾ പോലും ഉലഞ്ഞു ചുളിഞ്ഞു കിടക്കുകയാണ്.

സഞ്ജയൻ പറഞ്ഞു: “വിദുരൻ വന്നിരിക്കുന്നു..”

അർദ്ധമയക്കത്തിൽ നിന്നെന്നപോലെ ജ്യേഷ്ഠരാജാവ് കൺപീലികൾ ഇളക്കി. അന്ധനേത്രങ്ങളിൽ മിഴിനീർ നിറഞ്ഞു.

ജ്യേഷ്ഠന്റെ വിടർന്നുതൂങ്ങിയ കീഴ്ച്ചുണ്ട് പതിവിലുമേറെ വിളറിയിരിക്കുന്നു.

അനന്തകോടിക്ഷുദ്രകീടങ്ങൾക്ക് മുകളിൽ ചവുട്ടിയിറങ്ങുന്ന മാതിരി, ഭയപാരവശ്യത്തോടെ ധൃതരാഷ്ട്രർ പതുക്കെ, വളരെ പതുക്കെ കാലുകൾ ഇറക്കിവച്ച് കട്ടിലിൽ എഴുന്നേറ്റിരുന്നു.

“എന്റെ തൊണ്ണൂറ്റിയൊൻപത് പുത്രൻമാരേയും അവൻ കൊന്നു. ഒരുവൻ മരണം കാത്തു കിടക്കുന്നു.” ധൃതരാഷ്ട്രർ കരഞ്ഞു.

“അവൻ സുയോധനന്റെ തുടയടിച്ച് തകർത്തു. അർദ്ധപ്രാണനായി പോർക്കളത്തിൽ മരണംകാത്തുകിടക്കുന്ന അവന്റെ നെറ്റിയിൽ, തലയിൽ ഭീമസേനൻ കാലുകൊണ്ട് ആഞ്ഞാഞ്ഞ് ചവുട്ടി..

കുരുരാജാക്കന്മാരുടെ ചരിത്രത്തിൽ എന്റെ മകനെപ്പോലെ ഇത്രയും നികൃഷ്ടമായ ഒരു അന്ത്യം ആർക്കും ഇന്നേവരെ വിധിച്ചിട്ടുണ്ടാവില്ല, അനിയാ”

രാജാവ് തേങ്ങിക്കരയുന്നത് വിദുരർ വേദനയോടെ നോക്കിനിന്നു. അദ്ദേഹം തുടരുകയാണ്:

“പടക്കളത്തിൽ അവൻ ദുശ്ശാസനന്റെ മാറുപിളർന്ന് രക്തംകുടിച്ചു. ചോരപുരണ്ട ചുണ്ടുകളും ദംഷ്ട്രങ്ങളിൽ കുടൽമാലകളുമായി അവൻ കുരുക്ഷേത്രത്തിലത്രയും പിശാചിനെപ്പോലെ അലറിവിളിച്ച് അട്ടഹസിച്ച് ഓടിനടന്നുവത്രേ.

സമന്തപഞ്ചകത്തിൽ ഭൃഗുരാമൻ നിറച്ച ക്ഷത്രിയ രക്തത്തിന്റെ

നൂറിരട്ടിയെങ്കിലും അവൻ തനിച്ച് കുരുക്ഷേത്രഭൂമിയിൽ ഒഴുക്കിയിരിക്കുന്നു, വിദുരാ...

ഇനി കൗരവപ്പടയിൽ കൃപനും കൃതവർമ്മാവും അശ്വത്ഥാമാവും മാത്രമേ ബാക്കിയുള്ളൂ,

പിന്നെ എല്ലാം കേട്ടിരിക്കാൻ അന്ധനും വൃദ്ധനുമായ ഈ ഞാനും–"

ധൃതരാഷ്ട്രർ നീട്ടിപ്പിടിച്ച വിറയാർന്ന കൈത്തലത്തിൽ വിദുരർ കൈകൾ ചേർത്തു പിടിച്ചു.

"അങ്ങ് കരയരുത്. കുരുരാജപാരമ്പര്യത്തെ മറക്കരുത്... അധീരനാവരുത്."

"എന്റെ പുത്രന്മാർ അനേകം തെറ്റുകൾ ചെയ്തിട്ടുണ്ട്. അപ്രിയമായ അനേകം കരുക്കൾ നീക്കിയിട്ടുണ്ട്. ദ്രുപദപുത്രിയെ അപമാനിതയാക്കാൻ ശ്രമിച്ചിട്ടുണ്ട്. അരക്കില്ലം പണിത് പാണ്ഡുപുത്രരെ ചുട്ടുകൊല്ലാൻ ശ്രമിച്ചിട്ടുണ്ട്. കാളകൂടവിഷം കൊടുത്ത് പ്രമാണകോടിയിൽ ഭീമനെ കെട്ടിത്താഴ്ത്തിയിട്ടുണ്ട്. പക്ഷേ, അതൊന്നും ധർമ്മയുദ്ധത്തിന്റെ നാളുകളിലായിരുന്നില്ല.

ഒന്നാം ദിവസത്തെ യുദ്ധാവസാനത്തിൽ ശ്വേതനെ തേരിൽനിന്ന് ഇറങ്ങിയ നേരത്ത് അമ്പെയ്തു കൊല്ലാൻ ഭീഷ്മപിതാവിനെ നിർബ്ബന്ധിച്ചതൊഴിച്ചാൽ, ഹേ, വിദുരാ– എന്റെ മക്കൾ ഒരിക്കൽപ്പോലും യുദ്ധത്തിന്റെ ധർമ്മരീതികൾ കൈയൊഴിഞ്ഞിട്ടില്ല. ഒരിക്കൽപ്പോലും അവർ തെറ്റായ രീതിയിൽ ആരെയും വധിച്ചിട്ടില്ല. അധർമ്മത്തിന്റെ മാർഗ്ഗത്തിൽ ചരിച്ചിട്ടില്ല.

വിദുരാ, നീയെങ്കിലും അറിയുക–

എനിക്ക് പ്രാണനെപ്പോലെ പ്രിയങ്കരനായിരുന്ന ദ്രോണനെ, അവരുടെ ഗുരുനാഥനെ ചതിയിൽ നിശ്ചേതനാക്കിയിട്ടും ആ വൃദ്ധബ്രാഹ്മണന്റെ മുടിയിൽ ചുറ്റിപ്പിടിച്ച് ഖഡ്ഗമുയർത്തി ശിരസ്സരിഞ്ഞ് എറിയുകയായിരുന്നില്ലേ, ധൃഷ്ടദ്യുമ്നൻ.

ആ പാഞ്ചാലനോട് ഏതെങ്കിലും നീതിശാസ്ത്രംവച്ച് പൊറുക്കാൻ കഴിയുമോ– അനിയാ.

രഥചക്രം മണ്ണിൽ പൂണ്ടുപോയനേരത്ത് കർണ്ണന്റെ ശിരസ്സുകൊയ്ത യുദ്ധമര്യാദയെ ഏത് ധർമ്മത്തിന്റെ പേരിലാണ് വിദുരാ, നീ ന്യായീകരിക്കുക–

ഹേ, വിദുരാ– നീ ധർമ്മത്തിന്റെ പ്രോക്താവും പ്രയോക്താവുമല്ലേ. നിന്നോളം അറിവുള്ളവനായി മറ്റൊരുത്തനും ഈ കുരുവംശത്തിൽ ജനിച്ചിട്ടില്ല.

നീ പറയൂ.."

അന്ധരാജാവിനു മുമ്പിൽ വിദുരർ ഉത്തരമില്ലാതെനിന്നു. ചക്രവാളം അദ്ദേഹത്തോടൊപ്പം തപംകൊണ്ടു. ഉയരങ്ങളിൽ നക്ഷത്രങ്ങൾ പോലും കണ്ണുതുറക്കാൻ മടിച്ചു. അന്ത:പുരത്തിനകത്ത് അപ്പോഴും തേങ്ങലുകൾ ഉയർന്നുകൊണ്ടേയിരുന്നു.

"കുരുവംശചരിതം,

വിദുരാ, ഇതാ ഇവിടംകൊണ്ട് അവസാനിക്കുകയാണ്.

യയാതിയുടെയും പുരുവിന്റെയും പുരൂരവസ്സിന്റെയും വംശപാരമ്പര്യം..."

പൊടുന്നനെ വിദുരർ ജ്യേഷ്ഠരാജാവിന്റെ വാപൊത്തിപ്പിടിച്ചു.

"നിയോഗങ്ങൾ നിർവ്വഹിക്കപ്പെട്ടേ കഴിയൂ. എല്ലാം അതിലേക്കുള്ള നിമിത്തങ്ങളാണെന്ന് അറിയുക.."

അസ്തമയം പൂർത്തിയായി.. കടലും കരയും ശാന്തമായി.

എങ്ങോട്ട് പോകണം.

കുരുക്ഷേത്രസമീപം മഹാനായ ഭീഷ്മപിതാവ് ശരശയ്യയിൽ കിടക്കുന്നുണ്ട്. ഇപ്പുറത്ത് കുതിരകൾ ചത്തൊഴിഞ്ഞ ലായത്തിനപ്പുറത്ത്, അനാഥമായ പച്ചപുൽത്തകിടിക്കും അപ്പുറത്ത്, തൂവെള്ളച്ചുമരുകൾ കാണുന്ന വീട്ടിൽ തന്റെ ഭാര്യയോടൊപ്പം കുന്തീദേവി ആരെയെന്നില്ലാതെ കാത്തുനില്ക്കുന്നുണ്ടാവും.

ദിവസങ്ങളുടെ ഇടവേളകൾ സൃഷ്ടിച്ച അന്യത്വത്തിൽ വിദുരർ നിന്നു.

"എങ്ങോട്ട് പോകണം?"

പിറകിൽ കുരുരാജാക്കന്മാരുടെ സഭാമണ്ഡപം ചിതയടങ്ങിയ ദഹനഭൂമി എന്നപോലെ വെളിച്ചമറ്റ് കിടക്കുന്നു. അവിടെ ഇരുൾമൂടിയ കോണുകളിലെവിടെയെങ്കിലും പ്രേതഭൂമിയുടെ നിലാവെളിച്ചമുണ്ടോ-

മുമ്പിൽ പ്രച്ഛന്നനായി പ്രത്യക്ഷപ്പെട്ടത് അശ്വത്ഥാമാവാണെന്ന് വിശ്വസിക്കാൻ കഴിയാതെ വിദുരർ നിന്നു. ചുറ്റും തെളിയുന്ന നാട്ടുവെളിച്ചത്തിൽ, കെട്ടുപിണഞ്ഞ ചുരുൾമുടിയിൽ അസ്വസ്ഥമായി വിരലോടിച്ചുകൊണ്ട് നില്ക്കുകയാണ്, ദ്രോണപുത്രൻ.

അവന്റെ ശരീരത്തിലെ മുറിപ്പാടുകളിൽ ചോര കട്ടപിടിച്ച് കിടക്കുന്നുണ്ട്. പൊട്ടിയ പോർച്ചട്ടയിൽ ഒട്ടിപ്പിടിച്ച മനുഷ്യാവശിഷ്ടങ്ങളും മാലിന്യങ്ങളും അറപ്പുളവാക്കുന്നു. എണ്ണമയമുള്ള ദൃഢപേശികൾ അയഞ്ഞു കിടക്കുന്നു. അവന്റെ കണ്ണുകളിൽ പ്രതികാരം അഗ്നിയായി ജ്വലിക്കുന്നു.

അവൻ പറഞ്ഞു:

"ഞാൻ കൗരവസേനയുടെ സർവ്വസൈന്യാധിപനാണ്. അസ്ത്രശസ്ത്രവിദ്യാവിശാരദനായ ദ്രോണന്റെ വീരശൂരപരാക്രമിയായ മകൻ... അശ്വത്ഥാമാവ്."

പൊടുന്നനെ വിദുരന്റെ കണ്ണുകൾ നിറഞ്ഞു. കാഴ്ചകൾക്ക് മുമ്പിൽ മൂടൽമഞ്ഞുപോലെ തിരശ്ശീല താഴ്ത്തുന്ന മിഴിനീർ വിറയാർന്ന വിരലുകൾ നീട്ടി തുടച്ചുമാറ്റി വിദുരർ സമനില പിടിച്ചുനിർത്തി.

"രണഭൂമിയിൽ മൃതപ്രാണനായി കിടക്കുന്ന സുയോധനന്റെ അനുഗ്രഹവർഷവും മിഴിനീരും മാത്രമേ എന്റെ അഭിഷേകത്തിന് സാക്ഷിയായി ഉണ്ടായിരുന്നുള്ളു..

സിംഹനാദവും വാദ്യഘോഷവും ആർപ്പുവിളികളും ആരവങ്ങളുമില്ലാതെ-അനുഗ്രഹിക്കാൻ കൗരവപ്പടയിൽ അവശേഷിച്ച കൃപാചാര്യരും കൃതവർമ്മാവ്പോലും അടുത്തില്ലാതെ-

കുരുക്ഷേത്രഭൂമിയിൽ ഏകനായി നിന്നുകൊണ്ടാണ് ഞാൻ സ്വയം സേനാധിപനായി അഭിഷിക്തനായത്. എനിക്ക് തിരികെ ചെല്ലാൻ ഒരു ശിബിരംപോലും അവർ ബാക്കിവച്ചിട്ടില്ല.

എന്നിട്ടും ഞാനാ ചാരക്കൂനയിലൂടെ നടന്നു ചെന്നു, വഴിയരികിലെ തുറസ്സായ സ്ഥലത്ത് പെരുമരത്തിന്റെ തടിച്ച വേരിൽ ശൂന്യമായ ആകാശംനോക്കി മലർന്നു കിടക്കുന്ന കൃപാചാര്യരെ കാണാൻ.

അദ്ദേഹം എന്നോടു പറഞ്ഞു: അങ്ങ് ഹസ്തിനപുരിയിൽ തിരിച്ചെത്തിയിട്ടുണ്ടെന്ന്.

അങ്ങയെ കണ്ട് അനുഗ്രഹം സ്വീകരിക്കണമെന്ന്.

അനുഗ്രഹിക്കൂ-

എന്റെ പിതാവിനെ നികൃഷ്ഠമായി നിഗ്രഹിച്ച പാഞ്ചാലനെ വധിച്ച് പകരം തീർക്കാൻ...

നീചമായ ബ്രാഹ്മണഹത്യ എന്നതിനപ്പുറം രാജഗുരുവിന്റെ മുടിയിൽ ചുറ്റിപ്പിടിച്ച് തലകൊയ്ത് മണ്ണിലേക്ക് വലിച്ചെറിഞ്ഞ ആ നീചന്റെ, ധൃഷ്ടദ്യുമ്നനെന്ന പാഞ്ചാലന്റെ രക്തംകൊണ്ട് എന്റെ പിതൃസ്മരണയ്ക്ക് തർപ്പണംചെയ്യാൻ...

ഞാൻ മനസ്സും വപുസ്സും കൊണ്ട് ധർമ്മദേവ പ്രതീകമായി കല്പിച്ച് ആദരിക്കുന്ന പിതൃസ്ഥാനീയനായ മഹാനുഭാവാ, അനുഗ്രഹിക്കുക...

ഈ പ്രതികാരസ്വരൂപത്തെ അനുഗ്രഹിച്ചയക്കുക-'

വിദുരർ വിളിച്ചു: 'കുമാരാ-'

ആകാശത്ത് പെട്ടെന്ന് കൊള്ളിയാൻ മിന്നിമറഞ്ഞു. ചുറ്റും കൊടുങ്കാറ്റ് വീശി, അടങ്ങി. വിദുരർ പറഞ്ഞു: "യുദ്ധം അവസാനിച്ചു കഴിഞ്ഞിരിക്കുന്നു. ഇവിടെ ഇനി പ്രതികാരത്തിനും പശ്ചാത്താപത്തിനും സാംഗത്യമില്ല, മകനെ. അതിനാൽ നീ തിരിച്ചുപോവുക.

അതിനു മുമ്പ് നിന്റെ ഈ മലിനമായ പടച്ചട്ട ഉപേക്ഷിച്ച് സമീപസ്ഥമായ സ്നാനഘട്ടത്തിൽചെന്ന് മുങ്ങിക്കുളിച്ച് ദേഹശുദ്ധി വരുത്തുക.

അസ്തമിച്ചുപോയ ഒരു സുവർണ്ണകാലത്തിന്റെ നന്മയെ തിരിച്ചുപിടിക്കാൻ- തിരികെ സ്ഥാപിക്കാൻ ഒത്തുചേരുക എന്നതാണ് ഇനിയുള്ള ധർമ്മം.

പ്രതികാരം അന്ത്യംവരെ നീണ്ടുപോകുന്ന അനർത്ഥത്തിന്റെ നൈരന്തര്യമാണ്, കുമാരാ. അതിൽ കുരുങ്ങി പിന്നെയും പിന്നെയും അധർമ്മത്തിന്റെ വഴികളിൽ വൃഥാ ജന്മം ഹോമിക്കാതിരിക്കുക.

യുദ്ധം എന്ന പാപത്തിന് അറുതി വരുത്തുക."

ഒരു നിമിഷം മുമ്പിൽ തലകുനിച്ചുനിന്ന് അശ്വത്ഥാമാവ് നടന്നു.

ഇരുളിന്റെ കൂടാരത്തിലേക്ക് അവൻ നടന്നുമറയുന്നത് വിദുരർ നോക്കിനിന്നു. പിന്നെ കണ്ണുകളടച്ചു.

മനസ്സ് പിന്നെയും തളരുന്നു.

ദ്രോണവധത്തോളംപോരുന്ന ഒരു ധർമ്മച്യുതി അശ്വത്ഥാമാവിനെപ്പോലെ ധീരനായ ഒരു പുത്രനിൽ പ്രതികാരം ജനിപ്പിച്ചില്ലെങ്കിലല്ലേ, അതിശയിക്കാനുള്ളു.

കേവലം സാധാരണമായ കുടിപ്പകകൾപോലും ഹിംസ്രാത്മകമാക്കി മാറ്റുന്ന മനുഷ്യകുലത്തിൽ അവനൊരുവന് മാറി ചിന്തിക്കാൻ കഴിഞ്ഞില്ലെങ്കിൽ അതിന് ആരെയാണ് കുറ്റപ്പെടുത്തേണ്ടത്?

പുത്രസമാനനായ യുധിഷ്ഠിരനുപോലും കൂട്ടുനില്ക്കേണ്ടിവന്ന ചതിയുടെ ഉല്പന്നമാണ്, അതാ ആ നടന്നകലുന്ന കുട്ടി..

വിദുരർ അവന്റെ മാഞ്ഞുമാഞ്ഞകലുന്ന നിഴലിൽ നോക്കിനിന്നു.

"യുധിഷ്ഠിരാ, നീ സത്യമേ പറയൂ എന്നെനിക്കറിയാം.

അതിനാൽ നീ പറയൂ- എന്റെ മകൻ അശ്വത്ഥാമാവ് വധിക്കപ്പെട്ടുവോ?"

പിന്നെ ഒച്ചതാഴ്ത്തി ആന എന്ന് മന്ത്രിച്ചതുകൊണ്ട് അതിന്റെ നഷ്ടപ്പെട്ട ധാർമ്മികത തിരികെ ലഭിക്കുമോ.

അതോടെ ആചാര്യൻ ആയുധങ്ങൾ ഉപേക്ഷിച്ചു. സ്വയം നിശ്ചേതനനായി.

ആ നിശ്ചേതനമായ അവസ്ഥയിൽ ഗുരുനാഥന്റെ മുടിചുഴറ്റിപ്പിടിച്ച് ശിരശ്ഛേദം ചെയ്തുകൊണ്ടാണ് ദ്രുപദ പുത്രനായ ധൃഷ്ടദ്യുമ്നൻ പഴയ ഒരു തെറ്റിന് പകരംവീട്ടിയത്.

കർണ്ണനോട് കാണിച്ച ചതിപ്രയോഗത്തിന് പകരം വീട്ടാൻ പുത്രന്മാരും അവശേഷിച്ചില്ല. അവന്റെ മൂന്ന് മക്കളേയും നകുലൻ കൊന്നൊടുക്കി. ചിത്രസേനൻ, സത്യസേനൻ, സുഷേണൻ.

എന്നിട്ടും പോരിൽ അജയ്യനായി നിന്നുപോലും കർണ്ണൻ.

അവന്റെ അവസാനത്തെ അപേക്ഷപോലും ചെവിക്കൊണ്ടില്ല, പാണ്ഡവപക്ഷം.

"അർജ്ജുനാ, നീ അജയ്യനായ വില്ലാളിവീരനാണെന്നതിനുമപ്പുറം യുദ്ധമുറകൾ അക്ഷരംപ്രതി പാലിക്കുന്ന ഉത്തമനായ പോരാളിയാണെന്നും എനിക്കറിയാം. നിന്നോട് പടപൊരുതി നിന്റെ ശസ്ത്രമേറ്റ് മരിക്കേണ്ടി വന്നാലും ഈ കർണ്ണന് അതിൽ അഭിമാനമേയുള്ളൂ. അതുകൊണ്ട് മണ്ണിൽ പൂഴ്ന്നുപോയ എന്റെ രഥചക്രം ഒന്നു പുറത്തെടുക്കുന്നതുവരെ നീ കാത്തിരിക്കുക. എന്നിൽ അസ്ത്രപ്രയോഗം നിർത്തിവയ്ക്കുക."

അവൻ തുടർന്നു:

"ഇത് ആവശ്യപ്പെടുന്നത് സൂതപുത്രനായ കർണ്ണനല്ല, കൗരവസേനയുടെ സർവ്വസൈന്യാധിപനാണ് എന്നതിനെ നീ മാനിക്കുക-"

എന്നിട്ടും അർജ്ജുനൻ തൊടുത്തുവിട്ടു, അഞ്ജലീയം എന്ന ദിവ്യാസ്ത്രം.

പതിനായിരം വജ്രങ്ങളുടെ തിളക്കവും ആറ് ചിറകുകളുമുള്ള അത്

കർണ്ണന്റെ ശിരസ്സറുത്ത് നിലത്തിട്ടു.

അപ്പോൾ അവന്റെ വേറിട്ട ശിരസ്സിൽനിന്നും ചുറ്റും പരന്ന ദിവ്യമായ പ്രഭാപൂരത്തിൽ അർജ്ജുനന്റെ കണ്ണുകൾ മഞ്ഞളിച്ചുപോയി. ആ അതുല്യമായ വജ്രപ്രഭയിൽ അവൻ കണ്ണുകൾ ഇറുക്കെ അടച്ചു വിളിച്ചു "കൃഷ്ണാ–"

അർജ്ജുനന് അറിയില്ലായിരുന്നു, ആ അറുത്തിട്ടത് തന്റെ സഹോദരന്റെ ശിരസ്സാണെന്ന്.

ഒരേ അമ്മയുടെ ഉദരത്തിൽ പിറന്നവനാണെന്ന്.

രാജ്യവും കിരീടവും അവകാശപ്പെട്ട മൂത്ത സഹോദരന്റെ തലയാണ് താൻ അറുത്തിട്ടതെന്ന്..

ഒരുപക്ഷേ, തന്റെ കഴുത്തിനെ ലക്ഷ്യംവച്ച് പാഞ്ഞടുക്കുന്ന ആ ദിവ്യാസ്ത്രം നോക്കി കർണ്ണന്റെ മനസ്സ് സന്തോഷിച്ചിരിക്കാം–

ആ ചന്ദ്രഗോളവും നക്ഷത്രങ്ങളും ദേവദേവേന്ദ്രന്മാരും പ്രശംസിക്കുന്ന തന്റെ അനുജന്റെ അനന്യമായ പാടവത്തെക്കുറിച്ചോർത്ത്.

പക്ഷേ, കൃഷ്ണാ, നിനക്കറിയാമായിരുന്നുവല്ലോ, അത് സ്വന്തം സഹോദരനാണെന്ന്. എന്നിട്ടുമെന്തേ നീ അവനെ പ്രോത്സാഹിപ്പിച്ചത്: കർണ്ണവധത്തിന് ഇതല്ലാതെ മറ്റൊരവസരം കിട്ടുകയില്ലാ– എന്ന്.

അലഞ്ഞലഞ്ഞ് അനിഷ്ടം ജനിപ്പിക്കുന്ന വർത്തമാനങ്ങളിലേക്ക് സഞ്ചരിക്കാൻ തുടങ്ങുന്ന മനസ്സിനെ തന്നിലേക്ക് തിരികെയെത്തിക്കാൻ വിദുരർ പാടുപെടുകയാണ്. അപ്പോൾ നേർത്ത നാട്ടുവെളിച്ചത്തിൽ, ഒരു ചിത്തരോഗിയെപോലെ ദ്രോണപുത്രൻ തിരികെ വരികയാണ്:

"അർദ്ധപ്രാണനിൽ മരണം കാത്തുകിടക്കുന്ന സുയോധനൻ ഉപദേശിച്ചതുകൊണ്ടു മാത്രമാണ് ഞാൻ ഒരു വിഡ്ഢിയെപ്പോലെ ഈ രാത്രിയിൽ അങ്ങയെക്കണ്ട് അനുഗ്രഹം വാങ്ങാൻ വന്നത്. എനിക്കറിയാമായിരുന്നു, അങ്ങ് പകരം കുറെ ധർമ്മോപദേശങ്ങളായിരിക്കും അവതരിപ്പിക്കുക എന്ന്.

അങ്ങയെ കാണാൻ പുറപ്പെടുമ്പോൾ എന്റെ അമ്മാവനായ കൃപാചാര്യർ അങ്ങയെക്കുറിച്ച് പറഞ്ഞതും അതുതന്നെ ആയിരുന്നു."

അവൻ രണ്ടടി മാത്രം മുമ്പോട്ട് നീങ്ങി നിന്നു:

"തലമുടിയിൽ ചുറ്റിപ്പിടിച്ച് അത്യന്തം നീചമായി ശിരച്ഛേദം ചെയ്യപ്പെട്ട ഒരു വൃദ്ധബ്രാഹ്മണന്റെ പുത്രനോടാണ് അങ്ങയുടെ ഉപദേശം എന്നകാര്യം, അങ്ങ് മറന്നുപോയിരിക്കുന്നു.

ഹേ, ധർമ്മോപദേശകാ, അങ്ങയുടെ ഉപദേശമുണ്ടല്ലോ, അത് വെറുതെ കേട്ടിരിക്കാൻ നല്ലതാണ്. പക്ഷേ, അതുപദേശിക്കേണ്ടത് പ്രതികാരാഗ്നിയിൽ വെന്തുനീറുന്ന അപമാനിതനായ ഒരു യോദ്ധാവിനോടല്ല."

അവൻ നടന്നകലുന്നത് വിദുരർ ദു:ഖത്തോടെ നോക്കിനിന്നു.

പതിനാല്

അശാന്തമായ രാത്രിയുടെ മദ്ധ്യയാമത്തിൽ ഒരു രഥം അടുത്തെത്തുന്നതറിഞ്ഞ് വിദുരർ ഞെട്ടിയുണർന്നു.

ആരായിരിക്കാം?

എല്ലാം അടങ്ങിക്കഴിഞ്ഞു എന്ന് നിനച്ചിരുന്ന നേരത്താണ് അശ്വത്ഥാമാവ് വന്നത്. ഇനിയിപ്പോൾ മറ്റേതൊരു വ്രണിതചിത്തനാണ് മുറിപ്പാടുകളിൽ ഉണങ്ങാത്ത ചോരക്കറകളുമായി ഈ അസമയത്ത്.

വിദുരർ എഴുന്നേറ്റിരുന്നു.

യുദ്ധം ബാക്കി നിർത്തിയ ശ്മശാനഭീതിയിലൂടെ നന്നേ പതിഞ്ഞ ശബ്ദത്തിൽ, അത് പതുക്കെ തന്നെത്തേടി എത്തുകയാണോ?

അത് പതിയെ തന്റെ സമീപത്തേക്ക് വരികയാണ്. വിദുരർ ശ്രദ്ധിച്ചു.

അപ്പുറത്ത്, അല്പമാത്രം അകലെ രഥചക്രം നിലച്ചു.

അത് കൃഷ്ണന്റേതാണ്. വിദുരർ പെട്ടെന്ന് എഴുന്നേറ്റു ചെന്നു.

പതിവ് അലങ്കാരങ്ങളും നക്ഷത്രപ്രഭയുമില്ലാതെ, സ്വർണ്ണധ്വജവും കൊടിക്കൂറയുമില്ലാതെ, സാരഥിയും സാരഥ്യനുമെന്ന വേർതിരിവില്ലാതെ..

വിദുരർ അകത്തേക്ക് ചൂഴ്ന്നു നോക്കി.

മറ്റാരുമില്ല എല്ലാം ഒരേയൊരാൾ, കൃഷ്ണൻ മാത്രം.

കൃഷ്ണൻ പറഞ്ഞു: “നിത്യതപസ്വിനിയായ ഗാന്ധാരിയെ കാണാൻ യുധിഷ്ഠിരന്റെ നിർദ്ദേശപ്രകാരം പുറപ്പെട്ടതാണ്, ഞാൻ.

നൂറ് പുത്രന്മാരും അവരുടെ മക്കളും നഷ്ടപ്പെട്ട ശോകത്തിൽ കഴിയുന്ന ആ അമ്മയെപ്രതി യുധിഷ്ഠിരന്റെ മനസ്സിൽ അത്യധികമായ ഭയാശങ്കകൾ ഉണ്ട്.

അതുകൊണ്ടാണ് പതിവ് ഉപചാരങ്ങൾക്കും മുഹൂർത്തത്തിനും കാത്തുനില്ക്കാതെ രാത്രിയുടെ ഈ മദ്ധ്യയാമത്തിൽ തന്നെ ഞാൻ പുറപ്പെട്ടത്.”

“നന്നായിരിക്കുന്നു.” വിദുരർ പറഞ്ഞു:

“എന്തുകൊണ്ടും നന്മയുടെ ഈ കൂടിക്കാഴ്ച അങ്ങയ്ക്കും പാണ്ഡവന്മാർക്കും ഭൂഷണമായിരിക്കുകയേ ഉള്ളു.”

വിദുരർ ധ്യാനത്തിലെന്നപോലെ ഒരല്പമാത്ര കണ്ണടച്ചു നിന്നു. പിന്നെ തുടർന്നു:

“അവരുടെ ക്രോധം ഹസ്തിനപുരത്തിന് മുകളിൽ അഗ്നിയായി പതിക്കുമെന്ന് ഞാനും ന്യായമായും ഭയപ്പെടുന്നുണ്ടായിരുന്നു.

നഷ്ടപ്പെട്ടത് കൗരവപക്ഷത്തിന് മാത്രമല്ലെന്ന് പറയണം–

ഭൂമുഖത്ത് യുദ്ധം എക്കാലത്തും ഇരുപക്ഷത്തിനും തോല്വിയേ സമ്മാനിച്ചിട്ടുള്ളൂ, എന്നും പറയണം.”

തൊട്ടടുത്ത ശിലാസനം ചൂണ്ടി കൃഷ്ണനോടിരിക്കാൻ പറഞ്ഞു, വിദുരർ.

"ഇരിക്കാൻ സമയമില്ല." കൃഷ്ണൻ പറഞ്ഞു.

"അങ്ങയുടെ ദിവ്യമായ ഈ ഭാഷണം എന്നിൽ വെളിച്ചവും ധൈര്യവും പകരുന്നുണ്ട്. അത് എന്നിൽ പ്രകാശമായി പുനർജ്ജനിക്കുന്ന പോലെ."

വിദുരർ തുടർന്നു: "നഷ്ടങ്ങളുടെ നീണ്ടപട്ടിക പാണ്ഡവപക്ഷത്തുമുണ്ട് എന്ന് അവരെ എണ്ണിയെണ്ണി ബോദ്ധ്യപ്പെടുത്തണം.

അവരുടെ മനസ്സിലെ പ്രതികാരത്തിന്റെ അഗ്നിജ്വാലകളെ കെടുത്തണം.

അതിനാൽ ഭവതി പാണ്ഡവരിലും കൃഷ്ണനിലും കുറ്റം ചുമത്തരുതേ എന്ന് അപേക്ഷിക്കണം."

കൃഷ്ണൻ പറഞ്ഞു: "കൗരവമാതാവായ ഗാന്ധാരിയോട് എനിക്ക് പറയാനുള്ളതെല്ലാം അങ്ങ് പഠിപ്പിച്ചുതന്നിരിക്കുന്നു. ഇനി എനിക്ക് അവിടുത്തെ അനുഗ്രഹം മാത്രം മതി."

വിദുരർ പറഞ്ഞു:

"അവരെ കാണുന്നതിനുമുമ്പ് വ്യാസഭഗവാനെയും ധൃതരാഷ്ട്രരേയും കാണണം. പാണ്ഡുപുത്രന്മാർ യുദ്ധം ആഗ്രഹിച്ചിരുന്നില്ല എന്നും ധാർത്തരാഷ്ട്രന്മാർ അവരോട് കാണിച്ച ക്രൂരതകൾക്കും പാതകങ്ങൾക്കും പകരം അവർ കാലത്തിൽ മാത്രം വിശ്വാസമർപ്പിച്ച് കാത്തിരിക്കുകയായിരുന്നു എന്നും ഉണർത്തിക്കണം.

യഥാവസരത്തിൽ തിരുത്തപ്പെടാതെപോയ തെറ്റുകളുടെ പര്യവസാനമായിരുന്നു ഈ യുദ്ധം എന്നു ബോദ്ധ്യപ്പെടുത്തിക്കൊണ്ട് പാണ്ഡവരിൽ നന്മനേരുക എന്ന് അപേക്ഷിക്കണം."

വിദുരർ തുടർന്നു:

"എല്ലാം അറിയാവുന്ന കൃഷ്ണാ, നിന്റെ ദൗത്യം വിജയിക്കട്ടേ.

എങ്കിലും ഒന്നോർക്കുക-

അന്ധരാജാവിന്റെ ബാഹുബലം ക്ഷയിച്ചിട്ടില്ല. പതിനായിരം ആനകളുടെ ശക്തിയുള്ള ഭീമസേനനെപ്പോലും വേണമെങ്കിൽ ഒരൊറ്റ ആലിംഗനംകൊണ്ട് പൊടിച്ചുകളയാനുള്ള കരുത്ത് ഇപ്പോഴും അദ്ദേഹത്തിന്റെ കൈകൾക്കുണ്ട്."

പൊടുന്നനെ കൃഷ്ണന്റെ ചിന്തകളിൽ പ്രഭാപൂരിതമായ ഒരു അഗ്നിസ്ഫുലിംഗം ഉണ്ടായി. ഞൊടിയിട മാത്രംനിന്ന അതിന്റെ വെളിച്ചത്തിൽ വാസുദേവവദനം ജ്വലിച്ചുനിന്നു.

പിന്നെയും അല്പനാഴികകൾ കഴിഞ്ഞാണ് ആകാശത്തിൽ അഗ്നിവലയങ്ങൾ ഉയരുന്നത് കണ്ട് വിദുരൻ ഉണരുന്നത്. യുദ്ധംകഴിഞ്ഞ പടനിലത്തിനപ്പുറത്ത്, പാണ്ഡവന്മാരുടെ ശിബിരങ്ങളാണല്ലോ, എന്ന ചിന്ത അദ്ദേഹത്തെ അസ്വസ്ഥമാക്കി.

അതിനുമപ്പുറത്ത് പാഞ്ചാലരുടെ കൈനിലകളാണ്.

അവിടെനിന്നാണോ അഗ്നിനാളങ്ങളുയർന്ന് പറക്കുന്നത്.

വിദുരർ പുറത്തേക്കിറങ്ങിനിന്നു.

പാതിരാപ്പുള്ളുകൾ അടക്കം പറയുന്നത് കേൾക്കുന്നില്ല.

പ്രഭാതത്തിലെ കിളികളും ഉണർന്നിട്ടില്ല.

എന്താണ് സംഭവിക്കുന്നതെന്ന് അറിയാൻ കഴിയാതെ അദ്ദേഹം ഇരുളിന്റെ പാറക്കൂട്ടങ്ങൾക്കപ്പുറത്ത്, ആകാശസീമയിലെ ആയിരം കൈകളിൽ നിന്നുതിരുന്ന വെളിച്ചത്തിലേക്ക് കണ്ണുംനട്ട് നിന്നു.

അപ്പോൾ ഇരുളിന്റെ പാറക്കൂട്ടങ്ങൾ കയറിയിറങ്ങി മറ്റൊരു തേര് വിദുരനരികിലേക്ക് വരികയാണ്. അല്പം മുമ്പ് അനുഗ്രഹാനുമതികൾ വാങ്ങി രാജാവിന്റെ കൊട്ടാരത്തിലേക്ക് പോയ കൃഷ്ണനാണോ?

ആയിരിക്കാനിടയില്ല.

ഈ വരുന്നത് അദ്ദേഹത്തിന്റെ സുവർണ്ണരഥമല്ല. അതിന്റെ അടയാളങ്ങളൊന്നുമില്ല.

പാതിയിൽ മുറിഞ്ഞുപോയ ഒരു പടുമരംപോലെ ഇതിനൊരു കൊടിമരക്കുറ്റി ബാക്കി കിടക്കുന്നുണ്ട്..

അമ്പേറ്റു വീണനേരത്ത് ആരോ ഉപേക്ഷിച്ചുവിട്ട ഏതോ ഒരു പഴയ രഥം. ഇതിന് വൃത്തിയും വെടിപ്പുമില്ലെന്ന് ഈ നേർത്ത് മിന്നിമറയുന്ന വെളിച്ചത്തിൽതന്നെ തിരിച്ചറിയാം.

ഇത് അടുക്കുമ്പോൾ ഉണങ്ങിവരണ്ട മനുഷ്യരക്തത്തിന്റെ മണം വീശുന്നു.

കരിഞ്ഞു കത്തിയ അലങ്കാരങ്ങളുടെ ചുട്ട ചൂര് പരക്കുന്നു...

രഥം അരികിൽ നിർത്തി അശ്വത്ഥാമാവ് പറഞ്ഞു:

'യുദ്ധം ജയിച്ച ഉന്മാദത്തിൽ പാഞ്ചാലശിബിരത്തിൽ മതിമറന്നുറങ്ങുകയായിരുന്നു, അവൻ, ധൃഷ്ടദ്യുമ്നൻ. ഞാൻ അവനെ വധിച്ചു. എന്റെ പിതാവായ ദ്രോണരെ വധിച്ചപോലെ-

അവന്റെ ചുരുൾമുടിയിൽ ചുറ്റിപ്പിടിച്ച് ചുടുരക്തത്തിൽ പ്രതികാരത്തിന്റെ ഖഡ്ഗമുന കുത്തിയിറക്കി, തലയരിഞ്ഞ്, അരിഞ്ഞു വീഴ്ത്തി ഞാനവനെ...

അവനോടൊപ്പം അവന്റെ മക്കളേയും സഹോദരി പാഞ്ചാലിയുടെ അഞ്ച് പുത്രന്മാരേയും മാതുലനായ ശിഖണ്ഡിയേയും ഞാൻ കൊന്നു. പാഞ്ചാലരെ മുഴുവൻ ഞാൻ കൈനിലകളിൽ കൊന്നു വീഴ്ത്തി.

പിന്നെ അവന്റെ ശിബിരത്തിന് തീയിട്ട് അവശേഷിക്കുന്ന സഹായികളേയും ഞാൻ ചുട്ടു ചാമ്പലാക്കി...

ഇനി പാണ്ഡവപക്ഷത്ത് അവർ, ഭ്രാതാക്കൾ അഞ്ചുപേരും കൃഷ്ണനും സാത്യകിയും മാത്രമേ ബാക്കിയുള്ളൂ. കൗരവപക്ഷത്ത് കൃപനും കൃതവർമ്മാവും ഈ അശ്വത്ഥാമാവും..."

ഒരു വേള അവൻ നിവർന്നു നിന്ന് ദീർഘമായി നിശ്വസിച്ചു. പിന്നെ പൊട്ടിക്കരഞ്ഞു.

മേഘപാളികൾ അടർന്നു വീഴുന്നപോലെ
കാർമുകിൽമാല പെയ്തിറങ്ങുന്നപോലെ
ഹിമശൃംഗങ്ങൾ ഉരുകിയൊലിച്ചിറങ്ങുന്നപോലെ

"ഇനി എന്റെ മുമ്പിൽ ഒരു കടമ ബാക്കിയുണ്ട്.

അത് എത്രയുംവേഗം സുയോധനന്റെ അരികിൽ ചെന്നെത്തുക എന്നതാണ്.

അവിടെ അദ്ദേഹത്തിന്റെ ഇനിയും അടഞ്ഞിട്ടില്ലാത്ത കണ്ണുകളിൽ നോക്കി എനിക്കീ വിവരം ഉണർത്തിക്കണം. അതുകേട്ട് അദ്ദേഹത്തിന്റെ മുഖത്ത് വിരിയുന്ന സംതൃപ്തിയുടെ പ്രകാശം നുകരണം..

ആ മിഴികളിൽ പെട്ടെന്ന് വീശിയമരുന്ന വെളിച്ചം കാണണം..."

അവന്റെ തൊണ്ടയിടറി... ശബ്ദം പതറുന്നു.

"അതുകഴിഞ്ഞ് അവസാനമായി ആ കണ്ണുകൾ ചാരിതാർത്ഥ്യത്തോടെ അടയുന്നതിന് ഈ അശ്വത്ഥാമാവ് സാക്ഷ്യപ്പെടണം..."

അറിയിക്കേണ്ടുന്ന ഏറ്റവും പ്രിയപ്പെട്ട ഒരാളോട് അറിയിച്ചു കഴിഞ്ഞു, എന്ന കൃതാർത്ഥതയോടെ അവൻ അല്പനേരം വിദുരർക്ക് മുമ്പിൽ കണ്ണടച്ചുനിന്നു.

പിന്നെ വിദുരരുടെ കാല്ക്കൽ കുമ്പിട്ടു:

ഹേ, ധർമ്മപ്രോക്താവായ മഹാനുഭാവാ,

അങ്ങ് കുരുകുലത്തിൽ ഇന്ന് ജീവിച്ചിരിക്കുന്നവരിൽവച്ച് ഏറ്റവും ശ്രേഷ്ഠനാണ്.

അറിയാവുന്ന ഏതിനേക്കാളും പരിശുദ്ധമാണ്, അങ്ങയുടെ മനസ്സ്.

ഉന്നതമായ ധർമ്മനിഷ്ഠയ്ക്കുവേണ്ടി ജന്മം ഉഴിഞ്ഞുവച്ചവനാണ്, അങ്ങ്.

അങ്ങയെപ്പോലുള്ള മഹത്തുക്കളിലൂടെ അല്ലാതെ, ഈ ലോകത്തിന് മോചനമില്ലെന്ന് ഇപ്പോൾ ഞാനറിയുന്നു.

എന്നോട് പൊറുക്കുക. ഞാൻ പറഞ്ഞുപോയ കഠിനമായ വാക്കുകൾ മറക്കുക.

എനിക്ക് യാത്രാനുവാദം നല്കുക.."

അവന്റെ തേര് പതുക്കെ നീങ്ങുന്നതും നോക്കി വിദുരർ നിന്നു.

പിന്നെ കണ്ണുകളടച്ചു പ്രാർത്ഥിച്ചു:

"അശാന്തമായ ഈ രാത്രി ഇതോടെ അവസാനിക്കേണമേ-"

പതിനഞ്ച്

സഞ്ജയൻ പറഞ്ഞ കഠിനമായ വൃത്താന്തം കേട്ട് ധൃതരാഷ്ട്ര രാജാവ് മൂർച്ഛിച്ചു വീണു.

"സുയോധനനും വധിക്കപ്പെട്ടിരിക്കുന്നു."

അശ്വത്ഥാമാവ് മാത്രം അടുത്തുനില്ക്കവെ, അവനിൽനിന്ന് പ്രതികാരത്തിന്റെ അവസാനഗാഥകൾ ശ്രവിച്ച് സംപ്രീതനായി ദുര്യോധനൻ സ്വർഗ്ഗം പൂകിയിരിക്കുന്നു.

പൊട്ടിക്കരയുന്ന അന്ധരാജാവിനെ വിദുരർ കൈകളിൽ താങ്ങിക്കിടത്തി.

വിദുരർ പറഞ്ഞു:

'യുദ്ധത്തിൽ വീരമൃത്യു വരിച്ച ക്ഷത്രിയകുമാരന്മാരെക്കുറിച്ച് അങ്ങ് വ്യസനിക്കരുത്. അവർ വീരസ്വർഗ്ഗം പ്രാപിച്ചവരാണ്.'

രാജാവ് അനുജന്റെ കൈകളിൽ തിരുപ്പിടിച്ചു-

"മഹാരാജാവേ, ഉന്നതി പതനത്തിലും യോഗം വിരഹത്തിലും ജീവിതം മരണത്തിലും അവസാനിക്കുന്നു, എന്ന പരമമായ ലോകസത്യം അങ്ങയ്ക്കും അറിവുള്ളതല്ലേ-?

എന്നിട്ടും, തന്റെ തൊണ്ണൂറ്റിഒൻപത് പുത്രന്മാരുടേയും വിയോഗത്തിൽ പിടിച്ചുനിന്ന അങ്ങ് ഇപ്പോൾ മുമ്പില്ലാത്തവിധം തളർന്നുപോകുന്നുവല്ലോ.

സല്കർമ്മവും ദുഷ്കർമ്മവും അനുസരിച്ച് സുഖവും ദു:ഖവും ഉണ്ടാവുന്നു, എന്നത് ലോകഗതിയാണ്. കാലം വീരനും ഭീരുവിനും ഒന്നുപോലെത്തന്നെയാണ്. അത് അതിന്റെ കർമ്മപൂരണത്തിനായി മറ്റൊന്നിനെയും കാത്തുനില്ക്കുന്നതുമില്ല.

അങ്ങയുടെ പുത്രൻ ആരെയും അനുസരിച്ചില്ല. ഒരു സദുപദേശവും ചെവിക്കൊണ്ടില്ല. അവൻ ആത്മാപരാധത്താൽ നശിച്ചു പോയവനാണ്.

ആകയാൽ മഹാപ്രഭോ, അങ്ങ് ശാന്തമായിരിക്കുക. സ്വസ്ഥമായിരിക്കുക.

അങ്ങയുടെ പുത്രനായ സുയോധനന്റെ ദേഹമുക്തിയോടെ കുരുക്ഷേത്രയുദ്ധം സമാപിച്ചെന്നറിയുക.

അതോടെ വ്യാസപിതാവ് തന്റെ തപശ്ശക്തിയാൽ സഞ്ജയനിലൂടെ അങ്ങയിലേക്ക് പ്രവഹിപ്പിച്ചുകൊണ്ടിരുന്ന ദിവ്യമായ കാഴ്ചാനുഭവങ്ങളും അവസാനിച്ചതായും അറിയുക.

ഇനി കേവലനായ മനുഷ്യനായി രാജധർമ്മങ്ങൾ തുടരുക..."

ധൃതരാഷ്ട്രരുടെ അടഞ്ഞ കൺപോളകൾക്ക് മറവിലൂടെ നിലയ്ക്കാതെ ചലിച്ചുകൊണ്ടിരുന്ന കൃഷ്ണമണികൾ നിശ്ചലമായി. മുഖത്തെ വിയർപ്പുചാലുകൾ അപ്രത്യക്ഷമായി.

വിറയാർന്ന വിരലുകൾ താമരമൊട്ട്പോലെ കൂമ്പിയുയർന്നു.

വിദുരർ പറഞ്ഞു:

"ഇനി അങ്ങയ്ക്ക് നിർവ്വഹിക്കാനുള്ളത് മരിച്ചുപോയ മക്കൾക്കും പൗത്രൻമാർക്കും ബന്ധുജനങ്ങൾക്കും അന്യദേശങ്ങളിൽനിന്ന് സഹായിക്കാനെത്തി സ്വർഗ്ഗഗതിപൂകിയ രാജാക്കന്മാർക്കും വിധിപ്രകാരമുള്ള ശേഷക്രിയകൾ ചെയ്യുക- എന്നുള്ളതാണ്."

ഒരിക്കൽകൂടി ജ്യേഷ്ഠരാജാവ് അനുജന്റെ കൈകൾ ചേർത്തു പിടിച്ച് കരഞ്ഞു.

ഒടുവിൽ രാജാവ് പറഞ്ഞു: "വിദുരാ- എനിക്ക് യുദ്ധഭൂമിയിലേക്ക് പോകാൻ തിടുക്കമായിരിക്കുന്നു. എന്നോടൊപ്പം പുറപ്പെടാൻ ഗാന്ധാരിയോടും വിധവകളോടും പറയുക. അവരോടൊപ്പം പുറപ്പെടാൻ കുന്തിയെയും കൊട്ടാരത്തിലേക്ക് കൊണ്ടുവരിക.

അത് കേൾക്കവെ വിദുരരുടെ മനസ്സൊന്ന് പിടഞ്ഞു.

പ്രാണപ്രിയരായ പുത്രന്മാരും അത്രതന്നെ പ്രിയപ്പെട്ടവരും നഷ്ടപ്പെട്ട കുരുസ്ത്രീകൾക്കും ദുഃഖാർത്തയായ ഗാന്ധാരിക്കും ഇടയിലേക്ക് കുന്തീദേവിയെ എത്തിക്കുക; അത് വിദുരർക്ക് ചിന്തിക്കാവുന്നതല്ല. യുദ്ധത്തിന്റെ ബാക്കിപത്രങ്ങൾ കോപമായും ശാപമായും നിറഞ്ഞുനില്ക്കുന്ന അശാന്തമായ അവസ്ഥയിൽ പാണ്ഡവമാതാവിനോടുള്ള അവരുടെ സമീപനം എന്തായിരിക്കുമെന്നതിൽ അദ്ദേഹത്തിന് ആശങ്കയുണ്ട്.

പതിമൂന്ന് വർഷങ്ങൾക്ക് മുമ്പ് പാണ്ഡവന്മാർ വനവാസത്തിനിറങ്ങിയ നേരത്ത് അവരെ അനുഗമിക്കാൻ പുറപ്പെട്ടതായിരുന്നു, ഈ ജ്യേഷ്ഠപത്നി. കല്ലിലും മുള്ളിലും മഞ്ഞിലും മഴയിലും ദുരിതം പേറി കഷ്ടപ്പെടേണ്ടിവരുന്ന അമ്മയെക്കുറിച്ചുള്ള യുധിഷ്ഠിരന്റെ ആകുലത തിരിച്ചറിഞ്ഞ് അന്ന് തന്റെ കുടുംബത്തോടൊപ്പം അവരുടെ സുരക്ഷയും ഏറ്റെടുത്തവനാണ് താൻ.

ഇതുവരെ അത് പരിപാലിച്ചു. സ്വന്തം സഹോദരിയേക്കാളേറെ കരുതലോടെ അവരെ സംരക്ഷിച്ചു. ഇനി ഈ അവസാനവേളയിൽ അവർക്കുനേരെ അനിഷ്ടകരമായ എന്തെങ്കിലുമൊരു വാക്ക് വന്നുപോയാൽ മതി.

വ്യാസപിതാവ് പറഞ്ഞു:

“നിങ്ങൾ പുറപ്പെട്ടുകൊള്ളുക.

ഗാന്ധാരിയുടെ കോപം തണുപ്പിക്കാൻ ഞാൻ അവരോടൊപ്പം ഉണ്ടായിരിക്കും. യുദ്ധസത്യങ്ങളും ദു:ഖചിത്രങ്ങളും ഞാനെന്റെ തപസ്സിദ്ധിയാൽ അവൾക്ക് ദൃശ്യമാക്കിക്കൊടുക്കാം. അവ കണ്ടുതുടങ്ങുന്നതോടെ അവൾക്കുള്ള പാണ്ഡവവിദ്വേഷം അടങ്ങാതിരിക്കില്ല.”

അദ്ദേഹം കൂട്ടിച്ചേർത്തു: “സത്യവാദിനിയായ ഗാന്ധാരിക്ക് വസ്തുതകൾ ഉൾക്കൊള്ളാൻ കഴിയും–”

എന്നിട്ടും വിദുരർ കുന്തിയെ ഉപദേശിച്ചു:

“ഏറ്റവും പിറകിലായി മാത്രം സഞ്ചരിക്കുക,

കഴിവതും അകലം പാലിച്ച്, അവർക്ക് ഭവതിയുടെ കാലൊച്ചപോലും കേൾക്കാൻ കഴിയുന്നതിനും അകലെയായി നീങ്ങുക. മക്കളേയും പാഞ്ചാലിയേയും കൃഷ്ണനേയും കാണുമ്പോൾ മനസ്സ് നിയന്ത്രണം വിട്ടുപോകാതെ സൂക്ഷിക്കുക.”

ഉദകക്രിയകൾക്കായി ഗംഗാതീരത്ത് ഒരുങ്ങിയെത്തിയ കൗരവസ്ത്രീകളുടെ സ്നാനഘട്ടത്തിൽ നിന്നകലെ ധൃതരാഷ്ട്രർ നിന്നു. അപ്പോൾ പാഞ്ചാലിയോടും കൃഷ്ണനോടുമൊപ്പം പാണ്ഡവന്മാർ വലിയച്ഛനെ കാണാനായി അവിടെ വന്നുചേർന്നു.

“അങ്ങയെ കണ്ട് അനുഗ്രഹം വാങ്ങാനായി പാണ്ഡുപുത്രന്മാർ കാത്തുനില്ക്കുന്നു.”

വിദുരർ രാജാവിനെ അറിയിച്ചു. പെട്ടെന്ന് രാജാവിന്റെ മുഖത്ത് കാട്ടുതീ പോലെ ക്രോധം അലയടിച്ച് അമരുന്നത് വിദുരർ കണ്ടു. വിദുരർ പറഞ്ഞു:

"അങ്ങ് കോപാവിഷ്ടനാവരുത്.

വേദശാസ്ത്രപാരംഗതനും രാജധർമ്മങ്ങളെക്കുറിച്ച് വേണ്ടുവോളം അറിവുള്ളവനും അഗാധമായ അനുഭവജ്ഞാനമുള്ളവനുമായ അങ്ങ് മനസ്സിനെ സ്വന്തം വരുതിയിൽ ബന്ധിച്ച് അവരെ അനുഗ്രഹിക്കുക."

ധൃതരാഷ്ട്രർ കരഞ്ഞു. പിന്നെ ചോദിച്ചു:

"ഭീമനെവിടെ?"

"യുധിഷ്ഠിരന് തൊട്ടുപിന്നാലെ അവൻ വരുന്നുണ്ട്." വിദുരർ പറഞ്ഞു:

"ഇപ്പോൾ അങ്ങയുടെ മുമ്പിൽ വണങ്ങി നില്ക്കുന്നത് യുധിഷ്ഠിരനാണ്. അങ്ങയെ വണങ്ങി വേണം അവർക്ക് ഗാന്ധാരിയെയും അമ്മയായ കുന്തീദേവിയെയും കണ്ട് വണങ്ങാൻ."

കൃഷ്ണൻ കൂടെയുണ്ടോ, എന്ന് എന്തുകൊണ്ടോ രാജാവ് ചോദിച്ചില്ല, വിദുരർ പറഞ്ഞുമില്ല.

യുധിഷ്ഠിരനെത്തുടർന്ന് വലിയച്ഛന്റെ അനുഗ്രഹത്തിനായി ഭീമൻ മുമ്പോട്ട് നടന്നു. അപ്പോൾ കൃഷ്ണൻ അവനെ തട്ടിമാറ്റി പകരം ലോഹനിർമ്മിതമായ ഒരു ഭീമവിഗ്രഹം മുമ്പിൽ വച്ചുകൊടുത്തു.

വിദുരർ വിചാരിച്ചു - അന്ന് താൻ നല്കിയ കേവലമായ ഒരു സൂചനയനുസരിച്ച് കൃഷ്ണൻ എത്ര കൃത്യമായിട്ടാണ് ദുര്യോധനഭവനത്തിൽനിന്ന് ഇത് ഇവിടെ എത്തിച്ചിരിക്കുന്നത്.

ഭീമൻ പറഞ്ഞു: "ഞാൻ പാണ്ഡവരിൽ രണ്ടാമനായ ഭീമസേനൻ,

ഇതാ അങ്ങയുടെ മുമ്പിൽ അനുഗ്രഹത്തിനായി തൊഴുതു നില്ക്കുന്നു."

പൊടുന്നനേ, അന്ധരാജാവിന്റെ മുഖം കടുത്തു. കറുത്തു തൂങ്ങിയ ചൊടികൾ വിറച്ചു. തൊട്ടുതൊട്ടു ചേർന്നുനില്ക്കുന്ന രണ്ട് കാട്ടാനകളുടെ തുമ്പിക്കൈകൾ എന്നപോലെ അദ്ദേഹത്തിന്റെ ബലിഷ്ഠമായ കരങ്ങൾ നീണ്ട് ഭീമവിഗ്രഹത്തെ വലയംചെയ്തു. രാജാവിന്റെ പാട കെട്ടിയ മഞ്ഞപ്പല്ലുകൾക്കൊപ്പം ലോഹവിഗ്രഹവും ഞെരിഞ്ഞമർന്നു. അത് പൊടിഞ്ഞ് നിലത്ത് വീണ് ചിതറി.

ധൃതരാഷ്ട്രർ പറഞ്ഞു: "എന്റെ പുത്രന്മാരെ മുഴുവൻ കൊന്നത് അവനായിരുന്നു. എന്റെ സാമ്രാജ്യവും ചെങ്കോലും എന്നും ഭയപ്പെട്ടതും അവനെയായിരുന്നു.

അവൻ എന്റെ ദുശ്ശാസനന്റെ മാറ് പിളർന്ന് രക്തം കുടിച്ചു; കുടൽമാലകൾ കടിച്ചുകീറി വലിച്ചെടുത്തു...

എന്റെ സുയോധനന്റെ തുടയടിച്ച് തകർത്ത് തലയിൽ ചവുട്ടി അലറിച്ചിരിച്ചതും അവനായിരുന്നു.

വിദുരാ, അത് ഭീമസേനനാണെന്ന് നീ പറഞ്ഞപ്പോൾ ഞാൻ സർവ്വതും മറന്നുപോയി. എന്റെ വേദജ്ഞാനവും രാജനീതിയും രക്തബന്ധവും... എല്ലാം.

ഞാനെന്ത് പ്രായശ്ചിത്തം ചെയ്യണമെന്ന് - വിദുരാ, നീ പറഞ്ഞു തരൂ-"

രാജാവിന്റെ വിലാപം ഗംഗാതടങ്ങളിൽ കാറ്റായി പടർന്നു. ഓളങ്ങൾ നിശ്ശബ്ദം കരയെ പുണർന്നു.

വിദുരർ പറഞ്ഞു:

"അങ്ങയുടെ ആലിംഗനത്തിൽ ഞെരിഞ്ഞമർന്നുവീണത് കേവലം ഒരു ലോഹപ്രതിമ മാത്രമായിരുന്നു.

പണ്ട് സുയോധനൻ ഭീമനുമായുള്ള ദ്വന്ദയുദ്ധം സ്വപ്നംകണ്ടു നടന്ന കാലത്ത് അവൻ പരിശീലനത്തിനായി നിർമ്മിച്ചുവച്ചതായിരുന്നു, അത്...

അത് ഭീമനാണെന്ന് നിനച്ച്, അതിനെ ഞെരിച്ചു തകർത്തതോടെ അങ്ങയുടെ മനസ്സിൽ അടിഞ്ഞുകൂടിക്കിടന്ന ക്രോധം ഈ ഗംഗാതടങ്ങളിൽ വിലയം പ്രാപിച്ച് ഒഴിഞ്ഞുപോയിക്കഴിഞ്ഞിരിക്കുന്നു.

ഇനിയെങ്കിലും അങ്ങയുടെ മനസ്സ് കറയറ്റ് ശുദ്ധമായിരിക്കട്ടെ-"

നിത്യതപസ്വിനിയായ വലിയമ്മയുടെ മുമ്പിൽ ദ്രുപദപുത്രി ഒരു തളർന്ന താമരപോലെ മുഖം കുനിച്ചുനിന്നു.

"ഒടുവിൽ കൃഷ്ണഹിതംപോലെ രാജ്യം നിങ്ങൾക്ക് വന്നുചേർന്നിരിക്കുന്നു, മകളെ..."

പൊടുന്നനെ ദ്രൗപദി ഗാന്ധാരിയുടെ ചുണ്ടുകളിൽ കൈവച്ച് തടഞ്ഞു.

"മക്കളാരും ജീവിച്ചിരിപ്പില്ലാത്ത എനിക്ക് രാജ്യമെന്തിനാണമ്മേ"

അവൾ കരഞ്ഞു. അവളെ ചേർത്തുപിടിച്ച് ഗാന്ധാരി പറഞ്ഞു:

"നൂറ് മക്കളേയും നഷ്ടപ്പെട്ട എന്നെ നീ കാണുന്നില്ലേ?

എന്റെ മക്കളെ മുഴുവൻ കൊല്ലിച്ചത് അവനാണ്, കൃഷ്ണൻ.

അന്ന് കൗരവസഭയിൽനിന്ന് ദൗത്യമുപേക്ഷിച്ച് അവൻ എന്റെ സുയോധനനോടും ദുശ്ശാസനനോടും കോപിച്ച് ഉപപ്ലാവ്യത്തിലേക്ക് തിരികെ പുറപ്പെട്ടപ്പോൾ ഞാനിത് മനസ്സിലാക്കിയിരുന്നു, മകളേ.

ഇന്നേക്ക് മുപ്പത്തിയാറാമത്തെ ആണ്ടിൽ ബന്ധുജനങ്ങളും വംശവും നശിച്ച് വനപ്രദേശത്തുവച്ച് അവനും നീചമായി വധിക്കപ്പെട്ടുപോകട്ടെ-"

ഗാന്ധാരിയുടെ ശാപവചസ്സ് കേട്ട് വിദുരർ ഞെട്ടി വിറച്ചു. കുന്തി ആർത്തു വിലപിച്ചു.

ദ്രൗപദി ആലിംഗനബദ്ധമായ കരങ്ങൾ നിവർത്തി അട്ടഹസിച്ചു കരഞ്ഞു. ഗാന്ധാരി തുടർന്നു:

"ആശ്രിതരായ ബന്ധുക്കൾ വധിക്കപ്പെടുന്നതിന്റെ ദു:ഖം ഈ ഭാരതസ്ത്രീകളെപ്പോലെ അവന്റെ സ്ത്രീകളും അനുഭവിക്കുമാറാകട്ടെ-"

"ജ്യേഷ്ഠത്തിയമ്മേ, ഭവതി എന്താണിങ്ങനെ..." വിദുരർ ആർത്തലച്ചു പറഞ്ഞു: "അവിടുന്ന് ഇന്നോളം ആർജ്ജിച്ച തപ:ശക്തി എന്തേ ഇങ്ങനെ...?"

കൃഷ്ണൻ ശാന്തനായി വിദുരരെ തടഞ്ഞു. "അവിടുത്തെ ശാപം ഞാൻ ശിരസ്സേറ്റിയിരിക്കുന്നു, അമ്മേ-"

കൃഷ്ണൻ തുടർന്നു:

"എനിക്ക് പാണ്ഡവരും കൗരവരും ബന്ധുക്കളാണ്. അർജ്ജുനൻ എന്റെ പിതൃസഹോദരിയുടെ പുത്രനാണ്. സുയോധനൻ എന്റെ പുത്രവധുവിന്റെ പിതാവാണ്. എനിക്ക് ഇരുവരും സമന്മാരാണ്. ഞാൻ പകയോടെ അവരിലാരെയും നശിപ്പിക്കാൻ മുതിർന്നിട്ടില്ല. ആരോടെങ്കിലും വൈരാഗ്യം തീർക്കാൻ ശ്രമിച്ചിട്ടുമില്ല. പിന്നെ നിർവ്വഹിച്ചതത്രയും ധർമ്മം മാത്രമാണ്. അതിനു ഞാൻ തെറ്റുകാരനാണെങ്കിൽ അമ്മേ, ഭവതിയുടെ ശാപം ഫലിക്കുകതന്നെ ചെയ്യും.."

ആകാശത്ത് ഘോരമായ ഇടിമുഴക്കം ഉണ്ടായി.. ഗംഗാതീരത്ത് കാർമേഘം അടിഞ്ഞുകൂടി, അന്തരീക്ഷം കറുത്തിരുണ്ടു.

പൊടുന്നനെ കൗരവമാതാവ് കരഞ്ഞു.

അവരുടെ കണ്ണുകെട്ടിയ കറുത്ത തുണിയിൽ മിഴിനീർ പടർന്ന് നനഞ്ഞു. വിദുരർ കഠിനമായ വ്യഥയോടെ അതിനും സാക്ഷ്യം വഹിച്ചു നിന്നു.

ഒടുവിൽ ഗംഗാതടത്തിൽ വച്ച് ഗാന്ധാരി ചോദിച്ചു:

"എന്റെ നൂറുമക്കളിൽ ഭീമാ, ഒരുവനെയെങ്കിലും കൊല്ലാതെ നിനക്ക് ബാക്കിവയ്ക്കാമായിരുന്നില്ലേ?

ഈ അന്ധരും വൃദ്ധരുമായ മാതാപിതാക്കൾക്ക് ഉദകക്രിയ ചെയ്യാനെങ്കിലും ഒരു പുരുഷസന്തതി..."

അതുകേൾക്കെ ഭീമൻ പൊട്ടിക്കരഞ്ഞു. അവൻ പറഞ്ഞു:

"കൗരവവധത്തിൽ ഞാൻ ഒരു നിമിത്തം മാത്രമായിരുന്നു, അമ്മേ. അത് നിർവ്വഹിച്ചില്ലെങ്കിൽ ഈ മകൻ ക്ഷത്രധർമ്മത്തിൽനിന്നും ഭ്രഷ്ടനായിപ്പോവുമായിരുന്നു."

ഗംഗാതടത്തിൽ നനുത്ത കാറ്റു വീശി. തീരങ്ങളിൽ കുഞ്ഞലകൾ മുത്തംകൊടുത്തു...

"സ്വസ്തി.." ഗാന്ധാരി പതുക്കെ കൈപ്പത്തി നിവർത്തി.

"സ്വസ്തി.."

ചിതകളൊരുങ്ങി. അകിലും ചന്ദനവും ഉത്തമവൃക്ഷങ്ങളും ഗവ്യങ്ങളും നെയ്യും ഒരുക്കിവച്ചു. യുദ്ധക്കളത്തിൽ ജീവൻ നഷ്ടപ്പെട്ടു കിടക്കുന്ന യോദ്ധാക്കൾക്കും സുയോധനനും ഉദകക്രിയയ്ക്കുള്ള അവസാന സജ്ജീകരണങ്ങളും പൂർത്തിയായിക്കഴിഞ്ഞു..

അപ്പോൾ വിദുരനൊപ്പം ശവദാഹകർമ്മങ്ങൾക്ക് മേൽനോട്ടം വഹിച്ചുനില്ക്കുന്ന യുധിഷ്ഠിരന് സമീപം കുന്തി നടന്നുചെന്നു.

അവർ പറഞ്ഞു:

"എല്ലാവർക്കും വിധിപ്രകാരമുള്ള അന്ത്യകർമ്മങ്ങൾ ചെയ്യുമ്പോൾ, എന്റെ പ്രിയപ്പെട്ട മകനേ, നീ നിന്റെ ജ്യേഷ്ഠനായ കർണ്ണനെ മാത്രം ഒഴിവാക്കാതിരിക്കുക.."

അതുകേട്ട് യുധിഷ്ഠിരൻ ഞെട്ടി, മുട്ടുകാലിൽ കുന്തിച്ചിരുന്നു. യുധിഷ്ഠിരന്റെ കണ്ണുകളിൽ കാർമേഘം അടിഞ്ഞുകൂടി. നീർപ്പോളകൾ നിലത്തുവീണ് ചിതറുന്നപോലെ മിഴിനീർ പ്രവഹിച്ചു.

പിടിച്ചുനില്ക്കാനാവാതെ യുധിഷ്ഠിരൻ വാവിട്ടുകരഞ്ഞു.

അമ്മ പറഞ്ഞു:

"അവിവാഹിതയായിരുന്ന കാലത്ത് അവൻ ഈ അമ്മയുടെ ഉദരത്തിൽ സൂര്യഭഗവാന് പിറന്ന പുത്രനാണ്.. അവൻ നിന്റെ ജ്യേഷ്ഠനാണ്."

ഭാഗം ആറ്
പതിനാറ്

ഹസ്തിനപുരിയിലെ വിമൂകമായ കൊട്ടാരത്തിൽ കൊട്ടും കുരവയും ആരവങ്ങളുമില്ലാതെ യുധിഷ്ഠിരൻ പ്രവേശിച്ചു. അദ്ദേഹത്തോടൊപ്പം കുന്തിയും കൃഷ്ണനും സാത്യകിയും സഹോദരങ്ങളും പാഞ്ചാലിയും ഉണ്ടായിരുന്നു.

അവരെ സ്വീകരിക്കുവാൻ പുരോഹിതനോടൊപ്പം വിദുരരും കാത്തുനില്പുണ്ടായിരുന്നു.

യുധിഷ്ഠിരൻ കുനിഞ്ഞ് ധൃതരാഷ്ടരുടെ പാദങ്ങളിൽ വണങ്ങി, പിന്നെ ഗാന്ധാരിയെ വണങ്ങി.

പുരോഹിതൻ പറഞ്ഞു:

"പൂർവ്വപിതാമഹന്മാരെയും ഗുരുഭൂതന്മാരെയും മനസ്സാ വണങ്ങി കിഴക്കോട്ട് തിരിഞ്ഞിരിക്കുക.

ഇരുവശങ്ങളിലായി സഹോദരങ്ങളും പാഞ്ചാലിയും മാതാവായ കുന്തീദേവിയും ഇരിക്കുക.

മുമ്പിൽ, നേരെയായിട്ട് ധൃതരാഷ്ട്രമഹാരാജാവും പത്നിയായ ഗാന്ധാരിയും ഇരിക്കുക.

അവർക്ക് വലതുവശം കൃഷ്ണനും സാത്യകിയും ഇരിക്കുക.

ഇടതുചേർന്ന് യുയുത്സുവും ദുശ്ശളയും ഇരിക്കുക.

പിറകിൽ സുധർമ്മൻ മുതൽ എല്ലാ ബന്ധുജനങ്ങളും സഞ്ജയനും ഇരിക്കുക...

കൊട്ടാരത്തിൽ മന്ത്രധ്വനികളുയർന്നു. ഹോമകുണ്ഡത്തിൽ പൂജാദ്രവ്യങ്ങളുരുകി, സുഗന്ധം പരന്നു...

പൂവും ചന്ദനവും കൈത്തലങ്ങളിൽ ഉയർത്തിപ്പിടിച്ച് നന്നേ പതിഞ്ഞ ശബ്ദത്തിൽ യുധിഷ്ഠിരൻ മന്ത്രങ്ങൾ ഏറ്റുചൊല്ലി. അപ്പോൾ അദ്ദേഹത്തിന്റെ കൈകൾ വിറച്ചു, മനസ്സ് വിറച്ചു..

ഹസ്തിനപുരത്തിന്റെ രാജാവായി യുധിഷ്ഠിരൻ രാജ്യഭാരം ഏല്ക്കുകയാണ്...

കുരുക്ഷേത്രത്തിൽ ശരശയ്യാവലംബിയായി കഴിയുന്ന ഭീഷ്മപിതാവിനെ സന്ദർശിച്ച് തിരികെ പുറപ്പെടുമ്പോൾ യുധിഷ്ഠിരൻ വിദുരരോട് പറഞ്ഞതായിരുന്നു - ഈ രാജ്യം എനിക്കവകാശപ്പെട്ടതല്ല- എന്ന്.

"എനിക്കറിയാം, ധർമ്മമാർഗ്ഗത്തിൽനിന്ന് ഒട്ടേറെ വ്യതിചലിച്ചും

ഗുരുഭൂതന്മാരെ വധിച്ചും അക്ഷന്തവ്യമായ ചതിപ്രയോഗങ്ങൾക്ക് കൂട്ടു നിന്നുമാണ് ഞാനീ ഈ രാജ്യം നേടിയതെന്ന്-

ഒരു കുറ്റസമ്മതംകൊണ്ടോ, ക്ഷമാപണംകൊണ്ടോ തീരുന്നതല്ല, ആ പാപത്തിന്റെ കറകൾ എന്നും ഞാനറിയുന്നു."

വിദുരരുടെ ചിന്തകളിലും ഉണ്ട്, കേട്ടറിഞ്ഞ അനേകം ചിത്രങ്ങൾ... ഭീഷ്മപിതാവിനെ കുരുക്ഷേത്രത്തിൽ വീഴ്ത്തിയത് മുതൽ ആചാര്യ ശ്രേഷ്ഠനായ ദ്രോണരെ വധിച്ചതുവരെ...

അങ്ങനെ അറിഞ്ഞതും അറിയാത്തതുമായ അനേകം അധർമ്മങ്ങൾ, ചതികൾ.

"അർത്ഥവും രാജ്യവും കൊതിച്ചല്ല, പിതാവേ ഞാൻ യുദ്ധത്തിനിറങ്ങിയത്. മണ്ണിൽ മനുഷ്യനൊരവകാശം നല്കി ജീവിക്കാൻ അവസരം തരാതിരുന്ന നീചത്വം പൊറുക്കാനാവാത്തതുകൊണ്ട്-

അർഹതപ്പെട്ട പാതിരാജ്യം വേണ്ട, അഞ്ചുപേർക്ക് അഞ്ചു ഗ്രാമങ്ങളും വേണ്ട, ഒരുഗ്രാമം- ഒരു വീട്.. അവസാനമായി അതാവശ്യപ്പെട്ടു ചെന്ന ദൂതനായ കൃഷ്ണനെ പിടിച്ചു ബന്ധനസ്ഥനാക്കാൻപോലും മുതിർന്നപ്പോൾ, പിതാവേ-

അങ്ങയ്ക്കും അറിവുള്ളതാണല്ലോ, ഞങ്ങൾ സഹിച്ച യാതനകൾ."

"യുദ്ധം ഒഴിവാക്കുക എന്നത് എന്റെ വാശിയായിരുന്നു. അതിനു വേണ്ടി എത്രകാലം കാത്തിരിക്കാനും ഞങ്ങൾ സന്നദ്ധരായിരുന്നു. അതിനുവേണ്ടി ഞങ്ങൾ സഹിച്ച ദു:ഖത്തിന്റെ വിവരണങ്ങളൊന്നും ഞാൻ ആവർത്തിക്കേണ്ടതും ഇല്ലല്ലോ-

വനവാസവും അജ്ഞാതവാസവും പോലുള്ള കഠിനമായ കഷ്ടതകൾ.

അനുഭവിച്ചുതീർത്ത അപമാനങ്ങൾ. ദാസ്യവേലകൾ.

എന്നിട്ടും അവർ ഞങ്ങളെ വേട്ടയാടിക്കൊണ്ടിരുന്നു.

ഇനിയുമൊരു പതിമൂന്ന് വർഷങ്ങളിലേക്ക് പിന്നെയും..

ഒടുവിൽ ഒരുകാലത്തും ഹസ്തിനപുരത്തിൽ കാലെടുത്ത് വെക്കാനാവാത്തവിധം ഞങ്ങളെ ഇല്ലാതാക്കിക്കളയുകയാണ് അവരുടെ ലക്ഷ്യമെന്നായപ്പോൾ...

പിതാവേ, അങ്ങ് ഞങ്ങളോട് പൊറുക്കുക."

യുധിഷ്ഠിരൻ അല്പനേരത്തേക്ക് മൗനിയായി നിന്നു. പിന്നെ തുടർന്നു:

"അധർമ്മത്തെ ചെറുക്കാൻ ഞങ്ങൾക്ക് നല്കേണ്ടിവന്ന വിലയും അങ്ങയ്ക്കറിയാമല്ലോ-

എങ്കിലും പിതാവേ, എനിക്കീ അർത്ഥവും രാജ്യവും വേണ്ട.

എനിക്ക് വേണ്ടിയിരുന്നത് ഭൂമിയും വീടുമില്ലാത്ത എന്റെ സഹോദരങ്ങൾക്ക് സ്വന്തമായ ഓരോ പാർപ്പിടമായിരുന്നു. അത് ഞാൻ ഏല്പിച്ചു കഴിഞ്ഞു.

ദുര്യോധനന്റെ കൊട്ടാരം ഞാൻ ഭീമന് നല്കി.

ദുശ്ശാസനന്റെ കൊട്ടാരം അർജ്ജുനന് നല്കി.

ദുർമ്മർഷണന്റെ സൗധം നകുലനും ദുർമ്മുഖന്റെ കൊട്ടാരം സഹദേവനും നല്കി.

പിന്നെ ദ്രോണാചാര്യന് കുരുവംശത്തിലുണ്ടായിരുന്ന മുഴുവൻ പദവിയും ഞാൻ അദ്ദേഹത്തിന്റെ ഭാര്യാ സഹോദരൻകൂടിയായ കൃപാചാര്യർക്കും നല്കി.

ഇനി എനിക്ക് ചെയ്യാനുള്ളത് ഒന്നു മാത്രമാണ്.

അത് യുദ്ധം ജയിച്ചു കിട്ടിയ ഈ രാജ്യം ധൃതരാഷ്ട്രപിതാവിനും ഗാന്ധാരിക്കുമായി സമർപ്പിക്കുക. അങ്ങ് പഴയതുപോലെ അവിടെ ഉണ്ടായിരിക്കുക..

എന്നിട്ട് ഉത്തരായണത്തിൽ പ്രാണത്യാഗം ചെയ്യാൻ കാത്തുകിടക്കുന്ന ഭീഷ്മപിതാമഹന് മകന്റെ സ്ഥാനത്തുനിന്ന് ഉദകക്രിയകൾ ചെയ്ത് ഗംഗാനദിയിൽ മുങ്ങിക്കയറുക...

അതുകഴിഞ്ഞ്, എല്ലാം ഉപേക്ഷിച്ച് ഈ ധർമ്മപുത്രന് പാപമോക്ഷത്തിനായി പുറപ്പെടണം.."

മുമ്പിൽ കൺപോളകൾ അടച്ചുപിടിച്ച് മഹാധ്യാനത്തിലെന്നപോലെ വിദുരർ നിന്നു.

അദ്ദേഹത്തിന്റെ മിഴിത്തടങ്ങൾ നനഞ്ഞു നിറയുന്നു.

അഭിഷേകം കഴിഞ്ഞ് രാജ്യഭാരമേറ്റ യുധിഷ്ഠിരൻ ധൃതരാഷ്ട്രരോടും കൃഷ്ണനോടുമൊപ്പം കുരുക്ഷേത്രത്തിലേക്ക് നടന്നു. അവർക്ക് പിറകിലായി വിദുരരും സഞ്ജയനും നടന്നു.

പുരവാസികളായ പ്രജാവൃന്ദം നിറമിഴികളോടെ രാജാവിനെ വണങ്ങി നിന്നു...

യുധിഷ്ഠിരനെ കണ്ട് ഭീഷ്മപിതാവ് പറഞ്ഞു:

"നന്നായിരിക്കുന്നു.

നാരദമഹർഷിയും വ്യാസഭഗവാനും അനേകം മുനിമാരും യുദ്ധത്തിൽ അവശേഷിച്ച രാജാക്കന്മാരും വന്നെത്തി ചുറ്റും നില്ക്കവെ, എന്റെ കണ്ണുകൾ നിന്നെയും കൃഷ്ണനെയും ധൃതരാഷ്ട്രനെയും തിരയുകയായിരുന്നു."

രാജാവ് കൈകൂപ്പി നിന്നു.

ഭീഷ്മർ ധൃതരാഷ്ട്രരോട് പറഞ്ഞു:

"രാജാവേ, നിനക്ക് പുത്രന്മാർ നഷ്ടപ്പെട്ടുപോയതിൽ പരിതപിക്കാതെ പാണ്ഡവന്മാർ നിന്റെ പുത്രരാണെന്ന് മനസ്സാ നിരൂപിച്ച് ക്ഷത്രവൃത്തികൾ തുടരുക. പിതൃഭക്തനും ജ്ഞാനിയുമായ യുധിഷ്ഠിരൻ നിനക്ക് പുത്രനായി നിന്നുകൊണ്ട് നിന്റെയും ഗാന്ധാരിയുടെയും ഇംഗിതങ്ങൾ സർവ്വാത്മനാ നിറവേറ്റിത്തരുമെന്ന് എനിക്കുറപ്പുണ്ട്.

അതുകൊണ്ട് ഹേ, ധൃതരാഷ്ട്രരാജാവേ, നിങ്ങൾ പാണ്ഡവരിൽ വിശ്വാസം ഉറപ്പിക്കുക."

ഭീഷ്മർ പതിയെ കണ്ണുകളടച്ചു, തുറന്നു. പിന്നെ ചുറ്റും കൂടിനിന്ന

വരെ നോക്കി. ഒടുവിൽ ആ മിഴികൾ കൃഷ്ണനിൽ ചെന്നുനിന്നു.

"കൃഷ്ണാ, ഞാൻ പ്രാണൻ വെടിയുകയാണ്.

ഇന്നേക്ക് അൻപത്തിയെട്ടു ദിവസങ്ങൾ ഞാനീ ശരശയ്യയിൽ ധർമ്മ ചിന്തകൾ മാത്രമായി കിടന്നു കഴിച്ചു.

ഇപ്പോൾ മാഘമാസത്തിലെ ശുക്ലപക്ഷത്തിന്റെ മൂന്നിൽ ഒന്നുമാത്രം അവശേഷിച്ചിരിക്കെ പരമപുരുഷനായ സൂര്യൻ ഉത്തരധ്രുവത്തിലേക്ക് കടന്നിരിക്കവെ നീയെനിക്ക് സദ്ഗതി പൂകുവാൻ അനുവാദം തരിക.,'

കൃഷ്ണൻ കുരുപുംഗവന്റെ കാല്ക്കൽ കൈകൂപ്പി നിന്നു.

ഭീഷ്മപിതാവ് ഗാന്ധാരിയുടേയും കുന്തിയുടേയും നേരെ കൈകളുയർത്തി അനുഗ്രഹവർഷം ചൊരിഞ്ഞു.

അവരോടൊപ്പം ദ്രൗപദിയും ദുശ്ശളയും തലകുമ്പിട്ടു നിന്നു.

അപ്പോൾ യുഗപുരുഷനായ മഹാപ്രഭാവന്റെ മിഴികൾ താനേ അടഞ്ഞുതുടങ്ങി.. അല്പമാത്രം ഉയർന്നു നിന്ന ദീർഘപാണികൾ പതുക്കെ താഴ്ന്നു തുടങ്ങുന്നു

അത് ശരീരത്തോട് ചേർന്നൊതുങ്ങികൊണ്ടിരിക്കവെ, വിദുരൻ മന്ത്രിച്ചു:

"സ്വസ്തി...

മഹാപ്രഭോ, അങ്ങയ്ക്ക് സ്വസ്തി."

പതിനേഴ്

അശ്വമേധം കഴിഞ്ഞു. അതിഥികൾ പിരിഞ്ഞു.

കൃഷ്ണൻ ദ്വാരകയിലേക്ക് തിരിക്കുകയാണ്.

ദീർഘദീർഘങ്ങളായ ദൗത്യങ്ങളും അതിലുമേറെ വിശേഷപ്പെട്ട കൃത്യങ്ങളും കടമകളും ധർമ്മോപദേശങ്ങളും നിർവ്വഹിച്ച്, അശനിപാതം പോലെ ഒരു മഹാശാപവും ശിരസ്സിലേറ്റി യദുകുലനായകൻ തിരികെ ദ്വാരകയിലേക്ക് പുറപ്പെടുകയാണ്.

യുധിഷ്ഠിരനൊപ്പം പാണ്ഡവന്മാരും കുന്തിയും പിന്നെ ധൃതരാഷ്ട്ര രാജാവും സഞ്ജയനും കൃഷ്ണന് യാത്രാമംഗളം നേരാനെത്തിയിട്ടുണ്ട്. പടിവാതിലിനപ്പുറത്ത്, ആൾക്കൂട്ടത്തിൽ നിന്നകന്ന് ഗാന്ധാരിമാത്രം മുഖം കുനിച്ച് നില്ക്കുകയാണ്. അവരെ സമീപിച്ച് വിദുരർ പറഞ്ഞു:

"ഭവതി മാത്രം ഇങ്ങനെ..."

പറഞ്ഞു തുടങ്ങുംമുമ്പേ നിത്യതപസ്വിനി പൊട്ടിക്കരഞ്ഞു.

"ഒരു പാതിജന്മത്തിലൂടെ ഞാൻ ആർജ്ജിച്ച തപ:ശക്തിയോട് എനിക്കിപ്പോൾ അവജ്ഞതോന്നുന്നു, വിദുരാ" അവർ തുടർന്നു:

"ഈ തപസ്സിദ്ധി എന്നിൽനിന്നും എടുത്തുമാറ്റിക്കൊള്ളൂ എന്ന് ഞാൻ പ്രാർത്ഥിച്ചു തുടങ്ങിയിരിക്കുന്നു."

വിദുരർ പറഞ്ഞു: "ഭവതിയെ ആരും കുറ്റപ്പെടുത്തുകയില്ല. ഭൂമിയിൽ ഇന്നോളം ഒരമ്മയും അനുഭവിച്ചിട്ടില്ലാത്തത്ര ഭീകരമായ പുത്രശോ

കമാണ് അവിടുന്ന് മനസ്സിലിട്ട് കൊണ്ടുനടക്കുന്നത്. അതിന്റെ അഗ്നിജ്വാലയിൽ വെന്തുനീറുന്ന മനസ്സ് ഒരുമാത്ര തന്റെ പിടിയിൽനിന്നും വഴുതിപ്പോയിട്ടുണ്ടെങ്കിൽ, എനിക്ക് ആദരണീയയായ ജ്യേഷ്ഠത്തിയമ്മേ, അതിന് നിയതിയെപ്പോലും നമുക്ക് കുറ്റപ്പെടുത്താനാവില്ല. അതറിയുന്നവനാണ്., കൃഷ്ണൻ."

വിദുരർ തുടർന്നു: "ഭവതി ഇനിയെങ്കിലും എല്ലാം മറക്കാൻ ശ്രമിക്കുക.

ഒരു ജന്മപുണ്യത്തിന്റെ മഹാജ്യോതിസ്സിനെ സംരക്ഷിക്കുക.

വരും തലമുറകളിലേക്ക് പകർന്നു നല്കാനുള്ള മഹിമയെ കെടുത്തിക്കളയാതിരിക്കുക."

രഥമിറങ്ങി കൃഷ്ണൻ ഗാന്ധാരിയുടെ പാദങ്ങളിൽ തൊട്ടുവന്ദിച്ചു. അപ്പോൾ അവരുടെ കണ്ണുകെട്ടിയ കറുത്ത തുണി പെരുമഴച്ചാർത്തിലെന്നപോലെ നനയുന്നത് വിദുരർ നോക്കിനിന്നു...

എന്നത്തെയുംപോലെ പതിവുസന്ദർശനത്തിന് വിദുരർ രാജകൊട്ടാരത്തിൽ വന്നു. അദ്ദേഹത്തോടൊപ്പം യുധിഷ്ഠിരനും പുറപ്പെട്ടു.

വിദുരർ പറഞ്ഞു:

"മഹാരാജാവേ, എന്നോടൊപ്പം ധർമ്മപുത്രനായ യുധിഷ്ഠിരനുമുണ്ട്. അങ്ങയ്ക്ക് സുഖമാണല്ലോ?"

"സുഖമാണ്, പരമസുഖം.." ധൃതരാഷ്ട്രർ തലയിളക്കിപ്പറഞ്ഞു. "ഇതില്പരം ഒരു സുഖം ഞാനീ ശിഷ്ടമായ ജീവിതത്തിൽ പ്രതീക്ഷിച്ചിട്ടില്ല അനുജാ–"

യുധിഷ്ഠിരൻ കുനിഞ്ഞ് വലിയച്ഛന്റെ പാദങ്ങളിൽ തൊട്ടു. പൊടുന്നനെ ധൃതരാഷ്ട്രർ പൊട്ടിക്കരഞ്ഞു. യുധിഷ്ഠിരൻ അദ്ദേഹത്തിന്റെ കൈകൾ ചേർത്തുപിടിച്ചു:

"അങ്ങയുടെ നിസ്സംഗതയിൽ, പിതാവേ, ഈ മകൻ അതീവദു:ഖിതനാണ്. അങ്ങ് എന്തിനാണ് ഇനിയും പഴയ ജീവിതത്തിലേക്ക് തിരികെ വരാൻ മടിക്കുന്നത്."

രാജാവ് ഒന്നും പറയാതെ പിന്നെയും തലയിളക്കിക്കൊണ്ടിരുന്നു.

"അങ്ങയുടെ രത്നംപതിച്ച സ്വർണ്ണമയമായ ചന്ദനക്കട്ടിലും തൂവൽകിടക്കയും ആരുമാരും ഉപയോഗിക്കാതെയുണ്ട്. ഒരു ജീവിതകാലം മുഴുവൻ അങ്ങ് ശയിക്കുകയും രമിക്കുകയും ചെയ്ത അമൂല്യമായ അവയെല്ലാം അനാഥമായി കിടക്കുന്നു.

നിത്യവും അവ ശുചിയായും വൃത്തിയായും വയ്ക്കുന്ന കൊട്ടാരദാസിമാർ എന്നും അങ്ങയുടെ മുറിവിട്ടിറങ്ങുന്നത് കണ്ണുനീർ പൊഴിച്ചുകൊണ്ടാണ്.

അങ്ങാണെങ്കിൽ വെറും നിലത്ത് ദർഭവിരിച്ചാണ് കിടന്നുറങ്ങുന്നത്.

കസവുകരയണിഞ്ഞ കോടിയും സ്വർണ്ണനൂലുകൾ നെയ്തുചേർത്ത ഉത്തരീയവും അങ്ങ് കൈകൊണ്ടു പോലും തൊടുന്നില്ല. പകരം അങ്ങ് ഒരു സാധാരണ ഒറ്റമുണ്ട് മാത്രമാണ് ധരിക്കുന്നത്. സ്വർണ്ണപ്പാത്രത്തിൽ അമൃതേത്ത് കഴിച്ചിരുന്ന അങ്ങ് ഇപ്പോൾ ഒരുനേരം മാത്ര

മാണ് അന്നം ഭുജിക്കുന്നത്. അതും ജീവൻ നിലനിർത്താനെന്നപോലെ.

പിതാവേ, അങ്ങയുടെ രാജ്യവും അങ്ങയുടെ സിംഹാസനവും ഈ പുത്രൻ അങ്ങയ്ക്ക് തിരികെ സമർപ്പിച്ചത് ഹൃദയപൂർവ്വകമാണ്.

യുദ്ധം ജയിച്ച് നേടിയ രാജ്യം തിരികെ ഏല്പിക്കാനായിരുന്നെങ്കിൽ എന്തിനുവേണ്ടി ആയിരുന്നു ഇത്രയും നാശ നഷ്ടങ്ങൾ സഹിച്ച്, പ്രാണ തുല്യരായ മക്കളെപ്പോലും മരണത്തിന് വിട്ടുകൊടുത്ത്, നാട്ടിൽ അനേക ലക്ഷം വിധവകളെ സൃഷ്ടിച്ച് രണഭൂമിയിൽ ജീവൻ പണയംവച്ച് അടരാടിയത് എന്തിനാണ് എന്റെ കൂടപ്പിറപ്പുകൾപോലും എന്നോട് ചോദിച്ചത്. പിന്നീട് അവർക്കെല്ലാം എന്റെ നിശ്ചയം ബോദ്ധ്യപ്പെട്ടു."

"മകനേ, നിന്റെ വാക്കുകൾ എന്നെ അത്യധികം സന്തോഷിപ്പിക്കുന്നുണ്ട്." രാജാവ് പറഞ്ഞു.

"തൂവൽസമാനം എന്നൊക്കെ കവികൾ വാഴ്ത്താറുള്ള നിസ്വ ജീവിതം ഇത്രയേറെ സമാധാനമുള്ളതാണെന്ന് ഞാൻ അറിഞ്ഞിരുന്നില്ല.

ഒന്നുമില്ലാത്തവന്റെ പരാധീനതയായിരിക്കും ഭൂമിയിലെ വലിയ സങ്കടം എന്ന് ധരിച്ചുവശായവനായിരുന്നു, ഞാൻ. ഇപ്പോൾ ഞാനറിയുന്നു, ഒന്നിനോടും മോഹമില്ലാത്ത കൈകളിൽ ഭാരമില്ലാത്ത സ്ഫടികതുല്യമായ ജീവിതമാണ് സമാധാനം എന്ന്. ഒന്നിന്റെയും ഭാരമില്ലാത്തവന്റെ ജന്മമാണ് മകനെ, ദൈവത്തിനോട് ഏറ്റവും ചേർന്നുനില്ക്കുന്നതെന്നും ഞാൻ അറിയുന്നു."

ജ്യേഷ്ഠൻ ശൂന്യമായ കൈത്തലംനിവർത്തി വായുവിലേക്ക് അല്പമുയർത്തിപ്പറഞ്ഞു:

'അവശേഷിക്കുന്ന കാലം ധ്യാനവും തപസ്സുമായി വനത്തിൽ കഴിച്ചു കൂട്ടണമെന്ന് ഞാൻ ആഗ്രഹിക്കുന്നു.'

അപ്പോൾ ഹസ്തിനപുരിയിൽ ചാറ്റൽമഴ പൊടിഞ്ഞു.

ചെറുഞാണൊലി പോലെ മൃദുതരമായ കാറ്റുവീശി.

"വിദുരാ, നീയെനിക്ക് അതിനായി അനുവാദം വാങ്ങിത്തരിക."

വിദുരർ പറഞ്ഞു:

"അങ്ങ് സമാധാനമായിരിക്കുക. വനവാസത്തിനും വാനപ്രസ്ഥത്തിനുമൊക്കെ ഇനിയുമേറെ കാലമവശേഷിക്കുന്നുണ്ട്. അങ്ങയുടെ അറിവും ചാതുരിയും ഭരണപരിചയവും ഇനിയും ഹസ്തിനപുരത്തിന് ആവശ്യമുണ്ട്. ആകയാൽ അല്പകാലം കൂടി അങ്ങ് രാജകൊട്ടാരത്തിൽ ഉണ്ടാവണമെന്ന് രാജാക്കന്മാരും പുരവാസികളും ആഗ്രഹിക്കുന്നു."

യുധിഷ്ഠിരൻ പറഞ്ഞു:

"അങ്ങയുടെ ശോകത്താൽ എനിക്ക് രാജ്യം പ്രിയമല്ലാതായിരിക്കുന്നു. അങ്ങയുടേയും ഗാന്ധാരി, കുന്തി എന്നീ അമ്മമാരുടേയും ശിഷ്ടകാലത്തെ പരിചരണത്തിനായി ഞങ്ങളെ അനുവദിക്കുക."

കൗരവപിതാവ് അല്പനേരം നിശ്ശബ്ദനായിരുന്നു.

"മകനെ, കുരുവംശത്തിന്റെ നാശം ഞാൻ മൂലമാണെന്ന് എനിക്കറിയാം.

വ്യാസഭഗവാന്റെയും ഭീഷ്മപിതാവിന്റെയും വിദുരന്റെയും ഉപദേ

ശങ്ങൾ ചെവിക്കൊള്ളാതിരുന്നതിന്റെ ഫലം"

"പകരം അവനെ ഞാൻ രാജാവായി വാഴിച്ചു."

ധൃതരാഷ്ട്രർ വിയർത്ത കൈവച്ച് മുഖം തുടച്ചു.

വിദുരർ എല്ലാം കേട്ടു നിന്നു. രാജാവ് തുടർന്നു:

"ഇപ്പോൾ അവരിലാരും അവശേഷിക്കുന്നില്ല. അവർ തീർത്ത അഗ്നി കുണ്ഡത്തിൽ അവർതന്നെ ഹോമിക്കപ്പെട്ടു. ചിറകുകൾ കരിഞ്ഞ് അവ സാനം ഇതാ ഈ ഞാനും."

പെട്ടെന്ന് വിദുരർ തടഞ്ഞു:

"അരുത്.. ഹസ്തിനപുരം അങ്ങയിലൂടെത്തന്നെ വൃദ്ധിപ്രാപിക്കു ന്നത് കാണാൻ കാത്തിരിക്കുകയാണ് ഇവിടത്തെ പ്രജകളും പാണ്ഡു പുത്രരുമെല്ലാം.'

രാജാവ് വിദുരർക്കായി കൈനീട്ടി.

പിന്നെ സനേഹപൂർവ്വം അതിൽ തിരുപ്പിടിച്ച് പറഞ്ഞു:

"വിദുരാ.. നിന്റെ വാക്കുകൾ എന്നെ സന്തോഷിപ്പിക്കുന്നുണ്ട്. എങ്കിലും, എല്ലാ പാപങ്ങളിൽനിന്നും മോചനം നേടുന്നതിനായി തപസ്സനുഷ്ഠിക്കാൻ ഈ വൃദ്ധനായ ജ്യേഷ്ഠനെ വനത്തിലേക്ക് പോകാൻ അനുവദിക്കുക.

അശാന്തമായ ഈ മനസ്സിന് ശാന്തിയുടെ തീരങ്ങൾ പ്രാപിക്കാൻ അനുവദിക്കൂ, അനുജാ."

ധൃതരാഷ്ട്രർ വിദുരരെ ചേർത്തുപിടിച്ചു.

അപ്പോൾ വിദുരരുടെ മനസ്സിൽ വ്യാസവചനം ഒരു അശരീരിപോലെ തെളിയുന്നു:

"എല്ലാ രാജർഷികൾക്കും അവസാന ആശ്രയം കാനനമാണ്, മകനേ.

അതിനാൽ നിങ്ങൾ അവനെ തടയാതിരിക്കുക."

ചുറ്റും ദിവ്യമായ പ്രകാശം തെളിയുന്നപോലെ.

രാജാവ് പറഞ്ഞു: "മരിച്ചുപോയ എന്റെ പുത്രരിൽനിന്നോ ബന്ധു ക്കളിൽനിന്നോ സംഭവിച്ചുപോയ എല്ലാ തെറ്റുകൾക്കും ഞാൻ ക്ഷമ ചോദിക്കുന്നു."

പൊടുന്നനെ കുന്തി പൊട്ടിക്കരഞ്ഞു.

ശ്രാദ്ധകർമ്മങ്ങൾ പൂർത്തിയാക്കി, ദാനധർമ്മങ്ങൾ നിർവ്വഹിച്ച് ജനിച്ചുവളർന്ന ഗൃഹത്തെ പൂജിച്ച് വല്ക്കലവും അജിനവും ധരിച്ച് കുരുവംശകുലാധിപൻ പത്നിയോടൊപ്പം പടിയിറങ്ങി.

നോക്കിനിന്ന കുലസ്ത്രീകളും പുരവാസികളും വിതുമ്പിക്കരഞ്ഞു.

കൃപനും ധൗമ്യനും സഞ്ജയനും പാണ്ഡവർക്കൊപ്പം ധൃതരാഷ് ട്രരെ അനുഗമിച്ചു. അവർക്കുമുമ്പേ കുന്തിയിറങ്ങി. എറ്റവും പിറകിലായി പാഞ്ചാലിയും ഉത്തരയും ചിത്രാംഗദയും ഇറങ്ങി.

അവർക്കും പിറകിലായി വിദുരരും ഇറങ്ങി.

രാജവീഥിയിൽ തൊഴുകൈകളോടെ നടന്നു നീങ്ങുന്ന രാജാവിനെ

ക്കണ്ട് മന്ദിരങ്ങൾ വിട്ടിറങ്ങിയവരും വഴിയരികിൽ കാത്തുനിന്നവരും കണ്ണുനീർ പൊഴിച്ചു. ഹസ്തിനപുരം വിഷാദത്തിലാഴ്ന്നു...

നഗരവും നാടും പിന്നിട്ടതോടെ രാജാവ് പാണ്ഡവരോടും തങ്ങളെ അനുഗമിക്കുന്നവരോടുമായി പറഞ്ഞു:

"പ്രിയപ്പെട്ടവരേ, നിങ്ങൾ തിരിച്ചു പോവുക.

ഞങ്ങളെ സ്മരിക്കുക, ഞങ്ങൾക്കായി പ്രാർത്ഥിക്കുക.."

പ്രജാസഞ്ചയം ബന്ധുജനങ്ങളോടൊപ്പം എന്തുചെയ്യണമെന്നറിയാതെ നിന്നു, അവരുടെ തേങ്ങലുകൾ അനുഗ്രഹമായി പെയ്തിറങ്ങി. വിദുരർ പറഞ്ഞു:

"ഞാൻ അങ്ങയോടൊപ്പം വനത്തിൽ പ്രവേശിക്കുവാൻ നേരത്തേ തന്നെ നിശ്ചയിച്ചതാണ്.

എന്നെ തിരിച്ചയക്കാതിരിക്കുക.."

വിദുരർക്ക് പിറകെ സഞ്ജയനും അതുതന്നെ പറഞ്ഞു.

അപ്പോൾ കുന്തീദേവി ഗാന്ധാരിയുടെ കൈപിടിച്ചു. അവർ മുമ്പേ നടന്നു. അതുകണ്ട് യുധിഷ്ഠിരൻ വിളിച്ചു:

"അമ്മേ-?"

"തിരിച്ചു വിളിക്കരുത്." കുന്തി പറഞ്ഞു. "എന്റെ മനസ്സ് എപ്പോഴും നിങ്ങളോടൊപ്പമുണ്ട്.

ഭർത്തൃഗതി പ്രാപിക്കാനുള്ള അമ്മയുടെ യാത്രയിൽ തടസ്സം പറയരുത്. അമ്മയെ തടയരുത്."

ആകാശത്ത് നിലാവ് ജ്വലിച്ചു നിന്നു. അതിന്റെ പ്രഭാപൂരത്തിൽ ഗാന്ധാരിയുടെ കൈകൾ തന്റെ തോളിൽ ചേർത്തുവച്ച് മറ്റൊരു വൃശ്ചിക പൂർണ്ണിമപോലെ കുന്തി നടന്നു.

കണ്ണുകെട്ടിയ ഗാന്ധാരിയുടെ കൈപിടിച്ച് ജന്മനാ അന്ധനായ ധൃതരാഷ്ട്രരും അവരോടൊപ്പം നടന്നു.

അവർക്ക് പിറകെ സഞ്ജയൻ നടന്നു.

എല്ലാവർക്കും പിറകിലായി വിദുരരും നടക്കുകയാണ്.

ഗംഗാതടത്തിൽ വിദുരരും സഞ്ജയനും ചേർന്ന് ധൃതരാഷ്ട്രർക്ക് ദർഭകൊണ്ട് മെത്തവിരിച്ചു. തൊട്ടടുത്ത് ഗാന്ധാരിക്കും അതിനപ്പുറത്ത്, ഏറക്കുറെ ഗാന്ധാരിക്ക് സമീപമായി കുന്തീദേവിക്കും കിടക്കയൊരുക്കി.

രാജാവ് പറഞ്ഞു:

"യുദ്ധത്തിൽ മരിച്ച മക്കൾക്കും ബന്ധുജനങ്ങൾക്കുമുള്ള കടം തീർക്കാൻ ഈ അന്ധരാജാവിനുവേണ്ടി ധാരാളം ധനവും ധാന്യവും വസ്ത്രങ്ങളും നഷ്ടപ്പെടുത്തേണ്ടിവന്നതിൽ എനിക്ക് അതിയായ മന:സ്താപമുണ്ട്, വിദുരാ-"

അതുകേട്ട് കുന്തി തേങ്ങി. അവരെ ഗാന്ധാരി സമാശ്വസിപ്പിച്ചു.

വിദുരർ ചോദിച്ചു: "എന്തേ, അങ്ങയ്ക്ക് ഇപ്പോൾ ഇങ്ങനെയൊരു സന്ദേഹം തോന്നുവാൻ?"

രാജാവ് ഒരുമാത്ര മൗനമായിരുന്നു. പിന്നെ പറഞ്ഞു:

“എല്ലാ കടങ്ങളും തീർത്തുകഴിഞ്ഞിട്ടും എന്റെ മനസ്സിന് പൂർണ്ണമായ സ്വസ്ഥത ലഭിക്കുന്നില്ലനുജാ.”

വിദുരർ പറഞ്ഞു: “അകാരണമായ ആശങ്കകൾ അലയുന്ന മനസ്സിന്റെ അടയാളങ്ങളാണ്. അവയെ പുറന്തള്ളുക. അങ്ങ് സമാധാനമായി ഉറങ്ങുക.”

പ്രഭാതത്തിൽ ഗംഗാതീർത്ഥത്തിൽ മുങ്ങിക്കുളിച്ച് വിദുരന്റെ കൈപിടിച്ച് ഗാന്ധാരിയോടും കുന്തിയോടും സഞ്ജയനോടുമൊപ്പം ധൃതരാഷ്ട്രർ വ്യാസാശ്രമത്തിലേക്ക് പുറപ്പെട്ടു. വഴിമദ്ധ്യേ കുരുക്ഷേത്രസമീപം നിന്നു.

ഓർമ്മകൾ അണമുറിഞ്ഞ മഹാപ്രവാഹം പോലെ, പ്രളയംപോലെ. വിദുരർ പറഞ്ഞു:

“പിന്നിട്ടവരെക്കുറിച്ച് ചിന്തിക്കരുത്. വ്യസനിക്കരുത്...

മനസ്സുകൊണ്ടുപോലും ഒരു തിരിഞ്ഞു നോട്ടം അരുത്.”

കാലടികൾ പതുക്കെ പറിച്ചുവച്ച് ധൃതരാഷ്ട്രരും ഗാന്ധാരിയും കുന്തിയും നടന്നു. അവർ നടന്ന വഴികളിൽ കണ്ണുനീർ തുള്ളികൾ വീണു തിളങ്ങി.

കുന്തിയുടെ കാഴ്ചപ്പുറങ്ങളിൽ ഇരുൾ കയറുന്നത് വിദുരനറിയുന്നു. അവർ പതുക്കെ ഗാന്ധാരിയുടെ കൈപിടിച്ചതും വിദുരർ ശ്രദ്ധിച്ചു.

വ്യാസാശ്രമത്തിലേക്ക് ഇനിയും അല്പ കാതം നടക്കാനുണ്ട്.

‘ഈ യാത്രയിൽ ഞാനേറെ കൃതാർത്ഥനാണ്.’ രാജാവ് പറഞ്ഞു: ‘എന്നെ അനുഗമിക്കുന്ന എന്റെ ഗാന്ധാരിയെയും സഹോദരപത്നിയായ കുന്തിയെയും കുറിച്ചുള്ള വ്യസനമേ ഇപ്പോഴെനിക്കുള്ളു.’

“അനേകകാലമായി ഞാൻ മനസ്സുകൊണ്ട് വരിച്ചു കഴിഞ്ഞതാണിത്.” കുന്തി പറയുന്നു. അവരുടെ സ്വരം നന്നേ പതറിയിരിക്കുന്നു. അവരുടെ ശബ്ദം അനേകം താഴ്വരകളിറങ്ങി ഏതോ സമതലം പ്രാപിച്ച പോലെ.

ആശ്രമവഴിയിൽ വ്യാസൻ പറഞ്ഞു:

“അപ്പുറത്ത് എന്റേതായ തപോവനമാണ്. അത് സാങ്കേതികമായി നിങ്ങൾക്കുകൂടി അവകാശപ്പെട്ടതാകയാൽ അതും ഉപേക്ഷിക്കുക; അങ്ങോട്ട് തിരിയാതിരിക്കുക.

ഇനിയുമല്പമകലെ ശതയുപന്റെ ആശ്രമമാണ്.

ശതയുപാശ്രമത്തിന്റെ വഴിയിൽ വിദുരർ ഏകനായിരുന്നു. അപ്പോൾ അധികം അകലെയല്ലാതെ ഏതോ രഥഘോഷം ആശ്രമസമീപത്തേക്ക് വരുന്നതുപോലെ തോന്നി അദ്ദേഹത്തിന്.

വർഷങ്ങൾക്ക് മുമ്പ് പാണ്ഡവന്മാർ വനവാസം ആരംഭിച്ചകാലത്ത്, ധൃതരാഷ്ട്രരാൽ പുറത്താക്കപ്പെട്ട താൻ കാമ്യകവനത്തിൽ വന്ന ദിവസത്തെക്കുറിച്ചായിരുന്നു അപ്പോൾ വിദുരർ ഓർത്തുപോയത്.

പക്ഷേ, ഇപ്പോൾ ഹസ്തിനപുരത്തിൽ അത്തരം ഒരവസ്ഥയില്ല.

കൗരവകുലത്തിൽ ഇനിയൊരു ഞാണൊലി ഉണരാൻ പരീക്ഷിത്ത് വളർന്നുവലുതായി വരണം. ഇപ്പോൾ അവൻ ഉത്തരയുടെ വെറുമൊരു കൈക്കുഞ്ഞ് മാത്രമാണ്.

അപ്പോൾ, ഈ കേട്ട രഥചക്രങ്ങളുടെ ആരവം?

അപ്പുറത്ത് രഥങ്ങൾ നിന്നു. പിന്നെ അടക്കിപ്പിടിച്ച ആൾപ്പെരുമാറ്റം മാത്രം. അത് തന്റെ അരികിലേക്ക്...

വിദുരർ പതുക്കെ മിഴികൾ തുറന്നു.

മുമ്പിൽ യുധിഷ്ഠിരൻ തൊഴുതു നില്ക്കുന്നു.

അവന് പിറകിലായി ഭീമനും അർജ്ജുനനും നകുലനും സഹ ദേവനും വന്നു ചേർന്നു. അവർക്കൊപ്പം ദ്രൗപദിയും

പുത്രവധുക്കളുമെത്തി. ഏറ്റവും ഒടുവിലായി തുടുത്ത കൺപോള കളിൽ മിഴിനീരിന്റെ നനവുമായി യുദ്ധത്തിൽ മൃത്യുവിനെ വരിച്ച ധാർത്തരാഷ്ട്രന്മാരുടെ വിധവകളും വന്നുചേർന്നു.

അവർ വിദുരരെ വണങ്ങി. വിദുരർ പറഞ്ഞു:

"എന്റെ നിയോഗങ്ങൾ പൂർത്തിയായിരിക്കുന്നു."

പൊടുന്നനെ ഘോരവനം ഇളകിയാടി.

യുയുത്സുവും ദുശ്ശളയും കണ്ണുനീർ വാർക്കുന്നത് വിദുരർ കണ്ടു. അദ്ദേഹം പറഞ്ഞു:

"അല്പമകലെ ശതയുപന്റെ ആശ്രമത്തിനരികിൽ ജ്യേഷ്ഠരാജാവും ഗാന്ധാരിയും കുന്തിയുമുണ്ട്."

ഭീമസേനൻ വിദുരരെ വലംവച്ചു.

അവനു പിറകെ അർജ്ജുനനും മാദ്രീപുത്രന്മാരും നടന്നു. അവർക്ക് പിറകെ പുത്രവധുക്കൾ നടന്നു.

ഏറ്റവും ഒടുവിലായി യുയുത്സുവും ദുശ്ശളയും നടന്നു.

ഒടുവിൽ ധർമ്മപുത്രർ മാത്രമായി.

അവൻ വിദുരരുടെ പാദങ്ങളിൽ പ്രണാമമർപ്പിക്കുവാൻ കുനിഞ്ഞു. പെട്ടെന്ന് അദ്ദേഹം തടഞ്ഞു.

വിദുരർ പറഞ്ഞു:

"ധർമ്മബലത്താൽ നമ്മൾതമ്മിൽ വ്യത്യാസമില്ലാതായിക്കഴിഞ്ഞി രിക്കുന്നു, മകനെ.

നീയും ഞാനുമെന്ന ദ്വൈതം ധർമ്മമെന്ന ഏകത്വത്തിൽ വിലയം പ്രാപിച്ചുകഴിഞ്ഞു. ഇനി നിനക്കും എനിക്കും തമ്മിൽ വേറിട്ട അസ്തി ത്വങ്ങളില്ല.

എന്റെ ജന്മത്തിലെ പരാജയങ്ങൾ നിന്റെ ജീവിതംകൊണ്ട് പരിഹരി ക്കാൻ ശ്രമിക്കുക."

വിദുരർ നീണ്ടുനിവർന്നു നിന്നു. അപ്പോൾ അദ്ദേഹത്തിന്റെ ശിരസ്സ് ആകാശം മുട്ടുന്നതായി യുധിഷ്ഠിരന് തോന്നി. അവൻ വലതുകരം നെഞ്ചോടുചേർത്ത് തല കുനിച്ചു നിന്നു.

വിദുരരുടെ ദീർഘമായ ദക്ഷിണഹസ്തം വായുവിലേക്കുയർന്നു.

"സ്വസ്തി.."

ആശ്രമപ്രാന്തങ്ങളിൽ കാറ്റുനിലച്ചു.

"സ്വസ്തി... സ്വസ്തി.."

9 789386 364746

Printed by Libri Plureos GmbH in Hamburg,
Germany